AF741902

ഗ്രീൻ ബുക്സ്

പിള്ളപ്പാറയുടെ കഥ

സി. രാധാകൃഷ്ണൻ

നോവലിസ്റ്റ്, സംവിധായകൻ, ശാസ്ത്രലേഖകൻ.
1939-ൽ പൊന്നാനിയിൽ ജനിച്ചു.
പൂനെയിലും കൊടൈക്കനാലിലും റിസർച്ച് ഇൻസ്റ്റിറ്റ്യൂട്ടുകളിൽ സയന്റിഫിക് അസിസ്റ്റന്റായി പ്രവർത്തിച്ചു. പൊരുൾ എന്ന മാസിക നടത്തിയിരുന്നു. സയൻസ് ടുഡെ മാസികയുടെ സീനിയർ സബ് എഡിറ്റർ, ലിങ്ക്-പാട്രിയറ്റ് പ്രസിദ്ധീകരണങ്ങളുടെ അസിസ്റ്റന്റ് എഡിറ്റർ, ഭാഷാപോഷിണിയുടെ എഡിറ്റർ-ഇൻ-ചാർജ്, വീക്ഷണത്തിന്റെയും മാധ്യമത്തിന്റെയും എഡിറ്റർ, എസ്.പി.സി.എസ്. പ്രസിഡന്റ് എന്നീ നിലകളിൽ സേവനമനുഷ്ഠിച്ചു. നോവൽനവകം, തീക്കടൽ കടഞ്ഞ് തിരുമധുരം, ഉള്ളിൽ ഉള്ളത്, ഗീതാദർശനം, കാലം കാത്തുവെക്കുന്നത് എന്നീ ബൃഹത്കൃതികളും അമ്പതോളം ചെറുനോവലുകളും നാനൂറിലേറെ ചെറുകഥകളും നാലു നാടകങ്ങളും രണ്ടു കവിതാസമാഹാരങ്ങളും ശാസ്ത്ര ലേഖനങ്ങൾ ഉൾപ്പെടെ അഞ്ഞൂറിൽപ്പരം പ്രബന്ധങ്ങളും രചിച്ചു. മകൻ ഡോ. ഗോപാലുമായി ചേർന്ന് ഭൗതികപ്രപഞ്ചത്തിന് ബലങ്ങളുടെ ഏകീകരണത്തിനുതകുംവിധം, ഒരു പുതുമാതൃക അവതരിപ്പിച്ചു. (Ref: c.radhakrishnan.info.)

പുരസ്കാരങ്ങൾ: കേന്ദ്ര സാഹിത്യ അക്കാദമി അവാർഡ്, കേരള സാഹിത്യ അക്കാദമി അവാർഡ്, വയലാർ അവാർഡ്, ജി. ശങ്കരക്കുറുപ്പ് അവാർഡ്, മൂലൂർ അവാർഡ്, അച്യുതമേനോൻ അവാർഡ്, അബുദാബി ശക്തി അവാർഡ്, ലളിതാംബിക അന്തർജനം അവാർഡ്, പത്മപ്രഭാ പുരസ്കാരം, ജ്ഞാനപീഠം ട്രസ്റ്റിന്റെ മൂർത്തീദേവി പുരസ്കാരം, എഴുത്തച്ഛൻ പുരസ്കാരം, മാതൃഭൂമി പുരസ്കാരം.

കേന്ദ്ര സാഹിത്യ അക്കാദമിയുടെ നിർവാഹകസമിതിയിൽ അംഗമായിരുന്നു. തുഞ്ചത്തെഴുത്തച്ഛൻ മലയാള സർവ്വകലാശാല ഡി.ലിറ്റ് നൽകി ആദരിച്ചു. കേന്ദ്ര സാഹിത്യ അക്കാദമിയുടെ വിശിഷ്ടാംഗത്വം ലഭിച്ചു. ഇപ്പോൾ സമസ്ത കേരള സാഹിത്യ പരിഷത്തിന്റെ അദ്ധ്യക്ഷൻ.

ഭാര്യ: വത്സല. മകൻ: ഗോപാൽ. മരുമകൾ: സുഭദ്ര ഗോപാൽ. പേരമക്കൾ: ഹരിഗോവിന്ദ്, നവനീത് കൃഷ്ണൻ, ഹരികൃഷ്ണൻ.

**ഗ്രീൻ ബുക്സ് പ്രസിദ്ധീകരിച്ച
ഗ്രന്ഥകാരന്റെ ഇതരകൃതികൾ**

അവനിവാഴ്‌വുകളുടെ അടിവേരാഴങ്ങൾ

മിനിക്കഥകൾ

കറുത്തു വെളുത്ത കുട്ടി

കഥ

പിള്ളപ്പാറയുടെ കഥ

സി. രാധാകൃഷ്ണൻ

ഗ്രീൻബുക്സ്

green books private limited
gb building, civil lane road, ayyanthole,
thrissur- 680 003, kerala, ph: +91 487-2381066, 2381039
website: www.greenbooksindia.com
e-mail: info@greenbooksindia.com

branches:
thrissur 8589095302
thiruvananthapuram 8589095301
calicut 8589095307

malayalam
pillapparayude katha
story
by
c. radhakrishnan

published october 2024

cover design : rashid meraki

printed in india
indus offset printers

isbn : 978-93-48125-16-3

₹ 180.00
GBPL/1390/2024

കഥകൾ

മുന്നുര

'പിള്ളപ്പാറയുടെ കഥ' എഴുതിയിട്ട് ആറു പതിറ്റാണ്ടായി. പക്ഷേ, ഇതേവരെയുള്ള ഒരു സമാഹാരത്തിലും ഇതില്ല. പ്രിയപ്പെട്ട ചുള്ളിക്കാടാണ് ഈ അസാന്നിദ്ധ്യം ചൂണ്ടിക്കാണിച്ചതും ആദ്യപ്രസിദ്ധീകരണം കണ്ടെടുത്തുതന്നതും.

ബാലന് നന്ദി.

ഈ വീണ്ടെടുപ്പ് അറിഞ്ഞപ്പോൾ ഗ്രീൻ ബുക്സിന്റെ നരേന്ദ്രൻ പറഞ്ഞു മറ്റേ ഫാന്റസി കഥകൾകൂടി ചേർത്ത് പ്രസിദ്ധീകരിക്കാമെന്ന്.

നരേന്ദ്രനും നന്ദി.

എഴുത്തുജീവിതത്തിന്റെ ആദ്യകാണ്ഡത്തിൽ ഊരുതെണ്ടിയായായിരുന്നു ജീവിതം. വരരുചിയുടെ രീതിയായിരുന്നു; കുറഞ്ഞ ഭാരം കൂടുതൽ സൗകര്യം. പക്ഷെ, നഷ്ടപ്പെടരുത് എന്ന് നിയതി നിശ്ചയിച്ചപോലെ!

ഈ നീണ്ടകഥയ്ക്ക് എന്തുപറ്റി എന്ന് ഇത്രയും കാലത്തിനിടെ പ്രിയപ്പെട്ട വായനക്കാരിൽ പലരും അന്വേഷിക്കുകയുണ്ടായി.

മാന്യവായനക്കാരുടെ ആത്മാർത്ഥസേവനത്തിന്റെ പര്യായമായ ഈ കരുതലിനും നന്ദി.

സി. രാധാകൃഷ്ണൻ

പിള്ളപ്പാറയുടെ കഥ

ചുടുവീർപ്പുകളുടെ ആവി കട്ടപിടിച്ച് ചെമ്പും സ്വർണവുമായി മാറുന്ന ഒരു സന്ധ്യ. കരിമ്പാറകളായി കുന്നിൻപുറത്തും പള്ളങ്ങളിലും ശാപമേറ്റ് മരവിച്ചുകിടക്കുന്ന ചെകുത്താന്മാർ ഇളകുന്നുണ്ടോ എന്ന് മുപ്പത്തിമുക്കോടിദേവകളുടെ കണ്ണുകൾ ആകാശത്തുനിന്ന് ഉറ്റുനോക്കുന്നു. കൂടണയ്ക്കാൻ ആട്ടിൻക്കൂട്ടങ്ങളെ കാറ്റ് പറ്റംപറ്റമായി കിഴക്കോട്ട് തെളിക്കുന്നു.

കന്യക ഊടുപാതയിൽ ഒറ്റയ്ക്ക്, നീണ്ടുനീണ്ടു പോകുന്ന ഒറ്റയടിപ്പാതയിൽ കണ്ണെത്താവുന്നേടത്തോളം രണ്ടറ്റങ്ങളിലും ആരുമില്ല. ആരും ഉണ്ടാവാനില്ല.

ഗ്രാമം വിജനമാണ്. ഉറ്റവരും ഉടയവരും അയൽവാസികളും പോയി. അവർ രണ്ടുദിവസം കഴിഞ്ഞ് മടങ്ങിയെത്തും. നീലിമലയിലെ മൂന്നാംവിളക്ക് ആരും കാണുകയില്ല; കാണരുത്.

പച്ച പുതച്ച് മാനംമുട്ടി നിൽക്കുന്ന നീലിമല. കൊല്ലത്തിലൊരിക്കൽ നീലിമല കണ്ണു തുറക്കും. നീലിമലയുടെ കണ്ണ് തീയാണ്. മൂന്നു ദിവസം ആ തീ കെടാതെ എരിയും. വീണ്ടും നീലിമല കണ്ണടച്ച് ഉറങ്ങും. അടുത്ത കൊല്ലംവരെ.

നീലിയുടെ താഴ്‌വരയിലുണ്ടാകുന്ന ആദ്യത്തെ ചുഴലി സൂചനയാണ്. പാപം ചെയ്തവരെ പൊക്കിയെടുത്ത് വായുവിൽ വട്ടം കറക്കി ചുഴലി നിലത്തെറിഞ്ഞു കൊല്ലും. പാപം ചെയ്യാത്തവരെ അബദ്ധത്തിൽ പൊക്കിയെടുത്തുവെങ്കിൽ തന്നെയും നാഴികകൾക്കപ്പുറത്ത് ഒരു കേടും പറ്റാതെ ഇറക്കും.

ചുഴലി ചുറ്റിത്തുടങ്ങിയാൽ താഴ്‌വരയിൽ ഇരുട്ട് പരക്കും. മുടിയഴിച്ച് പറത്തി കറങ്ങുന്ന നീലിക്ക് ചോരയും കുരുതിയും വേണം. അത് കിട്ടിയാൽ മലകളിലേക്ക് കയറി അടങ്ങും.

ചോരയും കുരുതിയും കഴിഞ്ഞാൽ നീലിയുടെ കണ്ണ് തുറക്കുന്നു. കണ്ടവർ കണ്ടവർ നിലത്തുവീണ് കൈകൂപ്പി നാക്കിൻതുമ്പുകൊണ്ട്

മണ്ണ് നക്കണം. പുലരുംമുമ്പ് പശുക്കളെയും തെളിച്ചു സ്ഥലംവിടു കയും വേണം.

പന്തങ്ങളുമായി ആടിപ്പാടിയുള്ളൊരു ഘോഷയാത്ര. നാലഞ്ചു മണിക്കൂർ നടന്നേ 'മലമാറ്റം' പൂർത്തിയാവൂ. ആളുകൾ പോയാൽ ചെന്നായും നരിയും പുലിയും നാട് തീണ്ടും.

'മലമാറ്റ'ത്തിന് കുടിയിറങ്ങുമ്പോൾ ആരും വാതിൽ അടയ്ക്കു കയില്ല. നീലിയുടെ പോറ്റുമൃഗങ്ങൾ വാതിലുകൾതോറും നടക്കും.

മൂന്നാം വിളക്ക് തെളിയാൻ സമയമായി.

കന്യക നോക്കി. ഇല്ല, കാണാനില്ല.

ഈറൻചേലയുടെ തുമ്പ് കാറ്റിലാടി പുറത്തു താളംപിടിച്ചു ചോലയിൽ കുളിച്ച് ഈറനോടെ വഴിയിൽ കാത്തുനിൽക്കണമെ ന്നാണ് കൽപ്പന.

ഇരുട്ട് കട്ടിയായി വീണു. കാറ്റിന് ഊക്കു കൂടി.

കടഞ്ഞെടുത്തതുപോലെ വടിവുറ്റ അവളുടെ ദേഹത്തിന് പുതു മണ്ണിന്റെ മണമുണ്ടായിരുന്നു. നീലിമലയും താഴ്‌വാരവും എല്ലാം ചേർന്നപോലെയായി ഇരുളിൽ. മുലകളും മൂക്കും ശിഖരങ്ങളാക്കി ഉയർത്തി മലർന്നു കിടക്കുകയാണ് നീലി. കൊഴുത്തുരുണ്ട ആ മുലകൾ ഒരിക്കലേ ചുരത്തിയിട്ടുള്ളൂ. വൈരക്കല്ലുകൾ പതിച്ച മേഘ ങ്ങളുടെ വെള്ളമേലങ്കി പുതച്ച് ഗന്ധർവൻ പിന്നീടൊരിക്കലും വന്നില്ല. നീലി കാത്തു കിടന്നു. നിത്യപ്പതിനേഴുകാരിയായ കന്യക.

മോഹിച്ചോടിയെത്തിയ ഗന്ധർവനെ ആട്ടി അകറ്റിയവളാണ് നീലി. ഗന്ധർവ്വൻ ചുറ്റും നടന്ന് കെഞ്ചി. മേഘങ്ങളുടെ ഒരു വെള്ള മേലങ്കി കൊണ്ട് മറയുണ്ടാക്കി അതിനകത്ത് നീലിയുടെ മുന്നിൽ മുട്ടുകുത്തി.

നീലി പൊട്ടിച്ചിരിച്ചു മേഘങ്ങളുടെ മറ ഊതിപ്പറപ്പിച്ചു. വലിയ സ്വപ്നത്തിൽ കണ്ട ദേവനുവേണ്ടി അവൾ കാത്തുകിടക്കുകയായി രുന്നു. സ്വപ്നത്തിൽ വന്ന ദേവൻ മറഞ്ഞിരുന്നു. ''കൊടുങ്കാറ്റാണ് എന്റെ മുന്നോടി. ഞാൻ വരുമ്പോൾ ഭൂമി കിടിലം കൊള്ളും. ഞാൻ നടന്നടക്കുമ്പോൾ കൂരിരുട്ടത്തും പകൽ വെള്ള പരക്കും. എനിക്കു വേണ്ടി കാത്തിരിക്കുക.''

ഒരിക്കലും കണ്ടിട്ടില്ലാത്തവനുവേണ്ടി നീലി നോമ്പുനോറ്റു.

മുട്ടുകുത്തി കെഞ്ചിയ ഗന്ധർവനോട് നീലി ചോദിച്ചു: അക മ്പടി ഉണ്ടോ?

മറുപടി: വെള്ളിൽപ്പറവകളേയുള്ളൂ.

നീലി ചിരിച്ചു. നിസ്സാരഭാവത്തിൽ.

ഗന്ധർവൻ പറഞ്ഞു: നിന്നെ കണ്ടു മോഹിച്ചവനാണ് ഞാൻ.

നീലി കുറേക്കൂടി ഉറക്കെ ചിരിച്ചു.

ഗന്ധർവ്വൻ രണ്ടു തവണ ശപിച്ചു: നിത്യപ്പതിനേഴിന്റെ അടങ്ങാത്ത ആശകൾ നിന്നിൽ എന്നും ഉണ്ടാവട്ടെ. നീ ആർക്കുവേണ്ടി കാത്തിരിക്കുന്നുവോ അവൻ ഒരിക്കലും വരാതിരിക്കട്ടെ.

മേലങ്കി വലിച്ചെറിഞ്ഞ് മടക്കുമലകളുടെ ചവിട്ടൊതുക്കുകൾ കയറി ഗന്ധർവ്വൻ പോയി.

പിഞ്ഞിയ മേലങ്കി നീലിയുടെ ദേഹത്തിൽ വീണു കിടക്കുന്നു. ഗന്ധർവന്റെ ശാപം ഫലിച്ചു.

കൊല്ലത്തിലൊരിക്കൽ നീലി കണ്ണുതുറന്ന് ചുറ്റും നോക്കുന്നു. ഒന്നാംവിളക്ക് പ്രതീക്ഷയുടെ ദിവസമാണ്. രണ്ടാം വിളക്ക് സംശയത്തിന്റെ ദിവസം. മൂന്നാം വിളക്ക് സംഹാരരുദ്രതയുടെ ദിവസവും. നശിച്ച ആശകളിന്മേൽ കത്തിപ്പടരുന്ന അഗ്നി. അതിന്റെ നേർക്ക് ആരും നോക്കാറില്ല.

കന്യക മൂന്നാംവിളക്കും കാത്ത് പെരുവഴിയിൽ നിന്നു.

അവൾ ക്ഷണിച്ചിട്ടായിരുന്നില്ല ഗന്ധർവൻ വന്നത്. ഇതുപോലൊരു സന്ധ്യയ്ക്ക് അവൾ വഴിയിൽ ഒറ്റയ്ക്ക് നിൽക്കുകയായിരുന്നു. താഴെ സമനിരപ്പായ ഭൂമിയിൽനിന്ന് കോടമഞ്ഞ് ഉരുണ്ടുകയറി കെട്ടുകെട്ടായി ഉയരുന്നുണ്ടായിരുന്നു. മേലേ നീലനിറം. ചുറ്റും വെളുവെളുത്ത മഞ്ഞും. ഒറ്റപ്പെട്ടതിനാലാവാം, ഒരു പശുക്കുട്ടി നീട്ടിനീട്ടി വീണ്ടും വീണ്ടും കരഞ്ഞു. നോക്കി നോക്കി നിൽക്കേ കുളമ്പടികൾ കേട്ടുതുടങ്ങി.

കാട്ടുപോത്തുകളുടെ കുളമ്പടിയൊച്ച. പാറപ്പുറത്ത് താളം തെറ്റി വീഴുന്ന കുളമ്പടികൾ അകന്നകന്നു പോയപ്പോൾ നീലവാനത്ത് കറുത്ത ഒരു പുള്ളി കണ്ടു. നോക്കിയിരിക്കെ അത് വലുതായി മലയുടെ താഴ്വാരത്തിലെ മഞ്ഞിനിടയിൽ മെല്ലെ മെല്ലെ ഇറങ്ങി. കാറ്റിൽ പറന്നെത്തിയ കറുത്ത ഒരു തൂവൽപോലെ, ദൂരെ ഒറ്റപ്പോത്തിന്റെ കുളമ്പടിയാണ് പിന്നെ കേട്ടുതുടങ്ങിയത്. അടുത്തടുത്ത് വരുന്ന കുളമ്പടികൾ. അവൾ കാത്തു നിന്നു. കാൽക്കീഴിൽ ഭൂമി കുലുങ്ങിത്തുടങ്ങി. ആനയോളം വലിയ പോത്ത്. കുളമ്പടി കേട്ടതുമില്ല, കൊമ്പുകൾ കണ്ടതുമില്ല എങ്കിൽ ആനയാണെന്നുതന്നെ അവൾ കരുതുമായിരുന്നു. കറുത്തിരുണ്ട വലിയ ഒരു പാറ പോലെ വായിൽ നുരയും പതയും. കറുത്ത ആനപ്പുറത്ത് വെള്ള പുതച്ച ഗന്ധർവ്വൻ. മഞ്ഞിൽനിന്നു വേർതിരിച്ചറിയാൻ പ്രയാസം. ഗന്ധർവ്വൻ താഴത്തിറങ്ങി പോത്തിന്റെ നെറ്റി തടവി. ചലനമറ്റ് ഒരു പാറ പോലെയായി പോത്ത്.

ഗന്ധർവൻ മെല്ലെ മെല്ലെ നടുന്നടുത്തു. അപ്പോഴേക്കും ഇരുട്ട് പടർന്നു കഴിഞ്ഞിരുന്നു. മുഖം കാണാൻ പറ്റിയില്ല. ശക്തിയായ കാറ്റ് വീശി തുടങ്ങിയെങ്കിലും പറയുന്നതെന്തെന്ന് വ്യക്തമായി

കേട്ടു. "പേടി തോന്നിയില്ല. പേടി എന്ന വികാരം കുട്ടിക്കാലം മുതൽ അവൾ അറിഞ്ഞിട്ടില്ല. ജനിച്ചപ്പോൾ ഉണക്കച്ചുള്ളി മുറിച്ച് ഏതു വലുത് ഏതു ചെറുത് എന്നും എങ്ങനെ മുറിഞ്ഞു എന്നും നോക്കി ജീവിതഫലം പറയുന്ന പുരോഹിതൻ പറഞ്ഞിട്ടുണ്ട്, ഇവൾ പേടി എന്തെന്നറിയില്ല; ഇവൾ മനുഷ്യരെ സ്നേഹിക്കുകയില്ല. ഇവളുടെ ഭർത്താവ് കാലൻ."

കാടിന്റെ ഏതു മൂലയിലും അവൾ പേടി കൂടാതെ ഓടി നടന്നു. കാട്ടുമൃഗങ്ങൾ അവളെ ഉപദ്രവിച്ചില്ല. ഏതു വന്യമൃഗത്തേയും അവൾ തൊട്ടുരുമ്മുമായിരുന്നു. വന്യമൃഗങ്ങളുടെ ശല്യമുള്ളേടങ്ങളിൽ ആളുകൾ അവളെ വിളിച്ചു കൊണ്ടുപോയി. അഞ്ചുവയസ്സുള്ള അവൾ ഒറ്റയ്ക്കു നിന്ന് കാട്ടുമൃഗങ്ങളെ കൈയാംഗ്യം കാട്ടി ഓടിച്ചു.

ഏത് ഉണങ്ങിയ ചെടിയായാലും അവൾ തൊട്ടത് ക്രമേണ തളിർത്തു. അവളുടെ മുഖം കറുത്താൽ മാനം കറുത്തു. അവളുടെ തൊണ്ടയിടറിയാൽ ഏത് പച്ചവേനലിലും മാനവും ഇടറി; ഇടി വെട്ടി.

ഉറ്റവരും ഉടയവരും അവളെ ഉപേക്ഷിച്ചു. അവർക്ക് അവളെ ഭയമായിരുന്നു. അവൾ ദേവതയാണെന്ന് ചൊല്ലുണ്ടായി. അവൾ ഗ്രാമത്തിൽ അലഞ്ഞുനടന്നു. ആരുടെയും കുടിലിൽ കയറി കിട്ടിയത് എടുത്തു തിന്നും. ആരും അപ്രിയം കാണിച്ചില്ല. പൂജിക്കുകയോ ആട്ടിയോടിക്കുകയോ എന്താണ് വേണ്ടതെന്ന് ആർക്കും നിശ്ചയമില്ലാതായി. അവളെ തൊടാൻ ആളുകൾ പേടിച്ചു, തൊടാൻ ആർക്കും കൊതി തോന്നുന്ന ദേഹവടിവായതിനാൽ പലരും വിരൽ നീട്ടി ഒന്നു തൊടാൻ. പക്ഷേ, ആരും തൊട്ടില്ല. തൊട്ടുതൊട്ടില്ല എന്ന മട്ടിൽ എത്തുമ്പോൾ എല്ലാവരും കൈ പിൻവലിച്ചു.

അവളുടെ കണ്ണുകൾക്ക് സാധാരണയിലേറെ വലുപ്പം ഉണ്ടായിരുന്നു. വെറുതെ മാനത്ത് കണ്ണും നട്ടു നിൽക്കും. വിളിച്ചാൽ കേൾക്കുകയില്ല. നറുനിലാവത്ത് കരിമ്പാറകളിൽ അവൾ കിടന്നുറങ്ങും.

അവൾക്ക് അമ്മയില്ലായിരുന്നു. അവളെ പെറ്റ് ഏതാനും നിമിഷങ്ങൾക്കകം അമ്മ മരിച്ചു. മുലപ്പാൽ കുടിക്കാതെ അവൾ വളർന്നു. കഷ്ടി നടക്കാറായപ്പോൾ അവൾ പിച്ചവെച്ചു. കാട്ടിലെ ചെടികളുടെ ഇലകൾ കടിച്ചുതിന്നു തുടങ്ങി. ആരും തടഞ്ഞില്ല.

നീലിയുടെ കണ്ണുകൾ തുറക്കുന്ന ദിവസങ്ങളിൽ എല്ലാവരും ഗ്രാമത്തിൽനിന്നു പോകുമ്പോൾ അവൾ പോയില്ല. എല്ലാവരും തിരികെ എത്തുമ്പോൾ അവൾ വല്ല പാറപ്പുറത്തും കിടന്ന് ഉറങ്ങുകയായിരിക്കും. അവൾക്കാരും താരാട്ടുപാടിയില്ല. അവൾ ഉറങ്ങുമ്പോൾ ആരും വിളിച്ചുണർത്തിയുമില്ല.

അവൾ ആരോടും സംസാരിച്ചില്ല. അവൾക്ക് ഭാഷ പഠിഞ്ഞില്ല. അവൾ ചിരിക്കുമ്പോൾപോലും സാധാരണ സംസാരിക്കുമ്പോൾ കേൾക്കാറുള്ള ശബ്ദങ്ങളുടെ ഒരംശവും കേട്ടില്ല. ആര് എന്തു പറഞ്ഞാലും അവൾ ആ മുഖത്തുതന്നെ തറച്ചു നോക്കി മിണ്ടാതെ നിന്നു. അവളുടെ നോട്ടമേറ്റവർ ഭയന്നു തല താഴ്ത്തി.

പെണ്ണുങ്ങൾ കാട്ടിൽ വിറകും തേനും അന്വേഷിച്ചു പോകുമ്പോൾ അവൾ കൂടെ ചെന്നില്ല. അവർ മടങ്ങിവരുമ്പോൾ മുളങ്കുറ്റിയിലെ തേനിന് അവൾ കൈ നീട്ടി. അവൾ ആവശ്യപ്പെട്ടതെന്തും ആളുകൾ മടിക്കാതെ കൊടുത്തു.

പ്രായം തികഞ്ഞപ്പോൾ ഗ്രാമത്തിലെ ചെറുപ്പക്കാർ പാളിയും പതുങ്ങിയും പരസ്യമായും അവളുടെ പിന്നാലെ കൂടി. അവരുടെ ആവശ്യം എന്തെന്ന് അറിയാത്തതുപോലെ അവൾ പെരുമാറി. തൊടാൻ ആർക്കും ധൈര്യമില്ലായിരുന്നു. ആരും തൊട്ടില്ല.

അവൾ വയസ്സറിയിച്ച ദിവസം പുലർച്ചെ കിഴക്ക് കണ്ട ചുകപ്പ് തന്നെയായിരുന്നു സൂര്യൻ പടിഞ്ഞാറ് അസ്തമിക്കുന്നതുവരെയും ആകാശത്തിൽ. അന്ന് സന്ധ്യയ്ക്ക് അവൾ മുടിയഴിച്ച് ചോലയിൽ മുങ്ങിയപ്പോൾ ചുവപ്പ് കെട്ടു; മാനം ഇരുണ്ടു.

അത്തവണയാണ് ഗന്ധർവൻ വന്നത്. നീലി കണ്ണു തുറക്കുന്ന കാലത്ത്. മൂന്നാം വിളക്ക് കാലത്ത്. അവൾ നേർക്കുനേരെ നിന്നു.

പാതിരാത്രിവരെ അതേ നിൽപ്പായിരുന്നു. പിന്നെ ഗന്ധർവൻ കുനിഞ്ഞ് അവളെ ഉള്ളംകയ്യിലെടുത്ത് പോത്തിന്റെ പുറത്തുവച്ച് യാത്രയായി. നീലിമല ചവിട്ടി കയറി പോത്ത് ആകാശത്തിലേക്ക് ഉയർന്നു. ഗന്ധർവൻ തന്റെ ഉരുക്കുപോലെ കരുത്തുറ്റ കൈകൊണ്ട് അവളെ പിടിച്ചിരുന്നു. കോടമഞ്ഞിലൂടെ ഒഴുകിയൊഴുകി ആ യാത്ര എവിടെയും എത്തിയില്ല. കുറെ കഴിഞ്ഞ് കുന്നിൻചെരുവിലെ വഴിയിൽ ഇറങ്ങി. അവളെ താഴെ ഇറക്കി ഗന്ധർവൻ പറഞ്ഞു: ഇവിടെ സന്ധ്യയ്ക്ക് കാത്തുനിൽക്കണം. കുളിച്ച് ഈറനോടെ. അടുത്ത മൂന്നാംവിളക്കിൻനാൾ ഞാൻ വരും.

അതിനുശേഷം അവൾ ആ വഴിയിൽതന്നെ ദിവസങ്ങൾ കഴിച്ചുകൂട്ടാൻ തുടങ്ങി. ഗന്ധർവൻ തന്റെ വിരലിൽനിന്ന് ഊരി അവളുടെ കൈത്തണ്ടിൽ ഇടീച്ചിരുന്ന വള അവൾ തിരുപ്പിടിച്ചു.

ആളുകൾ അവളുടെ കൈയിലെ വള ശ്രദ്ധിച്ചു. ആരും ഒന്നും ചോദിച്ചില്ല. വിവാഹിതരായവർ മാത്രമേ ഗ്രാമത്തിൽ വളയിടാറുള്ളൂ.

നീലിമലയുടെ കൊടുമുടിയിൽനിന്ന് ശക്തിയായ കാറ്റടിച്ചിട്ടും അവൾ ഇളകിയില്ല. നീലിയുടെ കണ്ണിലെ പ്രകാശം അവളുടെ മുഖത്തടിച്ചു. നാലുപാടും വന്യമൃഗങ്ങൾ മുരണ്ടുതുടങ്ങി.

മലയിൽ തീനാമ്പുകളുയർന്നു. ആളിപ്പടരുന്ന തീയിന്റെ ചുവപ്പു വെളിച്ചത്തിൽ ഗ്രാമം മുഴുവൻ കാണാമെന്നായി.

ഒരു കറുകറുത്ത രൂപം മലയുടെ മുകളിൽനിന്ന് ഉരുണ്ടിറങ്ങി. വലിയ പാറ ഉരുണ്ട് വീഴുകയാണെന്നുതോന്നി. പാറ അവളുടെ നേർക്ക് ഉരുണ്ടു തുടങ്ങി. താഴ്വര ഇറങ്ങിക്കയറണം, അവൾ നിൽക്കുന്നിടത്ത് എത്താൻ. പാറയുടെ ഉരുളിച്ചയിൽ വലിയ വലിയ മരങ്ങൾ വെറും മുൾച്ചെടികൾപോലെ ഞെരിഞ്ഞൊടിഞ്ഞ് അമരുന്നത് കാണാമായിരുന്നു.

താഴ്വരയിറങ്ങി പാറ അവൾ നിൽക്കുന്നിടത്തേക്ക് ഉരുണ്ടു കയറിത്തുടങ്ങി. അടുത്തെത്തിയപ്പോൾ വ്യക്തമായി അവൾ കണ്ടു. പാറയല്ല; മാനം മുട്ടത്തക്ക ഉയരമുള്ള ഒരു ജന്തു. രോമം മുറ്റിമൂടിയ ദേഹം. തുടുത്ത നാവ്, തുറിച്ചു നിൽക്കുന്ന വട്ടക്കണ്ണുകൾ, അറ്റം പരന്ന വലിയ മൂക്ക്, കീഴിച്ചുണ്ടും കവിഞ്ഞ് കീഴോട്ട് തുറിച്ചുനിൽക്കുന്ന തേറ്റകൾ ശിരസ്സിൽ ജട. അത്തരമൊരു ജന്തുവിനെ അവൾ അതിനുമുമ്പ് കണ്ടിട്ടില്ല. എല്ലാ വന്യമൃഗങ്ങളെയും ആട്ടിയോടിക്കാറുള്ളതുപോലെ ആട്ടിയോടിക്കാൻ അവൾ കൈ ഉയർത്തി ആംഗ്യം കാണിച്ചു; അനക്കമില്ല എന്നല്ല, അമ്പരപ്പോടെ നോക്കുക തന്നെയാണ്. 'അകന്നുപോ' എന്ന് അവൾ സർവ്വശക്തിയും ഉപയോഗിച്ച് ആംഗ്യം കാണിച്ചു.

ജന്തു പറഞ്ഞു: ''എന്നെ കാത്തുനിൽക്കുകയാണല്ലോ, എന്റെ ഓമന. ഇത് ഞാൻ തന്നെയാണ്; വാ, വാ, അടുത്തു വാ.''

അവൾക്ക് കാണാൻ ആ ജന്തു പല്ലുകൾ വെളിയിൽ കാണിച്ച് ഇളിച്ചു. കൂർത്തുമൂർത്ത വലിയ തേറ്റകൾക്കിടയിലെ തുടുത്ത നാവ് തൂങ്ങിക്കിടന്നു. ഇളിച്ചപ്പോൾ ചുവന്ന തൊണ്ണകൾപോലും കാണായി.

അവൾ സംശയിച്ചു; വാഹനമില്ല. വെളുത്ത മേലങ്കിയില്ല. സുഗന്ധം പരക്കുന്നുമില്ല.

ജന്തു അവളെ പൊക്കിയെടുത്ത് തോളിലിട്ട് മരങ്ങൾ ചവിട്ടിയൊടിച്ചും വലിയ പാറകൾ മൺകട്ടകൾപോലെ തട്ടിയുടച്ചും നടന്നു. താഴ്വര ഇറങ്ങി നീലിമലയിലേക്ക് കയറി. നീലിയുടെ കണ്ണ് ഉഗ്രമായി ജ്വലിക്കുന്നുണ്ടായിരുന്നു. ഗന്ധർവൻ ഇടുവിച്ച വള ചുട്ടു പഴുത്തു. അത് കിടന്നേടം പൊള്ളിത്തുടങ്ങി. വലിച്ചൂരി അവൾ അത് കാട്ടിലെറിഞ്ഞു.

ജന്തുവിന്റെ ദുർഗന്ധം സഹിക്കാനാവാതെ അവൾ മൂക്കു പൊത്തി. കുടഞ്ഞു തെറിച്ച് പിടയാനും ശ്രമിച്ചു. ജന്തു നടന്നുകൊണ്ടേയിരുന്നു. ഒരു വിരൽകൊണ്ട് അവളുടെ കണങ്കാലുകൾ രണ്ടും ചേർത്തു പിടിച്ചിരുന്നു ജന്തു. അവളുടെ മുഖം കരിങ്കൽപാറയുടെ ഓരപോലുള്ള രോമം മുറ്റി മൂടിയ ജന്തുവിന്റെ പുറത്ത് നടത്തത്തിന്റെ താളത്തിനൊത്ത് മുട്ടിക്കൊണ്ടിരുന്നു.

തല പൊക്കി അവൾ മാനത്തേക്ക് നോക്കി. ആരെയും കണ്ടില്ല. നീലിയുടെ കണ്ണിൽനിന്ന് പുറപ്പെടുന്ന ജ്വാലകൾ കാറ്റിൽ നൃത്ത മാടുന്നുണ്ടായിരുന്നു.

രണ്ട് മലകളുടെ ഇടുക്കിലെത്തിയപ്പോൾ, ജന്തു ഇടത്തോട്ട് തിരിഞ്ഞ് ഇടുക്കിലൂടെ നടന്നുതുടങ്ങി. കാട് വെറും പുൽമൈതാനം പോലെയേ ജന്തു കണക്കാക്കിയുള്ളൂ. കാൽമുട്ടിലേറെ ഉയരമുള്ള ഒരു മരവും കാട്ടിൽ ഉണ്ടായിരുന്നില്ല. വലിയ മരങ്ങളുടെ ശിഖര ങ്ങൾ കുനിഞ്ഞ് കൈ എത്തിച്ച് അലസമായി തടവിക്കൊണ്ട് ജന്തു യാത്ര തുടർന്നു.

''ഞാൻ നിന്റെ ഭർത്താവാണ്.'' ജന്തു പറഞ്ഞു. എന്നിട്ട് താഴ്വരകൾ കിടിലംകൊള്ളുമാറ് പൊട്ടിച്ചിരിച്ചു. പൊട്ടിച്ചിരിയുടെ മാറ്റൊലി കുന്നുകളിൽനിന്ന് കുന്നുകളിലേക്ക് തെന്നിനീങ്ങി.

രണ്ട് കുന്നുകളും ഒരുമിക്കുന്നിടത്ത് ജന്തു നിന്നു. കുനിഞ്ഞ് കൂരിരുട്ടിലേക്ക് കടന്നു. ഗുഹയ്ക്കകത്ത് നീലിയുടെ കൺവെട്ടം പോലും എത്തിയിരുന്നില്ല. ഈർപ്പം കലർന്ന വായു. അവൾക്ക് ശ്വാസംമുട്ടുന്നതുപോലെ തോന്നി .

കുറേ ചെന്ന് വലിയ ഒരു പാറ ഒറ്റക്കൈകൊണ്ട് ഉന്തിനീക്കി ജന്തു താവളത്തിലേക്ക് കടന്നു. തോരണങ്ങൾ തൂക്കി അലങ്കരിച്ച കിടപ്പറ. അവിടെ വേറെ ആരെയും കണ്ടില്ല.

പാറയിൽ കൊത്തിയെടുത്ത കിടപ്പറയിൽ പട്ടും സ്വർണവും കുന്നുകുന്നായി കൂട്ടിയിരുന്നു. പാറ കൊത്താനുള്ള ഉളിയും ചുറ്റി കയും യുദ്ധം ചെയ്യാനുള്ള അമ്പും വില്ലും വേറൊരു മൂലയിലും ഉണ്ടായിരുന്നു. പാറയിൽ കൊത്തിയെടുത്ത കട്ടിലിലെ പട്ടുമെത്ത യിൽ അവളെ കിടത്തി നിവർന്നു നിന്നു. ജന്തു വീണ്ടും പല്ലിളിച്ചു.

അവൾ കാണെതന്നെ താവളത്തിന്റെ വാതിൽ വീണ്ടും അട യ്ക്കുകയും ചെയ്തു. പട്ടും സ്വർണാഭരണങ്ങളും ചൂണ്ടിക്കാണിച്ച് അവളോട് പറഞ്ഞു: ''ഇതെല്ലാം നിന്റേതാണ്.''

അവൾ ഒരു താല്പര്യവും കാണിച്ചില്ല. അപ്പുറത്തേക്ക് തിരിഞ്ഞു കിടന്നു.

ജന്തു പിന്നെയും പറഞ്ഞു: ''നിനക്ക് വേറെയും എന്തു വേണ മെങ്കിലും ഞാൻ തരാം.''

ഒന്നും വേണ്ടെന്ന് അവൾ ആംഗ്യം കാണിച്ചു.

''നീയെന്നെ ഭർത്താവായി സ്വീകരിക്കണം.'' ജന്തു പറഞ്ഞു.

വയ്യെന്ന് അവൾ അറിയിച്ചു.

ജന്തു ചിരിച്ച് പ്രീണിപ്പിക്കുവാൻ നോക്കി, കൊല്ലുമെന്ന് ഭീഷണി പ്പെടുത്തി, തിന്നുമെന്ന് പേടിപ്പിച്ചു.

എന്തുമാവാമെന്ന നാട്യത്തിൽ ഒട്ടും പേടിക്കാതെ അവൾ കിടന്നു. പെട്ടെന്ന് മുറിക്കകത്ത് ഒരു വളകിലുക്കം കേട്ടു. അവൾ ശബ്ദം കേട്ടിടത്തേക്ക് നോക്കി അതിസുന്ദരിയായ ഒരു പെൺകുട്ടി നിൽക്കുന്നു.

അവൾ പറഞ്ഞു: ''നീ സ്വീകരിക്കാൻ തയ്യാറില്ലാത്തത് എന്തുകൊണ്ടാണെന്ന് എനിക്കറിയാം.''

പറഞ്ഞുതീരും മുമ്പ് അവൾ ജന്തുവിനെ അതിസുന്ദരനായ ഒരു യുവാവാക്കി മാറ്റി. ഒരാൾ വലിപ്പമുള്ള ഒരു യുവാവ്.

അവൾ ചോദിച്ചു: ''ഇപ്പോഴോ?''

യുവാവിനോട് ഇങ്ങനെയും പറഞ്ഞു: ''ഒട്ടും വൈകരുത്. സമയം അധികമില്ല.''

കന്യകയോട് അതിസുന്ദരി പറഞ്ഞറിയിച്ചു: ''ഞാനാണ് നീലി.'' പെട്ടെന്ന് മായുകയും ചെയ്തു.

യുവാവ് കന്യകയുടെ കൂടെ കട്ടിലിൽ ഇരുന്നു. അനുനയസ്വരത്തിൽ പറഞ്ഞു: ''ഞാൻ നീലിയുടെ അടിമയാണ്. കാലനായ എന്നെ അവൾ തോൽപ്പിച്ചിരിക്കുന്നു. വിശ്വാസമാകുന്നില്ല, അല്ലേ? ഞാൻ തന്നെയാണ് കഴിഞ്ഞ തവണ വന്നത്. അന്ന് പക്ഷേ എന്റെ വേഷം വേറെയായിരുന്നു. നീ എന്നെ സ്വീകരിക്കണം.''

വിശ്വസിക്കാതിരിക്കാൻ ഒരു ന്യായവും കണ്ടില്ല. കിടപ്പറയിലെ വെളിച്ചം മങ്ങിക്കൊണ്ടിരുന്നു.

അവൾ നിഷേധത്തിൽ തലയാട്ടിയില്ല.

II

താവളത്തിലെ വെളിച്ചം കെട്ടു.

താവളത്തിന്റെ വാതിൽക്കൽ വെച്ച് കരിമ്പാറ ഇളകുന്നത് കേട്ട് ഉണർന്നു. തപ്പി നോക്കിയപ്പോൾ ഭർത്താവ് പട്ടുമെത്തയിലില്ല.

കരിമ്പാറ ഒരു പന്തുപോലെ തെറിച്ച് എതിരെ ഭിത്തിയിൽ ചെന്നിടിച്ചു. താവളത്തിൽ വെളിച്ചവും സുഗന്ധവും പടർന്നു, വാതിൽക്കൽ ഗന്ധർവൻ നിൽക്കുന്നു വെളുത്ത മേലങ്കി, ശാന്തമായ മുഖം.

താവളത്തിന്റെ മൂലയിൽ ജന്തു.

ജന്തുവും ഗന്ധർവനും മുഖത്തോടുമുഖം നോക്കി ഇമ വെട്ടാതെ നിന്നു. ഗന്ധർവൻ ജന്തുവിനെ നേർക്ക് നടന്നടുത്തു.

തെറിച്ചുവീണ കരിമ്പാറ ജന്തു കാലുകൊണ്ട് ഗന്ധർവന്റെ നേരെ തട്ടിത്തെറിപ്പിച്ചു. ഗന്ധർവൻ വലതുകൈയുയർത്തി പാറയെ അടക്കി.

പാറ ഉരുണ്ടുരുണ്ട് ജന്തുവിന്റെ നേർക്കുതന്നെ ചെന്നു. ജന്തു ചവിട്ടി ഒതുക്കി.

ജന്തുവിന്റെ തേറ്റകൾ പുറത്തേക്ക് നീണ്ടുനീണ്ട് വന്നു, കണ്ണുകൾ ചുവന്നു, രോമം മുള്ളാണികൾപോലെ ദേഹത്തിൽ എഴുന്നുനിന്നു. വില്ലെടുത്ത് വലിച്ച് കുലച്ച് ഞാണിട്ടു, ജന്തു അമ്പു തൊടുത്ത് ഗന്ധർവന്റെ നേർക്ക് ചൂണ്ടുകയായി.

ഒരു കാൽ മടക്കി നിലത്തിരുന്ന ജന്തു വില്ലു വലിച്ചു ഗന്ധർവനെ എയ്തു. താവളം വിറച്ചു

ഗന്ധർവന്റെ നേർക്ക് അസ്ത്രം പാഞ്ഞുചെല്ലുമ്പോൾ ഗന്ധർവന്റെ മുഖത്ത് ഭാവഭേദമൊന്നും ഉണ്ടായില്ല. അസ്ത്രം ഗന്ധർവനെ തുളച്ച് മറുവശത്ത് പാറയിൽ ആണ്ട് ഇറങ്ങി.

ജന്തു ആവനാഴിയിൽനിന്ന് വേറൊരു അസ്ത്രം എടുത്ത് വീണ്ടും തൊടുത്തു.

ഗന്ധർവന്റെ മേലങ്കിയിൽ മിന്നൽപ്പിണരുകളുണ്ടായി. വെളുത്ത നാളങ്ങളുള്ള തീ മേലങ്കിയിൽനിന്ന് ഉയർന്നുതുടങ്ങി. താവളത്തിനകത്ത് ചൂട് സഹിക്കവയ്യാതായി. പട്ടുകിടക്ക കരിഞ്ഞ് തുടങ്ങി. അവൾ വേദനകൊണ്ട് പുളഞ്ഞു തേങ്ങി.

അവളുടെ തേങ്ങൽ കേട്ടപ്പോൾ ഗന്ധർവൻ മേലങ്കിയിലെ അഗ്നി ഒതുക്കി.

ജന്തു പൊട്ടിച്ചിരിച്ചു. ഗന്ധർവൻ ജന്തുവിന്റെ നേർക്ക് നടന്നടുത്തു.

പാറ പൊളിക്കുന്ന ചുറ്റിക എടുത്ത് ഗന്ധർവന്റെ വരവും കാത്ത് ജന്തു നിന്നു. ഗന്ധർവൻ ജന്തുവിനെ മുഷ്ടി ചുരുട്ടി ഓങ്ങിയിടിച്ചു.

ഗന്ധർവന്റെ ശിരസ്സ് ലക്ഷ്യമാക്കി ജന്തു ചുറ്റികയോങ്ങിയപ്പോൾ ഗന്ധർവൻ ഒഴിഞ്ഞു.

ലക്ഷ്യത്തിൽ ഏൽക്കാതെ പോയ അടിയുടെ ഊക്കിൽ ജന്തു കമിഴ്ന്നു വീണു. ജന്തുവിന്റെ പുറത്ത് ഗന്ധർവൻ കാലൂന്നി. ജന്തു ഗന്ധർവന്റെ കാലു പിടിച്ച് വലിച്ച് ഗന്ധർവനെ വീഴ്ത്തി.

അതിഭയങ്കരമായ പോര്.

സുന്ദരിയായ നീലി യുദ്ധം കാണാൻ വന്നു. അവൾ പുഞ്ചിരിക്കുന്നുണ്ടായിരുന്നു

പിടിച്ചും ഇടിച്ചും ചവിട്ടിയും മലർത്തിയും കുത്തിയും അവർ പൊരുതി.

നീലിയുടെ കൈക്കുടന്നയിൽ കാട്ടുമുല്ലയുടെ പൂക്കളുണ്ടായിരുന്നു. ജന്തു തോൽക്കുന്നുവെന്ന് തോന്നുമ്പോഴെല്ലാം ഓരോ പൂവ്

അവൾ ജന്തുവിന്റെ നേർക്കെറിഞ്ഞു. പൂർവ്വാധികം ശക്തിയോടെ ജന്തു ഉയിർത്തെഴുന്നേറ്റ് പൊരുതി.

താവളം കിടുകിടെ വിറച്ചു. ഭിത്തിയിൽനിന്നും മുകളിൽനിന്നും പാറക്കഷണങ്ങൾ അടർന്നു വീണുകൊണ്ടിരുന്നു.

ആരും ക്ഷീണിക്കുന്നില്ല.

ആരും ജയിക്കുന്ന ലക്ഷണവും ഇല്ല.

രണ്ടു പർവ്വതങ്ങൾ തമ്മിൽ യുദ്ധം.

ഒരു നിവൃത്തിയുമില്ലെന്നായപ്പോൾ ഗന്ധർവൻ സ്വന്തം മേലങ്കി നിലത്ത് കിടന്നിരുന്നതെടുത്ത് ജന്തുവിന്റെ ദേഹത്തിലിട്ടു. മേലങ്കയിൽനിന്ന് വീണ്ടും വെളുത്ത നാമ്പുകളുള്ള തീ കത്തിപ്പടർന്നു തുടങ്ങി.

ജന്തു മരണവേദനയോടെ നിലവിളിച്ചു.

നീലി കൈക്കുടന്നയിലെ പൂക്കൾ ഒരുമിച്ച് ഗന്ധർവന്റെ നേർക്ക് എറിഞ്ഞു.

തീ കെട്ടു.

ഗന്ധർവൻ നീലിയെ നോക്കി. നീലി ഗന്ധർവനേയും.

ഗന്ധർവൻ സ്വന്തം കണ്ണുകളിലൊന്ന് പറിച്ചെടുത്ത് നീലിയുടെ നേർക്കെറിഞ്ഞു. ആ കണ്ണ് ഒരു അഗ്നിഗോളമായി നീലിയുടെ നേരെ പാഞ്ഞു ചെന്നു. നീലി അപ്രത്യക്ഷമായി.

ഗന്ധർവൻ ജന്തുവിനെ മുല്ലപ്പൂക്കളുടെ നടുവിൽ നിന്ന് ഉന്തി നീക്കി ദൂരേക്ക് മാറ്റി. മേലങ്കിയിൽനിന്ന് വീണ്ടും തീ വമിച്ചു തുടങ്ങി.

ചൂട് സഹിക്കവയ്യാതെ അവൾ വീണ്ടും കരഞ്ഞപ്പോൾ ഗന്ധർവ്വൻ അവളെ പട്ടുകിടക്കയോടെ ഉള്ളം കൈയ്യിലുയർത്തിയെടുത്ത് മുല്ലപ്പൂക്കളുടെ നടുവിൽ വച്ചു.

ജന്തുവിന്റെ രോമങ്ങളും തൊലിയും കരിയുന്ന മണം താവളത്തിനകത്ത് പരന്നു. ഗന്ധർവൻ ജന്തുവിനോടു പറഞ്ഞു: ‘‘നിന്നെ കൊല്ലാൻ എനിക്ക് ശക്തിയില്ലെന്ന് അഹങ്കരിക്കേണ്ട. മരണത്തേക്കാൾ അസഹ്യമാണ് മരണവേദന എന്ന് നീ അറിയുക.’’

ജന്തു വേദനകൊണ്ട് പുളഞ്ഞു. തേറ്റകൾ പുറത്തു കാട്ടി അമറി.

ഗന്ധർവൻ പറഞ്ഞു: ‘‘നീ ചെയ്ത ചതിക്ക് ഇതു വളരെ ചെറിയ ശിക്ഷയാണ്.’’

അവളോട് ഗന്ധർവൻ കൽപ്പിച്ചു: ‘‘പുറത്തു പോകുക.’’

എഴുന്നേൽക്കാൻപോലും അവൾക്ക് ശക്തിയില്ലായിരുന്നു.

ഗന്ധർവൻ പട്ടിൽ അവളെ കിടത്തി മാറാപ്പാക്കി വിരലുകൾക്കിടയിൽ തൂക്കിയെടുത്തു: ‘‘അശുദ്ധയായ നിന്നെ ഇനി എനിക്ക് തൊട്ടുകൂടാ.’’

താവളത്തിന്റെ പുറത്ത് ഗന്ധർവന്റെ വാഹനം കാത്തുനിൽക്കുന്നുണ്ടായിരുന്നു ഗന്ധർവൻ അവളെ പെരുവഴിയിൽ ഇറക്കി.

ഗന്ധർവൻ പോകാൻ ഒരുങ്ങിയപ്പോൾ അവൾ കരഞ്ഞു.

ഗന്ധർവൻ തിരിഞ്ഞു നിന്നു. അവളെ നോക്കിയ കണ്ണുകളിൽ ആർദ്രതയുണ്ടായി. ഗന്ധർവൻ പറഞ്ഞു. ‘‘നിന്റെ ഗർഭം നിന്റെ നാശമാണ്. കാട്ടുമൃഗങ്ങളിൽനിന്നും മനുഷ്യരിൽനിന്നും ഇനി നിനക്ക് രക്ഷയില്ല. അശുദ്ധയായിക്കഴിഞ്ഞ നിനക്ക് നിന്റെ കവചങ്ങൾ നഷ്ടപ്പെട്ടിരിക്കുന്നു. നീ എനിക്കുവേണ്ടി പിറന്നവൾ ആയിരുന്നു. പിറവി മുതൽ നിന്നിൽ എന്റെ അംശം ഉണ്ടായിരുന്നു. എനിക്ക് ഒരു സഹായം മാത്രമേ നിനക്കുവേണ്ടി ഇനി ചെയ്യാൻ കഴിയൂ. നിന്നിലെ എന്റെ അംശം തിരിച്ചെടുക്കാതിരിക്കുക. പക്ഷേ അശുദ്ധയായ നിന്നിൽ എന്റെ അംശത്തിന് ഇനി തങ്ങിനിൽക്കാൻ കഴിയുകയില്ല. നിന്റെ ഗർഭത്തിലെ ശിശുവിൽ ഞാനത് നിക്ഷേപിക്കുന്നു.’’

ഗന്ധർവന്റെ വാഹനത്തിന്റെ കറുത്ത പുള്ളി നീലിമയുടെ മുകളിൽ ആകാശത്തിൽ അപ്രത്യക്ഷമായപ്പോഴേക്ക് കിഴക്ക് തുടുപ്പ് കയറിത്തുടങ്ങിയിരുന്നു. ഗ്രാമത്തിൽനിന്ന് ഒളിച്ചുപോയവർ തിരിച്ചു വരുന്നതിന്റെ കോലാഹലം ദൂരെ കേൾക്കായി.

അവൾ വഴിയിലെ ചേടിമണ്ണിൽ മുഖം അമർത്തി കിടന്ന് തേങ്ങിക്കരഞ്ഞു. അവളുടെ കണ്ണീർ വീണ് നനഞ്ഞേടത്ത് മുക്കുറ്റിപ്പൂക്കളുണ്ടായി.

അവളുടെ കിടപ്പു കണ്ട് ഒരു സംഘം കുറുക്കന്മാർ അവളെ വളഞ്ഞ് മോങ്ങിത്തുടങ്ങി. അവ അല്പാല്പം അടുത്തുതുടങ്ങി. സാധാരണ ചെയ്യാറുള്ളതുപോലെ അവൾ കൈയുയർത്തി ആട്ടിയോടിക്കാൻ ആംഗ്യം കാണിച്ചു. അവ പത്തടി അകന്നതേയുള്ളൂ. ഗ്രാമത്തിലേക്ക് തിരികെ വരുന്നവരുടെ പന്തങ്ങൾ കണ്ടപ്പോഴേ അവ ഓടിപ്പോയുള്ളൂ.

ഏതാനും ദിവസങ്ങൾ കഴിഞ്ഞപ്പോൾ അവൾ ഗർഭിണിയാണെന്ന് ആളുകൾ മനസ്സിലാക്കി. ഭർത്താവാരെന്ന് അന്വേഷിച്ചപ്പോൾ അവൾക്ക് മറുപടി ഒന്നുമില്ലായിരുന്നു. അവൾ ആകാശത്തേക്ക് വിരൽ ചൂണ്ടി.

നീലിയുടെ മൂന്നാം വിളക്കിൻ നാളായിരുന്നു അവളുടെ വിവാഹം എന്ന് ആളുകൾ ഊഹിച്ചു. അവളുടെ കുറ്റത്തിന് തൂക്കം കൂട്ടി, ഈ ഊഹം.

അവൾക്ക് ആരും ആഹാരം കൊടുക്കാതെയായി. വെള്ളംപോലും. അവൾ ചോലയിൽ പോയി മുക്കി കുടിക്കണം എന്ന നില വന്നു.

നീലി കണ്ണുതുറക്കുന്ന മൂന്നു ദിവസങ്ങളിൽ ഗ്രാമത്തിൽ ആരും ഭർത്താക്കന്മാരെ തൊടാറില്ല, നീലി കോപിക്കുന്നത് ഭയന്ന്.

ഭർത്താവില്ലാതെ ഗർഭം ധരിക്കുന്നവരെ തടവിലിടുകയാണ് ശിക്ഷ. അതിന് ഗ്രാമത്തലവൻ വിധി പറയണം.

പ്രസവിച്ചു കഴിഞ്ഞാൽ കുട്ടിയുടെ മുഖവും പ്രകൃതിയും നോക്കി അച്ഛനെ നിശ്ചയിക്കും. അതും സാധിച്ചില്ലെങ്കിൽ, ഒരു തീരുമാന ത്തിലും എത്താൻ കഴിയില്ലെങ്കിൽ, അമ്മയെയും കുട്ടിയെയും കാട്ടിൽ നടതള്ളും. ആത്മരക്ഷയ്ക്ക് എന്തെങ്കിലും ആയുധം അമ്മയുടെ കൈയിൽ കൊടുക്കും. പേരിനു മാത്രമാണ് ഇത്. ഇങ്ങനെ നടതള്ളി യവരാരും തിരികെ വന്നിട്ടില്ല. അവരെപ്പറ്റി പിന്നീട് ആരും ഒന്നും ചോദിക്കാറുമില്ല പറയാറുമില്ല.

നീലിയുടെ കാൽക്കലാണ് നടതള്ളുക. തേൻ ശേഖരിക്കാൻ പോകുന്ന പെണ്ണുങ്ങൾ ഒരിക്കലും അത്ര ഉള്ളിലേക്ക് ചെല്ലുകയില്ല.

ഗ്രാമത്തലവൻ ഗ്രാമക്കൂട്ടത്തിൽ വെച്ച് വിചാരണ ചെയ്തു. വിചാരണ വളരെ എളുപ്പത്തിൽ കഴിഞ്ഞു. അവൾക്ക് മനുഷ്യരുടെ ഭാഷ അറിയില്ലായിരുന്നുവല്ലോ.

ഗ്രാമക്കാർ പതിവുപോലെ മുള കീറി വാരികളാക്കി അത് നെയ്ത് ഒരാൾക്ക് കഷ്ടി നിൽക്കാനും കിടക്കാനും തക്ക വലുപ്പമുള്ള അയിത്തക്കൂട് ഉണ്ടാക്കി. ഈ തടവറയ്ക്ക് ജനലുകൾ ഉണ്ടാകാറില്ല. ഒരു വാതിൽ ഉണ്ടാവും. അത് അടച്ച് പുറത്തുനിന്ന് വള്ളികൊണ്ട് കെട്ടിയിടും. നാല് ഉരുളൻ കല്ലുകളിന്മേൽ നിലത്തുനിന്ന് നാലഞ്ചടി പൊക്കത്തിൽ കൂട് സ്ഥാപിക്കും. കൂട്ടിനകത്തു പഴന്തുണി വിരിക്കും. ഗ്രാമത്തിൽനിന്ന് വിളിപ്പാടകലെയാണ് കൂട് ഒരുക്കുക. ഭക്ഷണം കഴിക്കാൻ ഒരു മൺചട്ടിയും കൂട്ടിൽ വെയ്ക്കും.

ഊഴമിട്ട് വീട്ടുകാർ അയിത്തക്കാരിക്ക് ആഹാരം കൊടുക്കും. മുത്തശ്ശിമാരേ കൊണ്ടുചെന്നു കൊടുക്കൂ. കന്യകമാർ അയിത്ത ക്കാരിയെ കാണരുത്. പുരുഷന്മാർ അവളുടെ കാറ്റേൽക്കരുത്. നീലി യുടെ മൂക്കിൽ അവളുടെ ഗന്ധമെത്തരുത്.

സുഖമായാലും അസുഖമായാലും കൂട്ടിനകത്ത് കഴിച്ചുകൂട്ടു കയേ നിവൃത്തിയുള്ളൂ. പ്രസവിക്കാൻ ആരും സഹായിക്കുകയില്ല. പെറ്റ പുല പതിനാറ് ദിവസം കഴിഞ്ഞാൽ ഗ്രാമത്തലവനും മൂപ്പ ന്മാരും കുട്ടിയെ നോക്കാൻ ചെല്ലും. കുട്ടിയുടെ മുഖവും പ്രകൃതിയും പരിശോധിക്കും.

നിർണായകമായ നിമിഷം.

അച്ഛനെ തീരുമാനിക്കാൻ കഴിഞ്ഞില്ലെങ്കിൽ നടതള്ളലിന് ദിവസം നിശ്ചയിക്കും. പിന്നെ ഭക്ഷണം കൊടുക്കുകയുമില്ല.

സത്യം സമ്മതിച്ച് മുന്നോട്ടു വരാൻ തയ്യാറുള്ള ആണുങ്ങൾ, അല്ലെങ്കിൽ ദയ തോന്നി ഏറ്റെടുക്കാൻ ഒരുങ്ങുന്നവർ, വല്ലവരും ഉണ്ടെങ്കിൽ അയിത്തക്കൂടിനകത്ത് പെടുന്നതിനുമുമ്പ് മുൻകൈ യെടുക്കണം. ഇല്ലെങ്കിൽ ഗർഭിണിയുടെ കൂടെ അയിത്തക്കൂടിന കത്ത് പുരുഷനും കഴിയേണ്ടി വരും, പ്രസവം കഴിയുന്നതുവരെ.

ഗർഭിണിയെ വിചാരണ ചെയ്യുമ്പോൾ ഒരു പെണ്ണും പുരുഷനെ ചൂണ്ടിക്കാണിക്കുകയില്ല. ചൂണ്ടിക്കാണിച്ച പുരുഷൻ നിഷേധിച്ചാൽ അയിത്തക്കൂടിനകത്ത് ഇടുകയല്ല നേരെ നട തള്ളുകയാണ് ഉണ്ടാ വുക.

അയിത്തക്കൂട് ഗ്രാമത്തിൽ ഒരു മഹാസംഭവമാണ്. പത്തോ പതി നഞ്ചോ കൊല്ലത്തിൽ ഒരിക്കലേ ഇത്തരം ഒരു ശിക്ഷ വേണ്ടിവരൂ. ഗർഭിണിയെ കുളിപ്പിച്ച്, കുങ്കുമമാല ഇടുവിച്ച് ബലിയാടിനെപ്പോലെ കൂട്ടിനകത്തേക്ക് ആട്ടിത്തെളിച്ച് കയറ്റും. പിന്നെ ചാണകം കലക്കി തളിച്ച് ഗ്രാമം മുഴുവൻ ശുദ്ധിയാക്കും. പിഞ്ചുകുട്ടികളടക്കം എല്ലാ വരും ചോലയിൽ ചെന്ന് കുളിക്കും. അന്നു രാത്രി കള്ളും ചോരയും നീലിക്ക് പൂജിക്കും. പറയടിയും കലിതുള്ളലും ഉണ്ടാവും.

അയിത്തക്കൂടിനകത്ത് ഒറ്റപ്പെട്ടപ്പോൾ അവൾ ഒരു മൂലയിൽ കൂനിക്കൂടി ഇരുന്നു.

അന്ന് ആദ്യമായി ലോകത്തെയും മനുഷ്യരെയും അവൾ ഭയന്നു. കൂടിനു പുറത്തുനിന്ന് കാട്ടുജീവികളുടെ കാൽപ്പെരുമാറ്റവും മുരൾ ച്ചയും കേട്ടപ്പോൾ അവൾ വിറച്ചു.

അരിപ്പൊടിയും തേനും കുഴച്ചത് മൺചട്ടിയിൽ മറ്റേ മൂലയിൽ ഉണ്ടായിരുന്നു. അവൾ കഴിച്ചില്ല. ശാന്തമായ കടലിൽ പെട്ടെന്ന് കോളിളക്കം ഉണ്ടായതുപോലെയായി അവളുടെ മനസ്സ്. അവൾ ഇരുന്നു കരഞ്ഞു.

നീലി അവളെ കാണാൻ ചെന്നില്ല. ഗന്ധർവന്മാരും ജന്തുക്കളും അവളെ ഓർമ്മിച്ചില്ല. ഗ്രാമക്കാർ അവളെ മറന്നു കഴിഞ്ഞിരുന്നു.

പുറംലോകത്തിൽ എന്തു നടക്കുന്നു എന്ന് അറിയാൻ കഴിയാ തായി. ചിരിക്കുന്ന ചോലകളും ആടുന്ന വള്ളികളും അവൾക്ക് സ്വപ്നങ്ങളായി.

നോവുകൊണ്ട് പുളയുമ്പോൾപോലും ആരും അന്വേഷിക്കാൻ ചെന്നില്ല. മൂന്ന് രാവും മൂന്നു പകലും അവൾ പല്ലിറുമി ഞരങ്ങി.

പക്ഷേ, പെറ്റപ്പോൾ വേദന മറന്നു.

വെളുവെളുത്ത കുട്ടി.

മുളയെലുമ്പ് കൊണ്ട് പൊക്കിൾകൊടി അറുത്ത്, മുടിയിഴ പഠിച്ചു കെട്ടി. അവളുടെ മുലകൾ ചുരന്നു.

അയിത്തക്കൂട്ടിലെ ഇരുട്ടിനകത്ത് അവൾ ഭീകരമായ സത്യം മനസ്സിലാക്കി. കുട്ടിക്ക് വെളുവെളുത്ത തേറ്റപ്പല്ലുകളുണ്ട്. അവൻ ഒരിക്കലും കരയുന്നില്ല. തുടയിൽ നുള്ളിയിട്ടുപോലും കരഞ്ഞില്ല.

ഗ്രാമത്തിലെ മുത്തശ്ശിമാർ അവരവരുടെ കുടിലുകളിൽനിന്ന് ഇറങ്ങി അയിത്തക്കൂടിന്റെ ചുറ്റും നിന്നു. അവർ പഴയ കഥകൾ പറയുകയായിരുന്നു.

തന്റെ കുട്ടിയുടെ തേറ്റപ്പല്ലുകൾക്ക് നല്ല ചന്തമുണ്ടെന്ന് അവൾക്ക് തോന്നി.

കൂട്ടത്തിൽ പ്രായക്കൂടുതലുള്ള മുത്തശ്ശി കൽപ്പിച്ചു: ‘‘വാതിൽ തുറക്ക്.’’

സ്വന്തം തലമുടി നിലത്തു വിരിച്ച് അതിൽ കുട്ടിയെ കിടത്തി അവൾ അവർക്ക് കാണിച്ചുകൊടുത്തു. ഗ്രാമത്തിൽ എല്ലാവരും കറുത്തവരാണ്. ഇതൊരു വെളുവെളുത്ത കുട്ടി. മുത്തശ്ശിമാർ മുഖത്തോടുമുഖം നോക്കി.

ഒരു മുത്തശ്ശി കുനിഞ്ഞ് കുട്ടിയുടെ നെറ്റി പരിശോധിച്ചു. എന്നിട്ട് മറ്റുള്ളവരെ വിളിച്ച് കാണിച്ചുകൊടുത്തു: ‘‘ത്രിശൂലത്തിന്റെ വ്യക്തമായ അടയാളം.’’

മുത്തശ്ശിമാരെ കണ്ടിട്ടോ എന്തോ കുട്ടി ചിരിച്ചു. തേറ്റപ്പല്ലുകൾ കണ്ട് മുത്തശ്ശിമാർ പേടിച്ച് നിലവിളിച്ചു പോയി.

ഗ്രാമത്തിൽ വാർത്ത പരന്നു: ‘‘ഊമ വെളുത്ത പിശാചിനെ പെറ്റിരിക്കുന്നു.’’

അയിത്തക്കൂടിനടുത്ത് ചെല്ലാൻ പിന്നെ ആരും ധൈര്യപ്പെട്ടിട്ടില്ല. ഗ്രാമത്തലവൻ അകമ്പടിയോടുകൂടി ചെന്നു. പത്തു വാര അകലെ നിന്ന് വിളിച്ചുപറഞ്ഞു: ‘‘കുട്ടിയുടെ വായ പിളർത്തി കാണിക്ക്, ഊമേ.’’

അവൾ പ്രതികരിച്ചില്ല.

ഒന്നും മിണ്ടാതെ ഗ്രാമത്തലവനും അകമ്പടിക്കാരും പോയി.

ഗ്രാമത്തിലെ എല്ലാ ആളുകളും ഗ്രാമത്തലവന്റെ വലിയ കുടിലിനു മുമ്പിൽ ഒത്തുകൂടി. നാട്ടുകൂട്ടം ഊമയുടെ കുട്ടിയെപ്പറ്റി സംസാരിക്കാൻപോലും ഭയന്നു. പക്ഷേ എന്തെങ്കിലും ഒരു തീരുമാനം ഒട്ടും വൈകാതെ ആവശ്യമായിരുന്നു.

പിശാചിന്റെ കുട്ടിയെ വളർത്താൻ വയ്യ, എന്തു ചെയ്യണം, അതിനെ എന്തു ചെയ്യണം ഊമയേ?

പിശാചിന്റെ കുട്ടി എന്ന് തീർച്ചയുണ്ടെങ്കിൽ അയിത്തക്കൂടിനകത്ത് അടച്ചത് തെറ്റായിപ്പോയില്ലേ എന്ന ചോദ്യമുണ്ടായി. ഊമയ്ക്ക് തടയാൻ കഴിയുമായിരുന്ന ഒരു കുറ്റമല്ലല്ലോ.

അവൾ എന്തുകൊണ്ട് മൂന്നാംവിളക്കിൻ നാൾ ഗ്രാമത്തിൽനിന്ന് പോയില്ല എന്ന ചോദ്യവുമുണ്ടായി. ചെകുത്താന്മാരും ഭൂതങ്ങളും നിർബാധം അലഞ്ഞു നടക്കുന്ന ആ ദിവസം നീലിയുടെ താഴ്വരയിൽ എന്തിനവൾ നിന്നു? തെറ്റല്ലേ, അത്? മറ്റുള്ളവർ പോയപ്പോൾ അവൾക്കും പോകാമായിരുന്നില്ലേ? പോയിരുന്നെങ്കിൽ ഇങ്ങനെ സംഭവിക്കുകയില്ലായിരുന്നല്ലോ.

ചെകുത്താന്റെയോ ആരുടെയെങ്കിലുമോ ആകട്ടെ കുട്ടി എന്ന് നാട്ടുകൂട്ടം വിധിയെഴുതി: ''പഴയ മുറ അനുസരിക്കുക. തലമുറകളായി നടപ്പുള്ള മുറ തെറ്റരുത്. നട തള്ളുക തന്നെ.''

ഗ്രാമത്തലവൻ ചോദിച്ചു: ''ആർക്കെങ്കിലും സംശയമുണ്ടോ, ഗ്രാമത്തിൽ ആരുടെയും കളിയല്ല ഇതെന്ന കാര്യത്തിൽ?''

മുത്തശ്ശിമാർ പറഞ്ഞു: ''ഇല്ല, ആർക്കും സംശയമില്ല.''

നട തള്ളാനുള്ള ദിവസം നിശ്ചയിക്കുകയായി, പിന്നെ.

അസാധാരണ സന്തതി ആയതിനാൽ കഴിയും വേഗം ബാധ ഒഴിക്കുകയാവും നല്ലത് എന്നായിരുന്നു പൊതുവിൽ അഭിപ്രായം. അന്നു രാത്രി തന്നെ കാര്യം കഴിക്കാൻ തീരുമാനിച്ചു.

ധൃതിയിൽ ഒരുക്കങ്ങൾ തുടങ്ങി. വലിയ പന്തങ്ങൾ ചുറ്റിക്കെട്ടി ഉണ്ടാക്കി. ചുമട്ടുകാർ കുളിച്ച് വ്രതമെടുത്തു.

അയിത്തക്കൂട് അങ്ങിനെ തന്നെ ചുമന്നു കൊണ്ടുപോവുകയാണ് പതിവ്. നീലിയുടെ കാൽക്കൽ അയിത്തക്കൂട് ഇറക്കും. കള്ളും ചോരയും അവിടെ പൂജിക്കും. അയിത്തക്കൂടിന്റെ വാതിൽ തുറന്ന് അതിനകത്ത് ഭക്ഷണവും വെള്ളവും വയ്ക്കും. അടച്ചുപൂട്ടി തിരിഞ്ഞു നോക്കാതെ മടങ്ങിപ്പോരും.

നല്ല ദേഹബലമുള്ള ചെറുപ്പക്കാരാണ് കൂട് ചുമക്കുക.

സന്ധ്യയ്ക്ക് എല്ലാവരും ഒരുങ്ങി. ഗ്രാമത്തലവൻ അയിത്തക്കൂടിന്റെ വാതിൽ തുറന്ന് ഗ്രാമത്തിന്റെ തീരുമാനം കുറ്റക്കാരിയെ അറിയിക്കുക എന്ന ചടങ്ങ് നടത്തി. അവൾ കുട്ടിക്ക് മുല കൊടുക്കുകയായിരുന്നു.

ഗ്രാമത്തലവൻ പന്തങ്ങൾക്ക് തീ കൊളുത്തി.

ഗ്രാമത്തിലെ സ്ത്രീകൾ കൂട്ടത്തോടെ കരഞ്ഞുതുടങ്ങി. അതുമൊരു ചടങ്ങാണ്.

ഗ്രാമത്തലവൻ അയിത്തക്കൂടിളക്കി. ചെറുപ്പക്കാർ രണ്ടാൾ മുന്നിലും രണ്ടാൾ പിന്നിലുമായി അയിത്തക്കൂട് പൊക്കി. പൊക്കിക്കഴിഞ്ഞാൽ പിന്നെ നീലിയുടെ കാൽക്കലേ വയ്ക്കാവൂ.

പറയടി മുഴങ്ങി. പന്തങ്ങളും ആൾക്കൂട്ടവും നീങ്ങി. അവർ നീലിയുടെ പാതിവ്രത്യത്തെക്കുറിച്ചും നീലിയുടെ കുട്ടിക്കാലത്തെ കഥകളെക്കുറിച്ചും നീട്ടി പാടി, പെരുമ്പറയടി താളമായി.

ആൾപാർപ്പോ ആൾനടപ്പുപോലുമോ ഇല്ലാത്ത ഇടതൂർന്ന കാട്ടിനകത്തൂടെ അവർ നാഴികകൾ നടന്നു. കൂടു ചുമക്കുന്ന ചെറുപ്പക്കാർ തളർന്നപ്പോൾ മറ്റു നാലുപേർ ഏറ്റുവാങ്ങി.

പരന്ന ഒരു പാറയിന്മേൽ കൂടിറക്കി. ഏറെ ദൂരെയല്ലാതെ ചെന്നായ്ക്കൾ കൂട്ടത്തോടെ കരയുന്നുണ്ടായിരുന്നു.

ഗ്രാമത്തലവൻ കള്ളും ചോരയും വീഴ്ത്തി പാറയെ പൂജിച്ചു. നീലിയെ പ്രകീർത്തിച്ച് മന്ത്രങ്ങളുരുവിട്ടു.

ആടിനെ വെട്ടിയ കത്തി ചോരയോടുകൂടി ഊമയെ ഏൽപ്പിച്ചു.

കൂട് അടച്ചു.

വാതിൽ തുറന്നു തന്നെ വെച്ച് തുറന്ന വാതിലിന് പിന്തിരിഞ്ഞു നിന്ന് ഗ്രാമത്തലവൻ മൂന്നുവട്ടം വിളിച്ചു. ഗ്രാമത്തലവനെ അനുകരിച്ച് ആൾക്കൂട്ടം ഏറ്റുപറഞ്ഞു.

മൂന്നടി വീതം മുന്നോട്ടും പിന്നോട്ടും മൂന്നുതവണ വെച്ച് നാലാമത്തെത്തവണ ഗ്രാമത്തലവൻ മുന്നോട്ടുതന്നെ നടന്നുതുടങ്ങി. നടത്തും ആർപ്പും വിളിച്ച് ആൾക്കൂട്ടം പിന്നാലെ.

വെളിച്ചവും ശബ്ദവും അകന്നകന്നു പോകുമ്പോൾ കിഴക്ക് നിലാവുദിക്കുന്നുണ്ടായിരുന്നു. അയിത്തക്കൂടിനു മുന്നിൽ കുത്തിനിർത്തിയ പന്തത്തിന്റെ നാളം അണഞ്ഞുകൊണ്ടിരുന്നു.

അയിത്തക്കൂടിന്റെ വാതിൽ അവൾ ഉന്തി തുറന്നു. നീണ്ട ആറേഴു മാസങ്ങൾക്കുശേഷം സ്വാതന്ത്ര്യം. നിരന്ന പാറയുടെ അപ്പുറത്ത് ഇടതൂർന്ന കാട്.

അവൾ പുറത്തിറങ്ങി. എങ്ങോട്ടാണ് പോകേണ്ടതെന്ന് അറിഞ്ഞുകൂടാ. കൂട്ടിനകത്ത് ആയിരുന്നതിനാൽ ഏതിലെയാണ് അവിടെ വന്നെത്തിയതെന്ന് അറിഞ്ഞില്ല.

എവിടേക്കെങ്കിലും പോകണം, എവിടേക്ക്?

അവൾ പുറത്തിറങ്ങി കുട്ടിയെ ചുമലിലിട്ടു. കത്തി കൈയിൽപ്പിടിച്ചു. അണയാൻ തുടങ്ങുന്ന പന്തം പറിച്ചെടുത്ത് മറ്റേ കൈയിലും

പിടിച്ചു. മിക്കവാറും അണഞ്ഞുകഴിഞ്ഞ പന്തത്തിന്മേൽ ഒരു കനൽ കട്ട മാത്രം ശേഷിച്ചു.

നടന്നു തുടങ്ങി.

മരങ്ങൾക്കിടയിലൂടെ ചപ്പില ആളി വീണു കിടക്കുന്ന ചതുപ്പ് നിലത്ത് ചവിട്ടി വള്ളി മുടലാരങ്ങൾ നൂണ്ടു കടന്ന് അവൾ നീങ്ങി.

കൈയിൽ തീയുണ്ടായിരുന്നതിനാൽ വന്യമൃഗങ്ങൾ അടുത്തില്ല. കത്തി ഉപയോഗിക്കേണ്ടി വന്നില്ല.

മരങ്ങൾക്കിടയിലൂടെ ഒളിഞ്ഞും തെളിഞ്ഞും നിലാവ് കണ്ടു. നിലാവ് തീരെ ഇല്ലാത്തിടത്ത് പന്തത്തിന്റെ വെളിച്ചത്തിൽ തപ്പി നടന്നു.

കാട് നേർത്ത് തുടങ്ങി. വഴി, കയറ്റവുമായി. അവൾ മലമുകളിലേക്ക് നടന്നു. കാട്ടിൽനിന്ന് രക്ഷപ്പെടണമെന്നേ ഉണ്ടായിരുന്നുള്ളൂ.

നീലിയുടെ മുകളിൽ കാടില്ല. പാറയും ചങ്ങണപ്പുല്ലും മാത്രമേയുള്ളൂ. കാലുകൾ കുഴഞ്ഞുവെങ്കിലും അവൾ നടത്തം നിർത്തിയില്ല.

പന്തം കെട്ടുത്തുടങ്ങിയപ്പോൾ ഉടുതുണി അഴിച്ച് കനലിനു താഴെ ചുറ്റി തീ പിടിപ്പിച്ചു. ചന്ദ്രൻ നീലിയുടെ ശിഖരത്തിനു മുകളിൽ എത്തിക്കഴിഞ്ഞിരുന്നു.

നിന്നും ഇരുന്നും വീണ്ടും എണീറ്റ് നടന്നും അവൾ മല കയറി.

നീലിയുടെ ശിഖരത്തിലെത്തി അവൾ നിന്നു. ചുറ്റും കട്ടപിടിച്ച് വീണു കിടക്കുന്ന ഇരുട്ടുപോലെ കാട്. കാടിന്റെ മുകളിൽ നിലാവ് മഞ്ഞുപോലെ പടർന്നു കിടക്കുന്നു.

ഒരുവശത്ത് ചെകുത്താൻ ഇറക്കം. മറുവശത്ത് മുകളിലേക്ക് കയറി എത്തിയ വഴി.

മുള്ളും കല്ലും തട്ടി മുറിഞ്ഞ കാലുകളിൽ രക്തം പൊടിഞ്ഞു. പന്തം കെട്ടു.

പാറയിൽ ചാരിയിരുന്ന് കുട്ടിയെ മടിയിൽ വെച്ച് അവൾ മുല കൊടുത്തു. കുട്ടി ഉറക്കത്തിൽ മുല വലിച്ചു കുടിച്ചു.

കിഴക്ക് കണ്ണും നട്ട് സൂര്യൻ ഉദിക്കുന്നതും കാത്ത് ഇരുന്നു.

മുന്നിലെ മുറിച്ചെടികൾക്കും ചങ്ങണപ്പുല്ലുകൾക്കുമിടയിൽ അനക്കം കേട്ടു. മുരൾച്ചയും തിളക്കുവുമേറിയ രണ്ട് കണ്ണുകൾ അവൾ കണ്ടു. വേറെയും മുരൾച്ച കേട്ടപ്പോൾ ചുറ്റുപാടും നോക്കി. അർദ്ധവൃത്താകൃതിയിൽ നിരന്നുനിൽക്കുന്ന ചെന്നായ്ക്കൾ. കുട്ടിയെയാണ് അവ ഉറ്റുനോക്കുന്നത്.

വിശപ്പ് വിളിച്ചു പറയുന്ന കണ്ണുകൾ.

അവൾ കൈയുയർത്തി ആട്ടി.

അവ കുറച്ചൊന്നു പിന്മാറി.

പിന്നെയും അടുത്തടുത്തു വന്നു.

അവൾ വീണ്ടും ആട്ടിയപ്പോൾ അവ വളരെയൊന്നും പിന്മാറിയില്ല.

ഓരോ തവണ ആട്ടിയോടിക്കുമ്പോഴും അവ തിരിച്ചുവന്നത് കൂടുതൽ ചെറിയ പേടിയോടെയാണ്. കൈയെത്തിച്ചാൽ തൊടാവുന്നത്ര അടുത്താണ് എന്ന അവസ്ഥയിലെത്തി.

കുട്ടിയുടെ ചളുമ്പിറച്ചിയാണ് അവ ആവശ്യപ്പെടുന്നത്. അവൾ കുട്ടിയെ മാറത്ത് അടക്കിപ്പിടിച്ചു.

ചെന്നായ്ക്കൾ മൂന്നു കാലിൽ നിന്നു മുരണ്ടു.

കത്തിയുയർത്തി അവൾ പൂർവാധികം ശക്തിയോടെ ആട്ടി. ചെന്നായ്ക്കൾ അനങ്ങിയില്ല. അവ പിന്മാറുകയില്ലെന്ന് തീർച്ചയായി.

അവൾ ഒട്ടും സംശയിച്ചില്ല. കത്തികൊണ്ട് സ്വന്തം തുടയിൽ നിന്ന് ഒരു പിടി ഇറച്ചി വാർന്നെടുത്തു. ചെന്നായ്ക്കളുടെ ഇടയിലേക്ക് നീട്ടിയെറിഞ്ഞു കൊടുത്തു.

ചെന്നായ്ക്കൾ അതിന്മേൽ ആർത്തിയോടെ ചാടി വീണു.

അവൾ കുട്ടിയെ കുറെക്കൂടി മുറുകെപ്പിടിച്ചു.

ഇറച്ചിക്കഷണം കിട്ടിയ ചെന്നായ് അതും കൊണ്ട് ഓടി. മറ്റു നായ്ക്കൾ പിറകെ.

ഇറച്ചി കിട്ടാത്ത നായ്ക്കളെല്ലാം ചേർന്ന് ഇറച്ചി കിട്ടിയ ചെന്നായയെ കടിച്ചുകൊന്നു. വേറൊരു ചെന്നായ ഇറച്ചിക്കഷ്ണവും കൊണ്ട് ഓട്ടമായി. അതും പഴയതുപോലെ കൊല്ലപ്പെട്ടു.

അഞ്ചെട്ട് ചെന്നായ്ക്കൾ ചത്തപ്പോഴേക്ക് ഇറച്ചി കഷ്ണവും തീർന്നു.

ബാക്കി ഉള്ളവ തിരികെ എത്തി. വട്ടമിട്ടു നിന്നു.

അവൾ മറ്റേ തുടയിൽനിന്ന് വേറൊരു കഷണം ഇറച്ചി അരിഞ്ഞെടുത്ത് എറിഞ്ഞുകൊടുത്തു.

പിന്നെയും കടിപിടി.

വീണ്ടും അവ തിരിച്ചു ചെന്നു.

അങ്ങനെ നൂറുനൂറു വട്ടം.

ചെന്നായ്ക്കളുടെ സംഖ്യ ഒട്ടും കുറഞ്ഞില്ല. അവളുടെ ശരീരത്തിലെ മാംസം കുറഞ്ഞുകൊണ്ടിരുന്നു.

കാലുകളിൽ എല്ലുകൾ മാത്രം ബാക്കിയായപ്പോൾ അവൾ ഒരു മുല അറുത്ത് എറിഞ്ഞു കൊടുത്തു.

പിന്നെ, മൂക്കും ചെവികളും അറുത്ത് തീറ്റ കൊടുത്തു

വീണ്ടും ചെന്നായ്ക്കൾ അണിനിരന്നു.

കിഴക്ക് വെള്ള കീറിയപ്പോഴേക്ക് അവൾ കുറേ എല്ലുകളിൽ പറ്റിപ്പിടിച്ച് തൂങ്ങിനിൽക്കുന്ന വെറുമൊരു ഹൃദയവും വലതുകൈയും കയ്യിൽ കത്തിയും കുട്ടി കുടിക്കുന്ന മുലയും ബാക്കിയായി.

സൂര്യൻ ഉദിച്ചപ്പോൾ ചെന്നായ്ക്കൾ കാട്ടിലേക്ക് പിൻവാങ്ങി അങ്ങുമിങ്ങും മറഞ്ഞു.

വെയിൽ പരന്നപ്പോൾ മരിച്ചു കിടക്കുന്ന അമ്മയുടെ ചോരയിൽ കിടന്ന് കൈകാലിട്ടടിച്ച് കളിക്കുകയായിരുന്നു കുട്ടി.

ചത്ത ചെന്നായ്ക്കൾ കൊടുമുടിയുടെ പല ഭാഗങ്ങളിലായി കീറിപ്പറിഞ്ഞു കിടന്നു.

അവൾ കിടന്നിടത്തുനിന്ന് ഒഴുകിയ ചോര ചോലയിൽ അരുവിയായി കലരുന്നുണ്ടായിരുന്നു.

കഴുകന്മാർ വട്ടമിട്ട് പറന്നു.

പതിവില്ലാത്തവിധം അന്ന് മാനം ഇരുണ്ടു കൂടി. കാട്ടിൽനിന്ന് ജീവജാലങ്ങൾ ഉറക്കെ കരയുന്നത് കേട്ടു. പക്ഷികൾ കാടുകളിൽ നിന്നും ഗ്രാമത്തിൽനിന്നും കൂട്ടംകൂട്ടമായി ധൃതിയിൽ പറന്നകന്നു കൊണ്ടിരുന്നു.

ഭൂമി കുലുങ്ങി. കുന്നിൻചെരുവിലെ പാറകൾ അടർന്ന് ഉരുണ്ടു വീണു, മരങ്ങൾ കടപുഴങ്ങി.

നീലിയുടെ മുകളിൽ വട്ടമിട്ടു പറക്കുന്ന കഴുകന്മാർ മാത്രം വിടാതെ കൂടി. ഇരുണ്ടു കൂടിയ കാർമേഘങ്ങൾക്കിടയിലൂടെ ഊളിയിട്ട് അവ പറന്നു.

നാലു ദിക്കുകളിൽനിന്നും മേഘങ്ങൾ പറന്നുവന്ന് നീലിയുടെ മുകളിൽ ഇരുണ്ട് കട്ടപിടിച്ച് തൂങ്ങി നിന്നു. ശിഖരങ്ങളിൽ നിന്നു കോലോളം ഉയരത്തിൽ.

സൂര്യൻ ഈ മേഘങ്ങളുടെ മറവിൽപ്പെട്ടപ്പോൾ നട്ടുച്ചയ്ക്ക് ഇരുട്ട് പരന്നു.

മിന്നലുകളുടെ ചാട്ടുളികൾ തുരുതുരെ മേഘങ്ങൾ നീലിയുടെ ദേഹത്തിൽ വർഷിച്ചു. ഓരോ ഉളി എറിഞ്ഞു തറപ്പിക്കുമ്പോഴും മേഘങ്ങൾ ഉഗ്രമായി ഗർജിച്ചു.

നീലിയുടെ തട്ടകത്തിലെ പ്രജകൾ ആബാലവൃദ്ധം അവരവരുടെ കുടിലുകൾക്കകത്ത് ഒളിച്ച് കൂനിക്കൂടിയിരുന്ന് വിറച്ചു.

ഊമയെ നടതള്ളിയത് തെറ്റായിപ്പോയി എന്ന് എല്ലാവർക്കും

അഭിപ്രായം ഉണ്ടായി. ഇനി എന്തൊക്കെ അത്യാഹിതങ്ങൾ സംഭവിക്കുമോ ആവോ എന്ന് അവർ ഭയന്നു.

കുന്നിൻപുറങ്ങളിൽ മേയാൻ പോയ പശുക്കൾ അലറി വീടുകളിൽ ഓടിയെത്തി. അവ തുടരെത്തുടരെ കരഞ്ഞുകൊണ്ടിരുന്നു.

തണുത്ത കാറ്റ് വീശിയപ്പോൾ കുറെ സമാധാനമായി. നീലിയുടെ നെറുകയിൽ മഴ പെയ്യുകയായിരുന്നു. ഉണങ്ങിക്കിടന്ന ചോലകളിലൂടെ ചുവന്ന പാമ്പുകൾപോലെ നാലുഭാഗത്തേക്കും വെള്ളം ഓടിയോടി ഇറങ്ങി. തനി ചുവപ്പായിരുന്നു വെള്ളത്തിന്റെ നിറം.

കട്ടിമേഘങ്ങൾ മൂടിയിരുന്നതിനാൽ നീലിയുടെ ശിരസ്സിൽ എന്തു നടക്കുന്നു എന്ന് കാണാൻ നിവൃത്തിയില്ലായിരുന്നു.

കാറ്റ് കൂടുതൽ ശക്തിയായി വീശിത്തുടങ്ങി. കുടിലുകൾ പലതും പറന്നു പോയി. കാട്ടിൽ മരങ്ങൾ നടുമുറിഞ്ഞ് ഒടിഞ്ഞുതുടങ്ങി.

നീലിയുടെ നെറുകയിലല്ലാതെ ഒരിടത്തും ഒരു തുള്ളി മഴയും പെയ്തില്ല. കാറ്റ് അടിച്ചു പരത്തിയ പൊടി ചുഴലിയായി താഴ്‌വരയിൽ ചുറ്റിക്കറങ്ങി. ചുഴലിക്കകത്ത് വലിയ വലിയ മരങ്ങളും വന്യമൃഗങ്ങളും ഏതാനും പശുക്കളും തുരുമ്പുകൾപോലെ പറന്നു നടന്നു.

ക്രമേണ കാറ്റ് നിലച്ചു. ചുഴലി അടങ്ങി. ഇടിയും മിന്നലും അകന്നകന്നു പോയി. സൂര്യൻ തെളിഞ്ഞു. നീലിയുടെ നെറുകയിൽനിന്ന് മേഘങ്ങൾ അകന്നു.

ഗ്രാമത്തിലെ ആളുകൾ ഒറ്റക്കൂട്ടമായി നീലിയുടെ നെറുകയിൽ കണ്ണും നട്ടു നിന്നു. നീലിയുടെ ശിരസ്സു മുഴുവൻ ഒരു കാലടിയിൽ ഒതുക്കിക്കൊണ്ട് അവിടെ ഊമയുടെ മകൻ മാനം മുട്ടി നിവർന്നു നിൽക്കുന്നു. അപ്പോഴും ഒരു കുട്ടിതന്നെ. വിടർന്ന ചിരിയോടെയാണ് നിന്നത്. അവന്റെ കൂർത്ത തേറ്റകൾ വ്യക്തമായി കാണാമായിരുന്നു.

നഗ്നനും ഓമനത്തം തുളുമ്പുന്ന സുമുഖനും ഒരു കുന്നിനേക്കാൾ ഉയരമുള്ളവനുമായ വലിയ കുട്ടി.

അവൻ നാലു പാടും നോക്കുകയാണ്. അവന്റെ ശിരസ്സ് നോക്കെത്താത്തത്ര ഉയരത്തിലാണ്.

നടക്കാൻ പഠിഞ്ഞില്ലാത്ത കുട്ടി. അവൻ തപ്പിത്തടഞ്ഞ് ആദ്യത്തെ അടി വെച്ചു. അവന്റെ കാലടിക്കിടയിൽപ്പെട്ട എല്ലാ മരങ്ങളും ജീവജാലങ്ങളും ചതഞ്ഞു. പാറകൾ നുറുങ്ങി.

രണ്ടാമത്തെ അടി വച്ചപ്പോൾ അവൻ താഴ്‌വരയിൽ എത്തിക്കഴിഞ്ഞു. ചിരിക്കുക തന്നെയാണ്. നിഷ്കളങ്കത മുഖത്തുനിന്ന് വാർന്നൊഴുകുന്നുണ്ടെന്ന് തോന്നി.

മൂന്നാമത്തെ അടി വെയ്ക്കാൻ ശ്രമിച്ചപ്പോൾ അവൻ ഉരുണ്ടു വീണു. വീണത് ഗ്രാമത്തിന്റെ നേർക്കായിരുന്നു. ഗ്രാമവാസികൾ അവന്റെ മുഖം നല്ലപോലെ കണ്ടു. കിള്ളിക്കുട്ടിയായ അവന്റെ വായിൽ നിന്നൊഴുകിയ തേനിൽ പശുക്കൾ ഒഴുകിപ്പോയി.

വീണേടത്തുനിന്ന് രണ്ടുതവണ ചുണ്ടു പിളർത്തിക്കൊണ്ട് അവൻ വിതുമ്മിയപ്പോൾ മൂക്കിൽനിന്നും വായിൽനിന്നും പുറപ്പെട്ട കാറ്റേറ്റ് മരങ്ങൾ കടപുഴങ്ങി പറന്നു.

അവൻ കരച്ചിൽ തനിയെ നിർത്തി തല നിലത്തു ചായ്ച്ച് കുറച്ചു നേരം കിടന്നു. പിന്നെ കൈ ഊന്നി നിവർന്നു കിടന്നുകൊണ്ടു തന്നെ മണ്ണു മാന്തിയും വലിയ വൃക്ഷങ്ങൾ പുല്ല് പറിക്കുന്നത് പോലെ പറിച്ച് വിരലുകൾക്കിടയിലിട്ട് ഞെരിച്ചും കളിച്ചു.

ഗ്രാമക്കാർ കൂട്ടംകൂട്ടമായി പശുക്കളെയും ആട്ടിത്തെളിച്ച് തല യിൽ ഭാണ്ഡങ്ങളുമായി സ്ഥലം വിട്ടുകൊണ്ടിരുന്നു. എങ്ങോട്ടാണ് പോകുന്നതെന്ന് അവർക്കുതന്നെ അറിയില്ലായിരുന്നു.

കുട്ടി അള്ളിപ്പിടിച്ച് വീണ്ടുമെഴുന്നേറ്റ് പിച്ചവെച്ചു. ഇത്തവണ അവന്റെ വലതുകാൽ ഗ്രാമത്തിന്റെ ഒത്ത നടുവിൽ. അനേകം കുടിലു കൾ നിലംപറ്റി അമർന്നു.

വലിയ പാറകൾ ഉള്ളംകൈയിലെടുത്ത് അവൻ 'വാ പൈങ്കിളി പോ പൈങ്കിളി' കളിച്ചു.

അവൻ ഒരു പച്ച പുൽമൈതാനത്തിലേക്കെന്നപോലെ കാട്ടി ലേക്ക് തിരികെ പോയി. ഏത് താഴ്വരയിൽനിന്ന് നോക്കിയാലും അവന്റെ ശിരസ്സ് കുന്നുകൾക്ക് മുകളിൽ കാണാമായിരുന്നു.

പകൽ മുഴുവൻ അവൻ കാടുകളിൽ പിച്ചവെച്ചും ആളുകൾ പേടിച്ചരണ്ട് പരക്കംപാച്ചിൽ തുടങ്ങി. എവിടെപ്പോയാലാണ് രക്ഷ കിട്ടുക എന്ന് ഗ്രാമവാസികൾ ഗ്രാമത്തലവനോട് അന്വേഷിച്ചു. ഗ്രാമത്തലവന് ഉത്തരമില്ലായിരുന്നു. വെറുമൊരു കുട്ടിയാണ് പിച്ച വയ്ക്കുന്നത്. എങ്ങോട്ട് തിരിയുമെന്നോ എവിടെ കാൽ വയ്ക്കു മെന്നോ പറയാൻ നിവൃത്തിയില്ല. അവന് പത്തടി വയ്ക്കാനുള്ള ദൂരമേ ഗ്രാമവാസികൾ രണ്ടുദിവസം മുഴുവൻ നിൽക്കാതെ നടന്നാൽ എത്തുകയുള്ളൂ. ഗ്രാമം കൈയൊഴിച്ച് ഓടിപ്പോകുന്നതിന് എന്താണ് അർത്ഥം? വരുന്നത് വരട്ടെയെന്ന് കരുതുകയാവും നല്ലതെന്ന് അവർ തീരുമാനിച്ചു. ഗ്രാമം നശിക്കണം എന്നാണ് നീലിയുടെ ഉദ്ദേശമെ ങ്കിൽ നശിക്കുക തന്നെ ചെയ്യും. ഗ്രാമവാസികളും നശിക്കണമെന്ന് ഉദ്ദേശ്യമുണ്ടെങ്കിൽ എവിടെ ചെന്ന് ഒളിച്ചാലും രക്ഷയുമില്ല.

സന്ധ്യയായപ്പോൾ അവർ ഗ്രാമത്തിൽ തിരിച്ചെത്തി. അപ്പോഴും അവൻ പിച്ച വെച്ച് നടക്കുകതന്നെയായിരുന്നു. കാട് ഏതാണ്ട് മുഴു വനും അമർന്നുകഴിഞ്ഞിരുന്നു.

ഗ്രാമവാസികൾ ഗ്രാമത്തിന്റെ ഒത്ത നടുവിൽ കാട്ടുമൃഗങ്ങളിൽ നിന്ന് രക്ഷ കിട്ടുവാൻ വലിയൊരു അഗ്നികുണ്ഡമുണ്ടാക്കി.

അഗ്നികുണ്ഡത്തിന് ചുറ്റും കൂടിയിരുന്ന് എല്ലാവരും കൂടി നീലിയെ വിളിച്ച് ഉറക്കെ കരഞ്ഞു.

ഇരുട്ടിയാൽ എന്തും സംഭവിക്കാം. സൂര്യൻ പടിഞ്ഞാറെ കുന്നിന്റെ ചെരിവിൽ മറഞ്ഞുതുടങ്ങി.

അത്ഭുതംകൊണ്ട് വിടർന്ന കണ്ണുകളോടെ അവർ ഊമയുടെ കുട്ടിയെ നോക്കി. അവന് വിശന്നാലോ? അവനെവിടെ ഉറങ്ങും? അവന് അമ്മയെ കാണണമെന്ന് തോന്നിയാൽ എന്തു ചെയ്യും? അവൻ ഈ കാട്ടിൽ ഇങ്ങനെ നടന്നു വളരുമോ? വളർന്നാൽ എന്താ യിരിക്കും അവന്റെ വലുപ്പം! ഗ്രാമത്തിൽ പിന്നെ എങ്ങനെ പൊറുക്കും?

അവർ അലമുറയിട്ട് നീലിയെ ഉറക്കെ വിളിച്ച് കരഞ്ഞു.

ഇടയ്ക്കിടെ കുട്ടി എവിടേക്കാണ് പോകുന്നത് എന്ന് ശ്രദ്ധിച്ചു കൊണ്ടിരുന്നു.

വെയിൽ മങ്ങിത്തുടങ്ങിയതോടെ അവന്റെ മുഖം വാടി. അസ്ത മിക്കുന്ന സൂര്യനെ തന്നെ നോക്കി നിൽക്കുകയായിരുന്നു അവൻ. സൂര്യൻ മറഞ്ഞപ്പോൾ അവന്റെ കണ്ണുകൾ നിറഞ്ഞു. അവന്റെ കണ്ണു നീർ വീണിടത്ത് ഭൂമി നനഞ്ഞ് ആവി പറന്നു; വൃക്ഷലതാദികൾ കരിഞ്ഞു.

അനാഥക്കുട്ടി

പോക്കുവെയിൽ തട്ടി തിളങ്ങിയ അവന്റെ കണ്ണുകളിൽ ദുഃഖം അലതല്ലി.

അമ്മയില്ലാത്ത കുട്ടി.

'അമ്മേ' എന്ന് അവൻ വീണ്ടും വീണ്ടും കരഞ്ഞു.

അവന്റെ വയർ വിശന്ന് ഒട്ടിക്കിടന്നു. അവന്റെ ദേഹത്തിൽ ചളി പുരണ്ടിരുന്നു. അവന്റെ തലയിൽ വലിയ മരങ്ങൾ പൊടിപോലെ കിടക്കുന്നുണ്ടായിരുന്നു.

ഗ്രാമത്തിലെ അമ്മമാരുടെ മുല ചുരന്നു.

അവന്റെ ദുഃഖത്തിൽ അവർ വിഷമിച്ചു. പക്ഷേ ഒന്നും ചെയ്യാൻ കഴിയുകയില്ല എന്ന് തീർച്ച. അവന്റെ ശ്വാസഗതിയിൽപ്പെട്ട് അവന്റെ മൂക്കിനകത്ത് കയറിപ്പോവുകയും ചത്തുപോവുകയുമാവും ഫലം, അരികിൽ ചെന്നാൽ.

അവൻ നിർത്താതെ കരഞ്ഞു.

നേരം ഇരുട്ടുന്തോറും കരച്ചിലിന് ശക്തിയേറിയേറി വന്നു; അലർച്ച

പോലെയായി. നിർത്താതെ, തേങ്ങിത്തേങ്ങി അവൻ വാവിട്ടു കരഞ്ഞു.

ഭൂമി അസ്വസ്ഥയായി തുടങ്ങി; വിറച്ചും തുടങ്ങി.

നോക്കിയിരിക്കെ, നീലിയുടെ മുലകൾ ചുരന്നു രണ്ടു മുലകളും ഒരുമിച്ച്.

കിണ്ടിയുടെ മുരലിൽനിന്നെന്ന പോലെ ലാവ തെറിച്ചുവീണു. കത്തിക്കാളുന്ന അഗ്നിയുടെ വെളിച്ചത്തിനു മുന്നിൽ ഇരുട്ട് തോറ്റു പിന്മാറി.

അവൻ, പുറകിൽ നിന്ന് വെളിച്ചം മിന്നുന്നതു കണ്ട്, തിരിഞ്ഞു നോക്കി.

അതിശക്തിയായ ഒരു ഇരുമ്പം.

കരച്ചിൽ നിർത്തി അവൻ നടന്നു തുടങ്ങി. ധൃതി കാരണം അഞ്ചാറു തവണ വീണു. കരയാതെ, വീണേടത്തുനിന്ന് ഉരുണ്ടെഴുന്നേറ്റ് അവൻ ആടിയാടി ഓടിച്ചെന്ന് നീലിയുടെ മുകളിൽ കമഴ്ന്നു വീണു.

വലതുകൈ കൊണ്ട് നീലിയുടെ ഒരു മുല അമർത്തിയടച്ച് പിടിച്ച് മറ്റേ മുല അവൻ വലിച്ചുകുടിച്ചു.

താഴ്വരയിൽ രാത്രിയുടെ വലിയ കമ്പിളി വീണ്ടും വീണു.

രാത്രി ഗ്രാമത്തിൽ ആരും ഉറങ്ങിയില്ല. കുട്ടിയുടെ ശബ്ദമേ പിന്നെ ആരും കേട്ടില്ല. പക്ഷേ ആർക്കും ഉറങ്ങാൻ കഴിഞ്ഞില്ല.

നിലാവുദിച്ചപ്പോൾ അവർ കണ്ടു: അവൻ നീലിയുടെ മാറത്ത് തല ചായ്ച്ച് താഴ്വരയിൽ കമിഴ്ന്നു കിടക്കുകതന്നെയാണ്.

അവർ നീലിക്ക് സ്തുതി പാടി.

പിറ്റേന്ന് സൂര്യനുദിച്ചപ്പോൾ കുട്ടിയുടെ നിറം കറുപ്പായിട്ടാണ് കണ്ടത്.

അവൻ ഇന്നും നീലിയുടെ മുല കുടിച്ച് സുഖമായി ഉറങ്ങുകയാണ്. അവൻ പാറയായി മാറിക്കഴിഞ്ഞിരുന്നു. നേരം പുലർന്നപ്പോഴേക്ക്.

നീലിയുടെ മാറിൽ തല ചായ്ച്ച് കിടക്കുന്ന പിള്ളപ്പാറ.

■

പ്രാർത്ഥനയ്ക്കിടയിലെ കൊമ്പനാന

ആളൊഴിഞ്ഞ കാട്ടുപാതയിലൂടെ തനിച്ച് അസമയത്ത് കാറോടിച്ചും മറ്റും പെട്ടെന്നു തിരികെ വരാൻ ആയാസപ്പെടേണ്ടെന്നു വീട്ടുകാരി പ്രത്യേകം പറഞ്ഞിരുന്നതാണ്. അവളെ ഒരു ദിവസവും പിരിഞ്ഞിരിക്കാൻ വയ്യാത്തതിനാലാണ് ഈ ഓടിവരവെന്നു വിചാരിച്ചാവും അവളിതു പറഞ്ഞത്. അയാളുടെ ചുണ്ടിൽ ചിരി ഊറി. കച്ചവടത്തിന്റെ കാര്യങ്ങൾ അവൾക്കെന്തറിയാം? പുലരാൻ കാലത്ത് ആരൊക്കെ എന്തിനൊക്കെ വരാനിരിക്കുന്നു എന്ന് അവളോടു പറഞ്ഞിട്ടുമില്ലല്ലോ. ആളൊരു പാവമാണ്. പത്തുനാല്പതു വയസ്സായിട്ടും മൂന്നു കുട്ടികളുടെ അമ്മയായിട്ടും തന്റെ കൂടെ കഴിയുന്ന കക്ഷിയെ അവൾക്കു മനസ്സിലായിട്ടേ ഇല്ല. അതുമൊരു ചെറിയ സുഖം എന്ന ചിന്ത അയാളുടെ ചിരിക്ക് ആക്കം കൂട്ടി.

ഭൂനിരപ്പിൽനിന്നുള്ള ഉയരം അധികമാകുന്തോറും മഞ്ഞിനു കട്ടി കൂടി. ദൂരക്കാഴ്ച തടസ്സപ്പെട്ടു. സാരമില്ല. ഇത്രയൊക്കെ കാണാനൊത്താൽ മതി. എത്ര കട്ടിയുള്ള മഞ്ഞായാലും കുറച്ചെങ്കിലും കാണാൻ കഴിയും. ആന്ധ്യം ബാധിച്ച് വണ്ടി നിർത്തേണ്ടിവരില്ല. കിട്ടാവുന്നവയിൽ വെച്ച് ഏറ്റവും ശക്തിയുള്ള വിളക്കുകൾ പ്രത്യേകം വാങ്ങി ഫിറ്റു ചെയ്തത് വേറെ എന്തിന്? ഇരുട്ടിനെയും മഞ്ഞിനെയും സൂചിപോലെ അത്യാവശ്യം തുളയ്ക്കാൻ ഈ വിളക്കുകളുടെ കൂർത്ത മുനകൾക്കു കഴിയും. പോക്കിന്റെ വേഗം അല്പം കുറയ്ക്കണമെന്നേ ഉള്ളൂ. അതും നല്ലത്. നാളത്തെ രഹസ്യ ഡീലുകൾ ധാരാളം ചിന്ത അർഹിക്കുന്നു. സമർത്ഥമായി നീങ്ങിയില്ലെങ്കിൽ കാര്യം കൈവിട്ടുപോകും.

ചെറുപ്രാണികൾ വെളിച്ചത്തിനു നേരെ പറന്നുവന്ന് ചില്ലിലും ബോണറ്റിലും തട്ടി ചെറിയ കല്ലേറുകൾപോലെ ശബ്ദമുണ്ടാക്കുന്നു. ആകാശത്ത് വിളറിയ ചന്ദ്രക്കലയുടെ പാതിയിലേറെ മെലിഞ്ഞ

ഉടലിന്റെ മേഘലവെള്ള പുതച്ച രൂപരേഖ. നിരത്തുവക്കത്തെ മരങ്ങ ളുടെ മേലാപ്പു കാണാൻ വയ്യ. തടിച്ചു വടു വീണ അവയുടെ തൂണു കളിൽ വെളിച്ചം തട്ടുമ്പോൾ യാത്ര ചിരപുരാതനമായ ആയിരം കാൽമണ്ഡപത്തിലൂടെ എന്നു തോന്നിക്കുന്നു. അടഞ്ഞ ചില്ലിനുള്ളി ലേക്ക് തണുപ്പ് അരിച്ച് കയറുന്നുണ്ട്. മണി ഒന്നാകാറായി എന്ന് മണികണ്ടത്തിലെ റോളക്സ് ക്രോണോമീറ്റർ ഒറ്റനോട്ടത്തിൽ വെളി വാക്കി. ഇനിയും രണ്ടു മണിക്കൂർ.

നല്ല ദിവസമായിരുന്നു. രണ്ട് ഇടപാടുകളിലായി പ്രതീക്ഷിച്ച തിലേറെ മെച്ചമുണ്ടായ ദിവസം. അവസാനത്തെ സൽക്കാരത്തിലെ വീഞ്ഞിന്റെ നിലാവുമുണ്ട് തലയ്ക്കകത്തും രക്തത്തിലും. നല്ല ഭക്ഷണത്തിന്റെ കൂടെ ചെന്ന വിശിഷ്ടമായ വിദേശ പാനീയം പ്രത്യേക പ്രസന്നത നൽകുന്നു.

പലപ്പോഴായി ഓർക്കാറുള്ള ഒരു കാര്യം അപ്പോഴും ഓർത്തു. നന്നായൊന്നു പ്രാർത്ഥിക്കണമെന്നുതന്നെ. ഗതികേടുകൾ നീങ്ങട്ടെ. തിരക്കുപിടിച്ച ഓട്ടത്തിനിടയിൽ അതിനു സമയം കിട്ടാറില്ല. മാത്ര മല്ല, ദൈവത്തോടുപോലും തുറന്നു പറയാൻ മടിയുള്ള കുറച്ചു കാര്യങ്ങൾ ഇല്ലാതെയുമില്ല. ഒരിക്കൽ ഒരു കൂട്ടുകാരനോട് ഇതേ പ്പറ്റി ഒരു തമാശ പറഞ്ഞത്, ദൈവവും ഒരു ബിസിനസ്മാൻ ആയി ക്കൂടെന്നില്ല എന്നിരിക്കെ എല്ലാമങ്ങു തുറന്നു പറയുന്നതെങ്ങനെ എന്നാണ്. തമാശയായാണ് പറഞ്ഞതെന്നാലും അതു പറയരുതാ യിരുന്നു എന്ന് പിന്നീട് തോന്നി. ഇപ്പോഴും തോന്നുന്നു. മനസ്സിൽ ഒന്നുറപ്പിച്ചു: എന്തായാലും ഏറെ വൈകാതെ ഉള്ളു തുറന്നു പ്രാർത്ഥി ക്കണം.

ആ ഉറപ്പിനിടയിൽ എപ്പോഴാണ്, എങ്ങനെയാണ് മുന്നറിയിപ്പി ല്ലാതെ തിലോത്തമയുടെ ഓർമ്മയും ഗന്ധവും വന്നതെന്നു നിശ്ചയ മില്ല. പേര് തിലോത്തമയെന്നല്ല. പക്ഷേ, അങ്ങനെയാണ് വിളിക്കുക പതിവ്. താനായിട്ട് ഇട്ട പേരാണ്. വിലപിടിച്ച ഉരുപ്പടിയായതിനാൽ ദേവേന്ദ്രന്റെ അരമനയിലെ ആട്ടക്കാരികളിൽ മുൻനിരക്കാരായ നാലിൽ ഒന്നിന്റെ പേരുതന്നെ കിടക്കട്ടെ എന്നു വിചാരിച്ചു. കണ്ടു കിട്ടിയിട്ട് രണ്ടുമൂന്നു കൊല്ലമായി. ഈ കാലത്തിനിടെ മറ്റൊരു അത്താണിയെക്കുറിച്ച് ആലോചിക്കാൻ തിലോത്തമ ഇട നൽകി യിട്ടേ ഇല്ല. മിടുക്കി. ഇതൊരു വെറും ബിസിനസ് ബന്ധമായി കാണാൻ അവൾക്ക് കഴിയുന്നുമുണ്ട്. കടുംപിടുത്തങ്ങളില്ല. കണ്ണീരില്ല. പരാതി കളില്ല. അലവൻസ് കൃത്യമായി കിട്ടണം. അതിൽ വിട്ടുവീഴ്ചയില്ല. അതിനപ്പുറവും ഇപ്പുറവും തികച്ചും ഒരു അടഞ്ഞ പുസ്തകം.

ഇതാ, ഈ പുതിയ കാറുപോലെതന്നെ. പെട്രോൾ വേണം. അവഗണിച്ച് ഒരു മുക്കിൽ ഇടാതെ നിത്യേന സ്റ്റാർട്ടാക്കിയേക്കണം.

ശ്രദ്ധ എപ്പോഴും ഉണ്ടായിരിക്കണം. തിരിക്കുന്നതും വളയ്ക്കുന്നതും ഒന്നും കരുണയില്ലാത്ത മട്ടിൽ ആകാതിരുന്നാൽ നന്ന്. ഇത്രയും മുൻകരുതലുകൾ എടുക്കാമെങ്കിൽ സ്മൂത്ത്, റിയൽ സ്മൂത്ത്, ഇന്റീഡ്! ഏത് പാതിരാത്രിയിലും വിശ്വസിക്കാം. ചതിക്കില്ല. തമാശയായിപ്പോലും ആളെ കുഴക്കുകയില്ല.

ഓർത്തോർത്ത് നുണച്ചിരുന്ന്, വണ്ടി നേരേ അവളുടെ അരികിലേക്കു വിട്ടാലോ എന്നുവരെ ആലോചിച്ചുപോകെ, തൊട്ടുമുന്നിൽ നടുറോഡിൽ ഒരു വലിയ പാറ. ഉരുൾപൊട്ടാനിടയില്ലാത്ത കാലത്ത് ഇതെങ്ങനെ?

അയാളുടെ കാലിനും കൈകൾക്കും താൻപോരിമയോടെ അറിയാവുന്ന നിയന്ത്രണവിദ്യകൾ എല്ലാം ഉടനടി നടപ്പിലായി. ബ്രേക്ക് അമർന്നു. സ്റ്റിയറിങ് വീൽ തിരിഞ്ഞു. പാറയ്ക്കരികിലൂടെ ഒഴിവു കണ്ട ഇത്തിരിപ്പഴുതുവഴി മുന്നോട്ടു കടന്നുപോകാൻ ശ്രമിച്ചപ്പോഴാണ് മനസ്സിലാകുന്നത്, അതു പാറയല്ല. ആനയാണ്. ഒന്നല്ല. പിന്നിൽ വേറെയുമുണ്ട്. മുന്നിലുള്ള ജന്തു അതിന്റെ കനത്ത കാൽ നീട്ടിക്കാട്ടി വാഹനം തടയുകതന്നെയാണ്. ബ്രേക്കിൽ ചവിട്ടമർന്നു. വണ്ടി നിന്നു. പിന്നിലേക്കു പോകാൻ വയ്യ. വെളിച്ചമില്ല. എത്ര പണിപ്പെട്ടാലും ഈ ജന്തുക്കളുടെ മുന്നേറ്റത്തെ മറികടക്കാവുന്ന വേഗത്തിൽ പിന്നോക്കം നീങ്ങാൻ കഴിയുകയുമില്ല.

പേടിച്ചുപോയി എന്നതു നേര്. പക്ഷേ, കാലും കൈയും അനങ്ങാത്ത തരത്തിലുള്ള മഹാഭയമൊന്നും തോന്നിയില്ല. ഉപായം ചിന്തിക്കാനേ കഴിവില്ലാതെ ബുദ്ധി മരവിച്ചുമില്ല, (ക്ലബ്ബ് നൽകുന്ന 'കൂൾ കസ്റ്റമർ' അവാർഡ് ഇത്തവണയും, അതായത് രണ്ടാംവട്ടവും അഭിമാനപൂർവം വാങ്ങിയതാണ്.) വന്യമൃഗത്തിന്റെ മുന്നിൽ പെട്ടാൽ ചെയ്യേണ്ട പാഠപുസ്തകസംഗതികളെല്ലാം ഉടനെ ചെയ്തു. റോഡിന്റെ വലതുവശത്തേക്കെത്തിയ കാർ പതുക്കെ പിന്നിലേക്കും ഇടതു വശത്തേക്കും തിരികെ എടുത്ത് ഒതുക്കി. എല്ലാ ലൈറ്റുകളും അണച്ചു. ശ്വാസം പിടിച്ചു മിണ്ടാതിരുന്നു, അരണ്ട നിലാവിൽ പാതി കലങ്ങിയ ജലത്തിനടിയിലെ പാറക്കൂട്ടംപോലെ ആനകൾ മഞ്ഞിനകത്തു മുഴച്ചും മാഞ്ഞും കാണപ്പെട്ടു.

നിമിഷങ്ങൾ യുഗങ്ങളായി തോന്നിക്കുന്നത് ഒഴിവാക്കാൻ സെക്കന്റുകൾ മനസ്സിൽ എണ്ണിക്കൊണ്ടിരുന്നു. ആ എണ്ണം എഴുപത്തിയാറു കഴിഞ്ഞിട്ടും ഒന്നും ഉണ്ടായില്ല. ഇനി കുഴപ്പമില്ല എന്നു തോന്നിത്തുടങ്ങവെയാണ്, കനത്ത മരത്തടി പോലെയല്ല ഉപ്പുചാക്കുപോലെ തന്നെ കൊമ്പന്റെ തുമ്പിക്കൈ കാറിന്റെ മേൽത്തട്ടിൽ വീണത്. ആന എപ്പോഴാണ് നടന്നടുത്തതെന്നു മനസ്സിലായില്ല. ഏതിലൂടെ

എന്നു കണ്ടുമില്ല. മേൽപ്പുര തകരുന്ന ഒച്ച കാതടപ്പിച്ചു. പിന്നെ കേട്ടത് ചില്ലുകളുടയുന്ന ശബ്ദവും ആനയുടെ അലർച്ചയും. അപ്പോഴും വിചാരിച്ചില്ല, കാറിനിട്ടു കുത്തുകയാണെന്ന്. ആ ശബ്ദങ്ങളുടെ പിന്നാലെ ബലിഷ്ഠങ്ങളായ രണ്ടു കൊമ്പുകൾ വെളിപാടുകൾപോലെ കാറിനകത്തേക്ക് നീണ്ടു. ഒരു കൊമ്പ് അയാളുടെ വലതുകൈ തകർത്ത് വാരിയെല്ലുകളുടച്ചു. മറ്റേ കൊമ്പ് പിൻസീറ്റിൽ തുളഞ്ഞുകയറി നിന്നു. അയാൾ മുൻസീറ്റിലെ ഇടത്തേയറ്റത്തും ഡാഷ്ബോർഡിനടിയിലെ ഇത്തിരിയിടത്തുമായി ചൂളി ഒതുങ്ങി. അമ്പതുലക്ഷം ഉറുപ്പികയുടെ കാറ് ആ രണ്ട് കൊമ്പുകളിൽ പൊങ്ങി തെറിച്ചുയർന്ന് ഉരുണ്ടുമറിഞ്ഞു ചെന്ന് പാറമുഖത്തിടിച്ചു വീണു ചപ്പിക്കിടന്നു. ഭാഗ്യം, കൊക്കയിലേക്ക് രണ്ടടി ബാക്കി.

അത്ഭുതമെന്നു പറയാം, വേദന തോന്നിയില്ല. കൈയിൽനിന്നും വാരിയിൽനിന്നും ചോര ഒഴുകുന്നതറിഞ്ഞു. കാറിനു പറ്റിയ ഏനക്കേടും അറിയാതിരുന്നില്ല. എങ്കിലെന്ത്, ഇൻഷുറൻസുണ്ടല്ലോ എന്ന ചിന്തയോടെയാണ് ബോധം പോയത്. എത്ര നേരം ബോധമില്ലാതെ കിടന്നു എന്നു നിശ്ചയമില്ല. മണ്ണട്ടകളുടെ സംഘഗാനം കേട്ടാണ് ഉണർന്നത്. സഹായത്തിന് ആരും എത്തിയിട്ടില്ല. ഇത്തരം കഥകളിൽ കഥാനായകൻ പിന്നെ കണ്ണു തുറക്കുന്നത് ആസ്പത്രിയിലെ കിടക്കയിലാണല്ലോ എന്നു വെറുതെ ആലോചിച്ചുപോയി. ഉപദ്രവിച്ച ജന്തുക്കൾ സ്ഥലം വിട്ടിരിക്കുമെന്നു കരുതി പതുക്കെ തല ഉയർത്തുമ്പോൾ രാത്രിയുടെ ഉടൽ നെടുകെ പിളർന്ന ഒരു ചിന്നംവിളി ഉയർന്നു. ഞെട്ടിപ്പോയി. ഇരുട്ടിൽ ഇരുട്ടായി കൊമ്പനാന മാത്രം കാറിനു കാവൽ നിൽക്കുന്നു. അവന്റെ കണ്ണുകളും വെളുത്തു നീണ്ട കൊമ്പുകളും കാണാം. ചെവി ആട്ടുന്നതിന്റെ അനക്കമേ ചലനമായി ഉള്ളൂ.

കാട്ടാനകളുടെ സ്വഭാവങ്ങളെപ്പറ്റി പഠിച്ചതെല്ലാം ഓർത്തുപോയി. എന്തു പ്രേരണയാൽ കയറി ആക്രമിച്ചാലും അവ ഏറെ താമസിയാതെ അവയുടെ വഴിക്ക് പോകേണ്ടതാണ്. ഈ മഹാൻ ഇനിയും പോയിട്ടില്ല. ഒറ്റയാൻ എന്നു വിളിക്കാറുള്ള തരം ആനയുമല്ല. കൂട്ടത്തോടെയാണല്ലോ മുന്നിൽ പ്രത്യക്ഷമായത്. ഇതെന്തു വിസ്മയമാണെന്ന വെളിപാടിന്റെ തുടക്കം അവിടന്നായിരുന്നു.

ഒടിഞ്ഞു തൂങ്ങിയ വലതുകൈ ഇടതുകൈകൊണ്ടെടുത്തു പിടിച്ച് മെല്ലെ സീറ്റിലേക്കു കയറി ഇരുന്നു. മനസ്സുകൊണ്ട് ഒരു കണക്കെടുപ്പു നടത്തി. വാതിലുകൾ ജാമായിരിക്കുമെന്നു തീർച്ച. ഉന്തിനോക്കാൻ ശേഷി ഇല്ല. ശബ്ദമുണ്ടാക്കാനുള്ള അവസരമായില്ല. ചുരുക്കത്തിൽ, ഒന്നും ചെയ്യാനില്ല. ഒരു ഗുണമുണ്ട് കൈയോ വാരിഭാഗമോ വേദനിക്കുന്നില്ല. അങ്ങനെ ആയിരിക്കുമെന്നു കേട്ടിട്ടുണ്ട്. സാരമായ മുറിവുകൾ പറ്റിയാൽ വേദന കുറെ നേരത്തേക്ക്

അറിയില്ലപോലും. തൽക്കാലം നിൽക്കക്കള്ളിയുണ്ടെന്നാലും മുറിവുകൾ മോശമല്ലെന്നർത്ഥം.

ഏത് അസമയത്തും പത്തു മിനിറ്റിനകം ഒരു വാഹനമെങ്കിലും വരുന്ന വഴിയാണ്. ഒന്നും വന്നു കണ്ടില്ലല്ലോ? അതു മാത്രമേ രക്ഷപ്പെടാൻ പഴുതായി ഇനി ഉള്ളൂ. ഇനിയും പത്തു മിനിറ്റായില്ല എന്നുണ്ടോ? ഒരു ലോറിയെങ്കിലും വന്നാൽ ജീവൻ കിട്ടും. പക്ഷേ, വരണം. വന്നാൽ പോരാ. നിന്നു കിട്ടണം. അതും പോരാ, അവർക്കു ദയ തോന്നണം.

ഈ കാട്ടുമുക്കിൽ കിടന്ന് അന്ത്യശ്വാസം വലിക്കാനാണോ യോഗം? ദൈവത്തിന്റെ കളികൾ ആരറിഞ്ഞു? ഒരു നിയമവും ബാധകമല്ലാത്ത കളിയാണല്ലോ മൂപ്പരുടെ കളി.

അതെ എന്നർത്ഥത്തിൽ ആ ആന അപ്പോൾ തല കുടഞ്ഞു.

എങ്കിൽ അങ്ങനെയാവട്ടെ എന്ന് അയാൾ നിശ്ചയിച്ചു. അതോടെ പ്രാർത്ഥിക്കാനുള്ള പ്രേരണയും ഉണ്ടായി. വേറൊന്നും ചെയ്യാൻ ഇല്ലാത്തതിനാലാകാം ഈ തമാശ തോന്നിയതെന്ന് ആദ്യം സംശയിച്ചു. ദൈവത്തെ ഇനി ഒരിക്കലും നീ കാണില്ല എന്ന് ആ ആന ചിരിക്കുന്നതായി അപ്പോൾ തിരിച്ചറിഞ്ഞു. സവിശേഷമായ ആ ആനച്ചിരി ജീവിതത്തിലാദ്യമായാണ് കണ്ടതും കേട്ടതും.

മുട്ടിൽ നിൽക്കാനോ കൈ കൂപ്പാനോ വയ്യാത്ത അവസ്ഥ. മുട്ടിൽ നിൽക്കാൻ ഇടമില്ല. ഒടിഞ്ഞ വലതുകൈ പൊക്കണമെങ്കിൽ ഇടതു കൈ കൊണ്ടു താങ്ങണമെന്നതിനാൽ കൈകൾ ചേർത്തു കൂപ്പാൻ പറ്റുന്നില്ല. അതൊക്കെ വേണ്ട രീതിയിൽ ചെയ്യുന്നതായി സങ്കല്പിച്ച് അയാൾ പ്രാർത്ഥനയിലേക്ക് കടന്നു. കണ്ണുകൾ അടച്ചാലും തുറന്നാലും ഫലം ഒന്നുതന്നെ. ഇരുട്ടിൽ ഒന്നും കാണാൻ പറ്റുന്നില്ല. മിഴികൾ തുറന്നുതന്നെ ഇരിക്കട്ടെ എന്നു തീരുമാനിച്ചു. അപ്പോൾ കൺമുന്നിലെ കരിവീരനെ, നിഴൽപോലെയെങ്കിലും കാണാം. വഴിയിലൂടെ വല്ല വാഹനവും വരുന്നെങ്കിൽ നേരത്തെ അറിയാം. അഥവാ ആന വീണ്ടും ആക്രമിക്കാനാണ് ഭാവമെങ്കിൽ ചെറിയ ഒരു മുന്നറിവു കിട്ടും. കിട്ടിയിട്ടു കാര്യമില്ലെന്നാലും കിട്ടാതിരിക്കുന്നതിനേക്കാൾ ഭേദം കിട്ടുന്നതുതന്നെ.

''കരുണാമയനായ ദൈവമേ...'' അയാളുടെ മനസ്സ് അയാളറിയാതെ പറഞ്ഞുതുടങ്ങി.

ആ വിളി കേൾക്കുന്നപോലെ ആന ഒന്നു മുരണ്ടു.

''ഞാൻ അങ്ങയെ ഒരിക്കലും വിസ്മരിച്ചിട്ടില്ല. ഇതു സത്യം. നല്ല കാര്യങ്ങൾ ചെയ്താൽ സ്വർഗ്ഗവും ചീത്തത്തരങ്ങൾ ചെയ്താൽ

നരകവും അങ്ങു നിശ്ചയിച്ചതാണെന്ന് എനിക്കറിയാം. നല്ലതായി ഞാൻ അധികമൊന്നും ചെയ്തിട്ടില്ല. മരിച്ചുപോയാൽ കിട്ടാവുന്ന തെന്ന് അങ്ങ് നിശ്ചയിച്ച സ്വർഗ്ഗം ജീവിച്ചിരിക്കെ ഇവിടെ പണിയാൻ ശ്രമിക്കുന്നു എന്ന കുറ്റം ഞാൻ ചെയ്തിട്ടുണ്ട്. അത് തെറ്റാണെങ്കിൽ ആ തെറ്റു ഞാൻ ഏറ്റുപറയുന്നു. പക്ഷേ, ഒരു കാര്യം ഉണർത്തി ക്കാനുണ്ട്. സ്വർഗ്ഗം എന്ന ചിത്രം എനിക്കു കിട്ടിയത് അങ്ങയുടെ എന്നറിയപ്പെടുന്നതും അതേ പേരിൽ ഉള്ളതുമായ പുരാണവിഖ്യാത മായ പെയിന്റിങ്ങിൽ നിന്നാണ്. സുഖം ഏതു പാമരനും സുഖമായി മനസ്സിലാകുന്ന രീതിയിൽ ആ സ്വർഗ്ഗചിത്രത്തിൽ വരച്ചുവെച്ചിട്ടു ണ്ടല്ലോ.''

ആനവായിൽ നിന്നും മനുഷ്യസ്വരം കേൾക്കുകയെന്ന അത്ഭു തവും അന്നേരമുണ്ടായി. ആന പറഞ്ഞു: ''എന്നേക്കാൾ വലിയവ നായി ആരുമില്ലാത്ത ആ മഹാരണ്യത്തിൽ എനിക്കു സുഖമാണെ ന്നാണോ നിന്റെ വിചാരം?'' തുടർന്നൊരു ആനച്ചിരിയും മുഴങ്ങി. ടെലിവിഷനിൽ വരുന്ന ബഹിരാകാശജീവിപ്പടങ്ങളിൽ കേൾക്കാ റുള്ള സംഭാഷണങ്ങളുടെ യാന്ത്രികസ്വഭാവമുള്ള ശബ്ദവും ചിരിയും. പക്ഷേ, അതിലും അതിന്റെ മാറ്റൊലിയിലും പർവ്വതപ്പച്ചയും മുഴുപ്പും ജീവന്റെ തുടിപ്പും നിറഞ്ഞു നിന്നു.

ഓർക്കാപ്പുറത്തുണ്ടായ ഈ ഇടപെടൽ വകവെക്കാതെ അയാൾ ദൈവത്തിന്റെ ചെവികൾക്കായി തുടർന്നു: ''കുട്ടിക്കാലത്ത് എനിക്കു വിചാരമുണ്ടായിരുന്നു, ഈ ഭൂമിയിൽ എല്ലാം തികഞ്ഞ ഒരു സ്വർഗ്ഗം എല്ലാവർക്കുമായി ഉണ്ടായിക്കിട്ടുമെന്ന്. അതിനായി പ്രവർത്തിക്കു ന്നതു വെറുതെ ആകില്ലെന്നുകൂടി തോന്നി. കുറെയേറെ പാടു പെടുകയും ചെയ്തു. നടന്നില്ല എന്നല്ല നടക്കില്ലെന്നു തീർച്ചയായി ക്കിട്ടി. പിന്നെ ആകെ ചെയ്യാനുള്ളത് എനിക്കായി ഒരു പ്രൈവറ്റ് സ്വർഗ്ഗം പണിയുകയെന്നതാണ്. എല്ലാ സുഖവും എല്ലാ സൗകര്യവും ഉള്ള മനോഹരമായൊരിടം നിർമ്മിക്കുക. അതിനായി ഇറങ്ങിത്തിരിച്ച പ്പോൾ അങ്ങെന്തിനാണ് ഇടയിൽ കടന്ന് വിഷമങ്ങളുണ്ടാക്കുന്നത്? തെറ്റാണോ ഞാൻ ചെയ്യുന്നത്? അങ്ങയുടെ സ്വർഗ്ഗത്തിൽ അങ്ങ് ഇരിക്കുന്നു. കാട്ടാന നാട്ടിലും തിമിംഗലം കടലിലും പറവ ആകാശ ത്തുമെന്നപോലെ. എനിക്കെന്തുകൊണ്ട് എന്റെ സ്വർഗ്ഗത്തിൽ അതു പോലെ ഇരുന്നുകൂടാ? എന്തിനതു നിഷേധിക്കുന്നു.''

ക്ഷമ നശിച്ച് വിചാരണോദ്യോഗസ്ഥന്റെ സ്വരത്തിൽ ആന ചോദിച്ചു: ''നീ എനിക്കായി കുഴിച്ച വാരിക്കുഴിയിൽ നീതന്നെ വീഴു ന്നെങ്കിൽ അതിന് എന്നെ എന്തിന് പഴിക്കുന്നു?''

ഇപ്പറഞ്ഞതിന്റെ പൊരുൾ പിടികിട്ടാത്തതിനാൽ അയാൾ താൻ ദൈവത്തോടായി പറഞ്ഞുവന്നതു തുടരുകയാണ് ചെയ്തത്, ''ഒരു

പ്രശ്നമേ ഉള്ളൂ. അത് അങ്ങയെ അറിയിക്കാനും പരിഹാരം തേടാനുമാണ് ഇത്രയും കാലം ഞാൻ അങ്ങയെ അന്വേഷിച്ചു നടന്നത്. ഭൂമിയിൽ എല്ലാവർക്കുമായി സ്വർഗ്ഗം പണിയാൻ കഴിയാത്തത് അങ്ങനെ ഒരു സ്വർഗ്ഗത്തിൽ കഴിയാൻ അർഹരല്ലാത്തവരും ഇവിടെ ധാരാളമായി ഉള്ളതിനാലാണെന്ന് അങ്ങേയ്ക്കറിയാമല്ലോ. ഇവരെ എങ്ങനെ തിരിച്ചറിയാം എന്നാണ് എനിക്കു മനസ്സിലാകാത്തത്. തിരിച്ചറിഞ്ഞാലല്ലേ കൊന്നോ ജീവനോടെ തന്നെ കുഴിച്ചുമൂടിയോ ഒഴിവാക്കാനാവൂ? ഉദാഹരണത്തിന്, ഒരു ഭാഗത്ത് ഞാൻ നിലയുറപ്പിച്ചുള്ള ഒരു കച്ചവടം നടക്കുന്നു എന്നു കരുതുക. അതിൽ എനിക്ക് വിലപേശാനുള്ളത് ആരുമായിട്ടുമാകട്ടെ, അയാളെ എനിക്കു പല രീതിയിലും കബളിപ്പിക്കേണ്ടതുണ്ട്. എന്റെ ബുദ്ധിയുപയോഗിച്ചാണ് അതു ചെയ്യുന്നത്. അതൊരു രസവുമാണ്. പക്ഷേ, അയാൾ നഷ്ടം വന്ന് സ്വന്തമൊരു സ്വർഗ്ഗം പണിയാൻ കഴിയാത്തവനാകുന്നത് ഞാൻ കാരണമാണെന്നിരിക്കെ, അയാൾ സ്വർഗ്ഗത്തിന് അർഹനോ അനർഹനോ എന്ന് എനിക്കു തീർച്ചപ്പെട്ട അറിവു വേണ്ടേ? എങ്ങനെ തിരിച്ചറിയാൻ? തിരിച്ചറിയാതെ ആരെയെങ്കിലും ഞാൻ ഇങ്ങനെ കഷ്ടപ്പെടുത്തിയെങ്കിൽ എന്നെ സദയം വെറുതെ വിടണം. കാരണം, അവരെ തിരിച്ചറിയാൻ ഒരു വഴിയും എനിക്കില്ലായിരുന്നു.''

''ആനക്കാര്യം പറയുന്നതിനിടെ ആനമണ്ടത്തരം എഴുന്നള്ളിക്കരുത്,'' ജഗതി ശ്രീകുമാർ എന്ന ഹാസ്യനടന്റെ ശൈലിയിൽ ആന ചിരിക്കാതെ ചിരിച്ചു: ''ചേനക്കാര്യം പറയുമ്പോൾ ചൊറിയാനും പാടില്ല. ഇതു രണ്ടും സ്വർഗ്ഗവാസം കാംക്ഷിക്കുന്നവർക്ക് നിരക്കുന്നതല്ല.''

ആരു പറയുന്നതും ഇന്നോളം ചെവിക്കൊള്ളാത്തവനാണ് താനെന്ന ധൈര്യത്തോടെ അയാൾ തന്റെ പ്രാർത്ഥനയുമായി മുന്നോട്ടു പോയി, ''ഞാൻ എന്റെ സ്വർഗ്ഗം മിക്കവാറും പണിതു കഴിഞ്ഞു. അതു ശരിയായ സ്വർഗ്ഗമാകണമെങ്കിൽ അതുപോലെ മറ്റൊരു സ്വർഗ്ഗവും ഭൂമിയിൽ ഉണ്ടാകരുത്. സ്വർഗ്ഗത്തിൽ ഇരിക്കുന്ന അങ്ങേയ്ക്കറിയാമല്ലോ അങ്ങയുടെ സ്വർഗ്ഗത്തിൽ വേറെ ഒരു സ്വർഗ്ഗവും ഇല്ലെന്ന്. ഇവിടെയും അതുപോലാകയും ഞാൻ അധിപതിയാകയും വേണം എന്നാണ് ഇപ്പോൾ എന്റെ ആവശ്യം. എന്നാലോ, ഈ ഭൂമിയിൽ ആരും അവരവർക്കുള്ള ഒരു സ്വർഗ്ഗത്തുണ്ടും കൈവിടാൻ ഭാവമില്ല. പിടിച്ചുവാങ്ങിയാലേ നടക്കൂ. ബലപ്രയോഗം അനുപേക്ഷണീയമായിത്തീരുന്നു. തവളയെ വിഴുങ്ങുന്ന, ചെറിയ പാമ്പിനെ വിഴുങ്ങുന്ന, വലിയ പാമ്പിനെ റാഞ്ചുന്ന, ഗരുഡനെ വെടിവെക്കുന്ന എന്നെ സൃഷ്ടിച്ച രസികനാണല്ലോ അങ്ങ്. കുഴപ്പം അതല്ല. അങ്ങനെ ഓരോ കീഴടക്കൽ നടത്തുമ്പോഴും എന്റെ ഉള്ളിൽ വെളുത്ത ഒരു പക്ഷി

ദീനദീനം കരയുന്നു. ഇതൊരു വലിയ ഗതികേടുതന്നെ. ഒന്നുകിൽ അങ്ങയുടെ സ്വർഗ്ഗത്തിലേക്ക് എന്നെ കടത്തിവിടുക. അല്ലെങ്കിൽ ഈ പക്ഷിയെ എന്റെ അകത്തെ കൂട്ടിൽനിന്നു തുറന്നുവിടാൻ എന്നെ അനുവദിക്കുക. പരമകാരുണികനായ അങ്ങ് രണ്ടാലൊന്നു ചെയ്ത് എന്നെ അനുഗ്രഹിക്കണം.

''തേവരാനയെക്കൊണ്ട് കാട്ടിലെ എല്ലാ മരങ്ങളും പിടിപ്പിച്ചു കഴിഞ്ഞ് ഇപ്പോൾ ഈ ചന്ദനമരം അതിന്റെ മുരടിൽനിന്നു നീക്കാനും അതേ ആനസ്സഹായം തന്നെ വേണമെന്നായിരിക്കും? വിരലോളം പോന്ന ഒരു കാരവടിയെ ഭയന്നോ ഒരു ഉരുള ചോറു കൊതിച്ചോ അതും ഞാൻ ചെയ്യുമെന്നാണോ വിചാരം?'' ആന പാറകൾ കുലുങ്ങിയടരുമാറ് ചിരിച്ചു. ഭൂകമ്പമായാണ് അത് അനുഭവപ്പെട്ടത്.

കരപ്രമാണി, പണ്ടു കാളിത്തറയിലെ ഉഗ്രൻ വെളിച്ചപ്പാടിനോടെന്നപോലെ ഭവ്യതയോടെ ഉണർത്തിച്ചു: ''അരുത്. അടങ്ങൂ. ഏതു ചോരയും തരാം.''

''കായ്കനികളും ഇലയും തിന്നുന്നവന് പ്രിയപ്പെട്ട ആഹാരമായി നൽകാനെന്ന വ്യാജേന മാംസവും ചോരയും സ്വരൂപിച്ച് സ്വന്തം വയറ്റിലാക്കിയ കൂട്ടരുടെ യാഗശാലച്ചതികൾ നിങ്ങൾ ഇനിയും എനിക്കു വാരിക്കുഴികളാക്കുന്നോ?'' ആന ഒരു തുമ്പി മണ്ണ് വാരി കാറിനകത്തേക്കും സ്വന്തം ഉടലിലേക്കും പൂശി ''നിങ്ങൾക്കു സുഖം തരുന്നതിനോട് നിങ്ങൾക്കു തോന്നുന്ന ആഭിമുഖ്യത്തെ സ്നേഹമെന്നു വിളിക്കേണ്ടിവരുന്നെങ്കിൽ അതിനു ഞാനെന്തു ചെയ്യാൻ?''

''ലോകത്തുള്ള എല്ലാ സുന്ദരിമാരെയും ഞാൻ സ്നേഹിക്കുന്നു എന്നതു നേരാണ്,'' അയാൾ സമ്മതിച്ചു. തുറന്നുതന്നെ പറയുകയും ചെയ്തു: ''അവരെല്ലാരും എന്റെ സ്വർഗ്ഗത്തിലായിരിക്കണം എന്ന് എനിക്കു ശാഠ്യമുണ്ട്. എന്റെ എല്ലാ ഇംഗിതങ്ങൾക്കും സർവതരത്തിലും വഴങ്ങുന്നവരുമാകണം. ഒരു കുഴപ്പമുള്ളത് എന്റെ ധാരണകൾ നിമിഷംപ്രതി മാറുന്നു എന്നതാണ്. ഇന്നലെവരെ സുന്ദരി എന്നു തോന്നിയവളും സുന്ദരമെന്നു കരുതിയതും ഇന്നു ശോഭമങ്ങി വിരൂപവും അരോചകവുമായി കാണപ്പെടുന്നു. ഇന്നലെവരെ സുഖകരമെന്നു തോന്നിയ ലീല ഇന്ന് വിരസവും വ്യർത്ഥവുമായി അനുഭവപ്പെടുന്നു. അതായത്, ആൾപ്പെരുപ്പംകൊണ്ടോ സമൃദ്ധികൊണ്ടോ ഞാൻ ഉദ്ദേശിക്കുന്ന സൗന്ദര്യത്തികവുണ്ടാക്കാൻ സാധിക്കുന്നില്ല. ഇതിനെന്തു പോംവഴി? എന്തെങ്കിലുമൊരു വഴി ഉപദേശിക്കൂ. പ്ലീസ്.''

വഴിയിലെ ഉയർന്ന വൃക്ഷത്തിന്റെ ഒരു കമ്പൊടിച്ച് ഇലയും ചില്ലയുമുരിഞ്ഞ് പണ്ട് സ്കൂളിൽ സാറ് ഉണ്ടാക്കിയിരുന്നപോലെ

ആന ഒരു വടിയുണ്ടാക്കി അതു തുമ്പിക്കൈയിൽ ഉയർത്തിപ്പിടിച്ചു വിറപ്പിച്ചു: ''സൗന്ദര്യം ഭോഗത്തിനുള്ളതല്ല.''

അച്ഛന്റെ മടിയിൽ ഇരിക്കുമ്പോൾ സാറ് അടിക്കില്ല. കാറിനകത്തിരിക്കുമ്പോൾ ആനയ്ക്കും അടിക്കാൻ കഴിയില്ലെന്നതൊരു ആശ്വാസമായി: ''കൺനിറയെ കാണാൻ മാത്രമാണെന്നാണോ?''

''അല്ലെന്നു തോന്നിപ്പോയാൽ നീയും നിന്റെ മാനസപുത്രിയിൽ ഉത്പാദനം നടത്തി സ്വന്തം പ്രപഞ്ചമുണ്ടാക്കി ബ്രഹ്മദേവനെപ്പോലെ കുടുങ്ങിപ്പോകും, വത്സാ.''

ആന കളകളയെന്നു സുദീർഘം മൂത്രമൊഴിച്ചു സ്വതന്ത്രനായി ആശ്വാസത്തോടെ ഉടൽ കുടഞ്ഞു.

ഒടിഞ്ഞ കൈയും വാരിയെല്ലുകളും വേദനയുടെ കൂരമ്പുകൾ തൊടുത്തു തുടങ്ങിയതു വകവെക്കാതെ അയാൾ ചിരിച്ചുപോയി.

''അക്കാലത്ത് പറ്റിയ അബദ്ധത്തിനു പ്രതിവിധിയായി പിന്നീടദ്ദേഹം നിരോധനോപാധികൾകൂടി സൃഷ്ടിച്ചുവല്ലോ.''

''തിന്ന അപ്പം പോക്കറ്റിൽ ഉണ്ടാകുകയും പിന്നെയും വേണമെന്നു ശഠിക്കുന്ന നിന്നെയൊക്കെ എങ്ങനെ വെച്ചുപുലർത്താമെന്ന് എനിക്കറിയില്ല.''

ആന പിന്നെയും ചിരിച്ചു.

സങ്കടങ്ങൾക്ക് അറുതി വരുത്താനുള്ള ആത്മാർത്ഥ പ്രാർത്ഥനയ്ക്ക് ഇനിയും സമയമായില്ല എന്ന തോന്നൽ പതുക്കെ അയാളിൽ ഉയിർത്തു. തൽക്കാലത്തെ വലിയ സങ്കടത്തിനെങ്കിലും പരിഹാരമുണ്ടാക്കാമെന്ന മോഹത്തോടെ ചോദിച്ചു: ''എന്തിനെന്നെ ഈ കാട്ടുമുക്കിലിട്ടു കുത്തി കൊല്ലാറാക്കി? അതെങ്കിലും പറഞ്ഞുതുലയ്ക്കാൻ ദയവുണ്ടാകുമോ?''

''എനിക്കെങ്ങനെ അറിയാം? എന്റെ മുന്നിൽ നീ വന്നുപെട്ടു. നൂറു കുതിരശ്ശക്തിയുമായുള്ള നിന്റെ വരവു കണ്ടപ്പോൾ ഒരു ആനശ്ശക്തി തിരികെ പ്രയോഗിക്കാൻ തോന്നി. അത്രതന്നെ. എന്താ, ഒരു റൗണ്ടു കൂടി നോക്കണോ?''

''അപ്പോൾ നീ ദൈവമല്ലേ?''

''ആണെന്ന് ആരു പറഞ്ഞു? അല്ലെന്ന് ആരു പറഞ്ഞു?''

''ദയവായി എന്റെ വഴിയിൽ നിന്നൊന്നു മാറിത്തരാമോ?''

''എന്നിട്ടു നീ എങ്ങനെ രക്ഷപ്പെടാൻ?''

''എന്റെ മുന്നിലെ ഏറ്റവും വലിയ പ്രതിസന്ധി ഇപ്പോൾ നീയാണ്. ഒന്നു മാറിത്തരാമെങ്കിൽ എന്റെ സ്വർഗ്ഗം മുഴുക്കെ നിനക്കു തരാം.''

"ഫൂ..." ആന പുച്ഛിച്ചു: "ഒരു പഴുത്ത കാട്ടുചക്ക തരാമെന്നു പറയാൻ നിനക്കു തോന്നിയില്ല."

"ശരിയാണ്. എന്റെ കൈയിൽ നിനക്കാവശ്യമുള്ള യാതൊന്നും ഇല്ല."

"അങ്ങനെ വഴിക്കു വാ," ആന പിന്നെയും ചിരിച്ചു. "രക്ഷപ്പെടണ മെങ്കിൽ ആ കോഴിക്കൂട്ടിൽനിന്ന് ഇങ്ങ് ഇറങ്ങി വാ മോനേ ദിനേശാ!"

"ഇതിന്റെ വാതിലുകളെല്ലാം ജാമായിരിക്കെ ഞാനെങ്ങനെ ഇറങ്ങി വരും?"

"അത്രയേ ഉള്ളോ?" ആന കാറിന്റെ ദേഹം തന്റെ തുമ്പിക്കൈ യാൽ ചുറ്റി കാറ് മൊത്തമായി പൊക്കി നന്നായൊന്നു കുലുക്കി. എല്ലാ വാതിലുകളും തുറന്നു. അയാൾ തകരപ്പാട്ടയിൽ കിടന്ന് എല്ലൊടിഞ്ഞ എലി എന്നപോലെ പുറത്തു വീണു. പിന്നാലെ, ഡിക്കിയിൽ സൂക്ഷിച്ച കള്ളക്കടത്തുവസ്തുക്കളും റോഡിൽ ചിതറി ത്തെറിച്ചു. ഒന്നുകൂടി അമർത്തി കുടഞ്ഞപ്പോൾ കാറിന്റെ ചക്രങ്ങളും തണ്ടും കോലും അടർന്ന് ഉതിർന്നു. അതിൽ ചിലത് അയാളുടെ ദേഹത്തും വീണു. അങ്ങനെയും കുറെ എല്ലുകൾ നുറുങ്ങി.

"മതി." അയാൾ അപേക്ഷിച്ചു.

"ഇതുകൊണ്ടായില്ലല്ലോ," ആന കാറിന്റെ അടിപ്പലക മാത്രം അപ്പോഴും തുമ്പിക്കൈയിൽ ഉണ്ടായിരുന്നത് താഴെ ഇട്ടു. തുമ്പിക്കൈ ഒന്നു കുടഞ്ഞു: "നിനക്കു നാട്ടിലെത്തണ്ടേ?"

"നിന്റെ പുറത്തു കയറ്റി കൊണ്ടുപോകാമോ? അതൊരു നല്ല ആശയമാണ്. അങ്ങെത്തിയാൽ കൊട്ടത്തേങ്ങയും പനഞ്ചക്കരയും മതിയാവോളം തരാം."

"ആ അതിമോഹം വേണ്ട. എന്നിട്ടു ദൈവം എന്ന പേരിൽ ഒരു ലോഹത്തുണ്ട് പുറത്തു കയറ്റി എന്നെ ശിക്ഷിക്കാനല്ലേ? മേളകളിൽ നിനക്കു ഡോളർ തരുന്ന ടൂറിസ്റ്റുകളെയും എന്റെ പുറത്തുകയറ്റി ഇരുത്താമെന്നായിരിക്കും പ്ലാൻ. അതൊക്കെ മനസ്സിലിരിക്കട്ടെ."

വേദന കഠിനമായിത്തുടങ്ങി. ആശയറ്റ് അയാൾ കരഞ്ഞു: "എല്ലാ വേണ്ടാതീനങ്ങളും ഉപേക്ഷിച്ച് ഞാൻ പോയി സന്ന്യസിച്ചോളാം. എന്നെ മനുഷ്യർക്കിടയിൽ ഒന്നെത്തിച്ചു താ."

"സന്ന്യസിക്കാൻ മനുഷ്യർക്കിടയിൽ പോകണോ? ഈ കാടല്ലേ നല്ലത്? അഥവാ, സന്ന്യസിച്ച് മഠമുണ്ടാക്കി സ്വന്തമായി ഒരു സ്വർഗ്ഗം പണിയാമെന്നാണോ?"

"ഒന്നും വേണ്ട. കണ്ണടയും മുമ്പ് അച്ഛനെയും അമ്മയെയും ഒന്നു കാണാൻ കഴിഞ്ഞാൽ മതി."

''അതു വളരെ എളുപ്പമാണ്,'' ആന ഉറക്കെത്തന്നെ ചിരിച്ചു: ''ഇതാ കണ്ടുകൊള്ളുക, ആന അയാളെ ചുറ്റിപ്പിടിച്ചെടുത്തു പൊക്കി. തന്റെ കഥ കഴിഞ്ഞു എന്ന് അയാൾക്ക് തീർച്ചയായി. നിലത്തിട്ടൊരു കുത്തോ ചവിട്ടോ ആയിരിക്കാം അടുത്തത്. അപ്പോഴാദ്യമായി അയാൾ ദൈവത്തെ ഉള്ളറിഞ്ഞു വിളിച്ചു: ''ഈശ്വരാ രക്ഷിക്കണേ.''

''പേടിക്കണ്ട മകനേ...'' എന്നൊരു അശരീരി അയാൾ കേട്ടു. അത് ഈ മുഷ്കനായ ആനയുടെ സ്വരമായിരുന്നില്ല. ആകാശം തന്നെയായ മറ്റൊരാനയുടെ മുഴങ്ങുന്ന ശബ്ദമായിരുന്നു.

കൺമുന്നിലെ മുഷ്കനായ ആന പക്ഷേ, ഇതിനിടെ അയാളെ തൂക്കി ഉണക്കച്ചുള്ളി കണക്കെ കൊക്കയിലേക്കെറിഞ്ഞു.

ആദ്യമൊന്നു പൊങ്ങിയ അയാൾ പിന്നെ അഗാധതയിലേക്ക് വീണുതുടങ്ങി. ഒരു ബഹിരാകാശയാത്രക്കാരനാണ് താൻ എന്നാണ് തോന്നിയത്. ശൂന്യാകാശത്തിലൂടെ സുഖകരമായ ഒരു യാത്ര. അതിന്റെ അവസാനത്തിൽ എന്തുണ്ടാകുമെന്ന ആശങ്ക ഒട്ടുമേ അനുഭവപ്പെട്ടില്ല. പേടിക്കണ്ട എന്നു തിരുവചനമുണ്ടായിട്ടുണ്ടല്ലോ. ആ വീഴ്ച അവസാനമില്ലാത്തതാണെന്നു തോന്നി. ഇനി പോകാൻ ആഴം ഒട്ടുമില്ല എന്നു പലവട്ടം തോന്നിയിട്ടും അടിയിലെത്തിയില്ല. വീണുകൊണ്ടേ ഇരുന്നു. പോകുന്തോറും വീഴ്ച കൂടുതൽക്കൂടുതൽ വേഗത്തിലായി, അത്രയ്ക്കത്രയ്ക്ക് സുഖകരവുമായി. ഇങ്ങനെയും ഒരു സുഖമുണ്ടെന്ന് അന്നേവരെ ചിന്തിച്ചിട്ടേ ഇല്ലായിരുന്നു. തിലോത്തമയുടെ ആഴങ്ങളിലേക്ക് വീഴുമ്പോൾപോലും ഇത്രയും മനോഹരമായ ഒരു അനുഭൂതി ഉണ്ടായിട്ടില്ല.

മദ്യപിച്ചു കാറോടിച്ച് പാറയിലിടിച്ച് കൊക്കയിലേക്ക് വീണു ചരമമടഞ്ഞ യുവവ്യവസായിയുടെ ചിത്രവും വാർത്തയും പിറ്റേന്നാളത്തെ പത്രങ്ങളിൽ പ്രാധാന്യത്തോടെ വന്നു. അതിലൊന്നും ഒരു കൊമ്പനാനയെക്കുറിച്ചും ഒരു പ്രസ്താവവും ഇല്ലായിരുന്നു.

*****

സ്വപ്നത്തിന്റെ ഭാഗമായിത്തന്നെയാണോ ഫോണടിക്കുന്നത് എന്ന് അയാൾ സംശയിച്ചു. പത്രം താഴെ വെച്ചിട്ടും ഉറച്ച തിരിച്ചറിവായില്ല.

■

കാണാത്ത ഉറുമ്പുകളുടെ കുറുമ്പ്

"ഇതു കണ്ടാൽ ചായപ്പൊടിയല്ലെന്ന് ആരെങ്കിലും പറയുമോ?" പരിഭവിച്ച് ടീച്ചർ ചോദിച്ചു. "അല്ലെങ്കിൽ ഞാൻ കരുതിക്കൂട്ടി ഈ ഉറുമ്പിനെ പിടിച്ച് ചായയിലിട്ടു എന്നാണോ? ഇതു നല്ല തമാശ."

മാഷ് പരിഭവം കണ്ടില്ലെന്നു നടിച്ചു. എന്നിട്ട്, ചായയുടെ മുകളിൽ പാറിക്കിടന്നു തുഴയുന്നതും തുഴച്ചിൽ മരിച്ചവസാനിപ്പിച്ചതുമായ ഉറുമ്പുകളെ കഴിയുന്നത്ര ശ്രദ്ധയോടെ എടുത്തുകളയാൻ പണിപ്പെട്ടു. എളുപ്പമല്ല ഈ പണിയെന്ന് അനുഭവത്തിൽ നിന്നറിയാം. വിരലിന്റെ അറ്റം നനയും മുമ്പാണെങ്കിൽ, ഒരു വിരലിന്റെ തുമ്പിൽ ഒരു ഉറുമ്പെന്ന തോതിൽ നാലഞ്ചെണ്ണത്തെ വലിയ പ്രയാസമില്ലാതെ എടുത്തുമാറ്റാം. ഇതിലേറെയുമുണ്ടെങ്കിലാണ് പ്രശ്നം. പാലിന്റെ പാടയുടെ കൊഴുപ്പിൽ കൂടിക്കുഴഞ്ഞ് ഉറുമ്പുകൾ ആകപ്പാടെ തവളമുടുക്കപ്പെഞ്ഞിപോലെ ഒരു പരുവമാകും. കാണുമ്പോഴേ മനംപുരട്ടുകയും ഓക്കാനം വരികയും ചെയ്യും.

ശരിയാണ്, കരുതിക്കൂട്ടിയല്ല എന്നു നല്ലപോലെ അറിയാം. കണ്ണു കാണാഞ്ഞാണ്. ഉറുമ്പുകളാണെങ്കിൽ ധാരാളം. എവിടെ നോക്കിയാലും ഉറുമ്പുകൾ. തൊടിയിൽ പുളിയുറുമ്പും കടിച്ചാൽ കടയുന്ന, വലിയ തലയുള്ള, ചുവന്ന നെയ്യുറുമ്പും കട്ടുറുമ്പും പിന്നെ ചോണനും. അകത്ത് ശല്യം കുറവായിരുന്നു. തീരെ ഇല്ലായിരുന്നു എന്നുതന്നെ പറയാം.

രണ്ടും ഒരുമിച്ചാണ് വന്നുകൂടിയത്. ടീച്ചർക്കു കണ്ണിനു കാഴ്ചക്കുറവും അടുക്കളയിലെ ഉറുമ്പുകളുടെ വാസവും. അതു പറയാൻ പക്ഷേ, പാടില്ല. ഉള്ളതു പറയാൻ അനുവദിക്കുന്നതിൽ ഒരു തടസ്സവും റിട്ടയർമെന്റുവരെ ഇല്ലായിരുന്നു. ഇപ്പോൾ അതുമായി. ചായയിൽ ഉറുമ്പുണ്ടെന്നു പറയരുത്. കാണാത്ത ഉറുമ്പ് കണ്ണിനു നന്ന് എന്നാണു വാദം. തനിക്കല്ലേ ഇപ്പോൾ കണ്ണിന് അസുഖമുള്ളൂ,

എന്നെങ്ങാൻ ചോദിച്ചുപോയാൽ തീർന്നു. അന്നു മുഴുവൻ പിന്നെ ഇടവപ്പാതി.

രണ്ടു കൂട്ടർക്കും ഒപ്പം കാഴ്ച മങ്ങിയിരുന്നെങ്കിൽ ഈ വക ഏടാകൂടമൊന്നുമില്ലാതെ കഴിഞ്ഞേനേ. കാണാത്ത ഉറുമ്പ് കണ്ണിനു നല്ലതായിരുന്നാലുമില്ലെങ്കിലും കണ്ടില്ലെങ്കിൽ ആ ജീവികൾ ഇല്ല എന്നതിനാൽ അവയെക്കുറിച്ചു ചിന്തിക്കേണ്ടിവരില്ല. കുറച്ച് ഉറുമ്പുകൾ അകത്തായതുകൊണ്ട് ഏതായാലും ആരും മരിക്കാനൊന്നും പോകുന്നില്ല. വലിയ ഉറുമ്പിനെ വറുത്തുതിന്നുന്ന ആളുകൾ ഇക്കാലത്തുപോലുമുണ്ടെന്നു വായിച്ചില്ലെ?

ഒരു അരിപ്പ വെറുതെ ഇരിപ്പുണ്ട്. ധൃതിപിടിച്ച് സ്കൂളിൽ പോകുന്ന കാലത്തുപോലും ചായയെന്നല്ല എന്തും അരിക്കാനും പെറുക്കാനും നേരമുണ്ടായിരുന്നു. ഇപ്പോൾ അലസത. അതു പറയാനുമില്ല നിവൃത്തി.

രണ്ട്

ഇതു കുറെ കൂടുന്നുണ്ട്. മതി. രണ്ടു കൊല്ലമായി ഇല്ലാത്ത വൃത്തിയും വെടിപ്പുമൊക്കെ ഇപ്പോൾ ഈ പ്രായത്തിലാണ്. അതിശയകരമല്ലേ സംഗതി. ഉറുമ്പെന്നല്ല ഈച്ചയെന്നോ തേരട്ടയെന്നു പോലുമോ കണക്കാക്കാതെ എന്തും വാരിവിഴുങ്ങുന്ന ആളാണ്. വന്നുവന്ന്. ചായയിലോ കാപ്പിയിലോ എവിടെയും ഉറുമ്പോ ഈച്ചയോ ഉണ്ടെന്നു തോന്നിയാലല്ലേ അരിപ്പയെടുക്കുകയും അരിക്കുകയും മറ്റും നടക്കൂ? സംശയമേ ഇല്ലെങ്കിൽ എങ്ങനെ അരിപ്പയെടുക്കാൻ.

കണ്ണിന് ഇത്രയും കാഴ്ച കുറഞ്ഞത് ആരറിഞ്ഞു. കുറച്ചു കഴിഞ്ഞാൽ ആളെത്തന്നെ കാണാതെയാവുമോ? കൺമുന്നിൽ സ്ഥിരമായി ഇരുട്ടാകുമോ?

തറവാട്ടിൽ പണ്ട് അങ്ങനെ ഒരു മുത്തശ്ശി ഉണ്ടായിരുന്നതായി കേട്ടിട്ടുണ്ട്. കാണക്കാണേ ഒന്നും കാണാതായി. അത് ആ തള്ളയുടെ വെറും സൂത്രമാണെന്ന പരാതിയുമുണ്ടായിരുന്നു. നടക്കുന്നതെല്ലാം കാണാനും എവിടെയും കടന്നുചെല്ലാൻ സൗകര്യം കിട്ടാനുമുള്ള സൂത്രം പോലും. വിവാഹമോ കുട്ടികളോ ഉണ്ടായില്ല. കുശുമ്പുമുത്തി എന്നായിരുന്നു പേര്.

അതുപോലെയാകുമോ ഈയുള്ളവളുടെ ജന്മവും? ആർക്കും വേണ്ടാതെ കുറെ ദിവസങ്ങൾ എന്തിനിനി എന്ന് ആരറിഞ്ഞു?

മൂപ്പന്റെ സുഖക്കേടെന്താണെന്നറിയാം. സൂചനകൾ പണ്ട് കിട്ടിയിട്ടുള്ളതാണ്. നാടകം കളിച്ചു നടന്നുനടന്ന് അടുത്തു പരിചയിച്ചതല്ലേ? ആ ആളെ അങ്ങനങ്ങു മറക്കാൻ കഴിയുമോ? എങ്കിൽപ്പിന്നെ അതു മതിയായിരുന്നില്ലേ ആവോ! എന്തിനു വെറുതെ മനുഷ്യരെ കഷ്ടപ്പെടുത്താനായിട്ട്.

മൂന്ന്

പറഞ്ഞാൽ ടീച്ചർക്കു മുഷിയും തീർച്ച. നേരമെത്രയായി? സന്ധ്യയാകാറായത് അറിയുന്നില്ല. അല്ല, വെളിച്ചം മങ്ങുന്നതുപോലും കണ്ണുകൾ ശരിയായി അറിയാതെയായോ? ഈ കുന്നിൻപുറത്തു നിന്നു തിരികെ വീട്ടിലെത്താൻ വഴി കുറച്ചേ ഉള്ളൂ. അതും, തനി കുണ്ടനിടവഴി. ഇവിടെ വന്നാലേ മനസ്സിനു സുഖമുള്ളുപോലും. ആർക്കാ വിരോധം? പക്ഷേ, കണ്ണുകാണെപ്പകലെ വരവും പോക്കും കഴിച്ചാൽ എന്താ ചേതം? അറിയാതെയല്ല ഒന്നും ശീമയ്ക്ക് പോയ ഒരാൾ വരാത്ത കുഴപ്പമാണ് ഇതെല്ലാം. ഇരുവരുമായി പണ്ടിവിടെ അസ്തമയം കാണാനിരിക്കുന്നതു പതിവായിരുന്നല്ലോ.

ദോഷം പറയരുതല്ലോ, ചീത്തപ്പേരൊന്നും കേൾപ്പിച്ചില്ല. അതാണല്ലോ ബുദ്ധി. മിണ്ടാപ്പൂച്ചകൾക്കു കലമുടയ്ക്കുകയല്ലേ വേണ്ടൂ. കാണാത്ത ഉറുമ്പുകൊണ്ടു കുഴപ്പമൊന്നുമില്ല എന്ന് അന്നേ കരുതിയോ ആവോ? തീരെ കാണാത്ത ഉറുമ്പും കടിച്ചാൽ കടയും. അതും കണ്ണിലോ മറ്റു മർമ്മസ്ഥാനങ്ങളിലോ ഒക്കെ ആണെങ്കിൽ പറയാനുമില്ല. മനസ്സിൽ കടിക്കുന്ന വക വേറൊരു തരം.

കുറച്ചു കാലം കഴിയുമ്പോൾ ഇതെല്ലാമങ്ങു പോകുമെന്നു കരുതിയത് വെറുതെ. ''ജന്തുവിന്നു തുടരുന്നു വാസനാബന്ധമിടലു വീഴുവോള''മെന്നല്ലെ കവി പറഞ്ഞത്. എങ്ങനെ പിഴയ്ക്കാൻ?

വെളിച്ചം മങ്ങിവരുന്നതും മഞ്ഞുവീഴാൻ തുടങ്ങിയതുപോലുമറിയാതെ ഈ മൊട്ടക്കുന്നിന്റെ പുറത്ത് ഇങ്ങനെ... കൂടെയുള്ള ആൾക്കു മഞ്ഞുകൊണ്ടാൽ മിനിറ്റുവെച്ച് നീർദോഷം വരുമെന്നറിയാമായിരുന്നിട്ടും ഒരു കൂസലുമില്ലാതെ.

അന്നേ ഇതെല്ലാം വേണ്ടെന്നുവെക്കാമായിരുന്നു. കാരണവന്മാരോട് എതിർത്തു പറയാൻ ശീലിച്ചിട്ടില്ലാത്തതുകൊണ്ട് ഇങ്ങനെയൊക്കെ നടന്നു. മധ്യമത്തിൽ ഉത്തമമെന്നാണ് ജാതകപ്പൊരുത്തം പറഞ്ഞത്. അത്രയേ ഉള്ളൂ. അത്രയെങ്കിലുമുണ്ടല്ലോ എന്നു സമാധാനിച്ചു. രണ്ടു കുട്ടികളുണ്ടാവുകയും അവർ നല്ല നിലയിൽ ആവുകയും ചെയ്തു. ആരോടുമില്ല പിണക്കമോ അനാദരവോ ഒന്നും. വല്ലതും വെച്ചുണ്ടാക്കിയാൽ നല്ല രുചിയാണ്. ആഭരണത്തിനോ പണത്തിനോ കൊതിയില്ല. ദുശ്ശാഠ്യങ്ങളില്ല. പക്ഷേ, മനസ്സുകൊണ്ട് ആർക്കും പിടികൊടുക്കില്ല. ഒരിക്കലും ആർക്കും കടംകൊടുക്കുകയോ ആരിൽ നിന്നെങ്കിലും കടം വാങ്ങുകയോ ചെയ്യുന്നതു ശരിയല്ല എന്നാണുറപ്പ്. ആ ഉറപ്പിലെ നില്പ്, എങ്കിൽ ശീമയ്ക്കങ്ങു പോകരുതായിരുന്നോ എന്നു ചോദിക്കാൻ തോന്നിക്കായ്കയില്ല. പക്ഷേ, ഇന്നുവരെ അത്തരം കാര്യങ്ങളെക്കുറിച്ച് ഒരു വാക്കും

ഒരിക്കലും പറയുകയുണ്ടായില്ല. അങ്ങോട്ടു വല്ലതും ചോദിച്ചാൽ തിരികെ ചിലതു ചോദിച്ചാലോ എന്നു ശങ്കയില്ലാതിരുന്നുമില്ല.

ഒരു ബന്ധവുമുണ്ടായിട്ടില്ല. എങ്കിലും ഒരുമിച്ചു നാടകം കളിച്ചതു നേരാണ്. പെണ്ണിന്റെ വേഷം കെട്ടാൻ പെണ്ണില്ലാതിരുന്ന കാലത്ത് അതു ഞാനാകാം എന്നുപറഞ്ഞ് മുന്നോട്ടുവന്ന തന്റേടക്കാരിയായിരുന്നു കക്ഷി. ജീവിതത്തിലുമാകാമല്ലോ ഒരരങ്ങ് എന്ന തോന്നൽ ഇല്ലായിരുന്നു എന്നു പറയാനാവില്ല. അവർക്കുമതുണ്ടായിരുന്നോ എന്നറിയില്ല. ചോദിച്ചില്ല. ഇടയിൽ ഇങ്ങനെ ഒരു ബന്ധനത്തെക്കുറിച്ചു കാരണവന്മാർ തീരുമാനിച്ചപ്പോൾ ആശ്വാസവും നഷ്ടവും ഒരുമിച്ചു തോന്നി. നാടകം മാറിപ്പോയല്ലോ എന്ന നഷ്ടം. ഡയലോഗ് ഒന്നും പറയാതെ വിവാഹമെന്ന നൂലാമാല കടന്നുകിട്ടി എന്ന ആശ്വാസം. പുതിയ നാടകം. പക്ഷേ, പുതുപുത്തൻ അങ്കങ്ങളിലൂടെ ഇന്നും തുടരുന്നു.

നാല്

മടിച്ചു വന്ന കാറ്റ് തെങ്ങിന്റെ നന്നേ വാടിയ പട്ടകളുടെ തുന്നങ്ങളിൽ വിരൽത്തുമ്പുകൊണ്ട് വിരൽത്തുമ്പിലെന്നപോലെ ഇരടി നോക്കി തീരുമാനമാകാതെ മടിച്ചു. ഇരുട്ടിനു പക്ഷേ, അടയിരിക്കാൻ പുറപ്പെടുന്നതിലോ പുറപ്പെട്ടാൽപ്പിന്നെ അതു നടപ്പാക്കുന്നതിലോ ഒരു ദാക്ഷിണ്യവുമില്ല എന്നും ടീച്ചർ എന്നുമെന്നപോലെ അന്നും ഓർത്തു. വെളിച്ചത്തിനും കാറ്റിനും നാണം. ഇരുട്ടിനും വിങ്ങലിനും കൂസലില്ലായ്മ.

ആകാശത്തിന്റെ ഒരു പകുതിയിൽ മാത്രം വെളിച്ചമുള്ള സന്ധ്യകൾ ടീച്ചർക്ക് ഇഷ്ടമാണ്. വെളിച്ചം പടിഞ്ഞാറുമാറി ഒളിക്കുന്ന പോലെ. എവിടെയെല്ലാം എത്രയെത്ര ലോകങ്ങൾ എന്നോർത്തു നെടുവീർപ്പിടുകയും ചെയ്യും.

വീടുവിട്ട് ഒരിടത്തു പോകുന്നതും മാഷ്ക്ക് ഇഷ്ടമല്ല. എല്ലാടവുമൊരുപോലെ എന്നാണ് മാഷ്ടെ പല്ലവി. അതെങ്ങനെയാണാവോ എല്ലാടവും ഒരുപോലെയാകുന്നത്? ഒരേ വീട്ടിലെ രണ്ടു മുറികൾ പോലുമില്ല. ഒരുപോലെ. രണ്ടു കസേര ഒരേപോലെ ഉണ്ടാക്കാൻ എത്ര മിടുക്കനായ ആശാരിക്കും പറ്റില്ല. രണ്ടു സ്ഥലങ്ങളുടെയോ രണ്ടു മനുഷ്യരുടെയോ കാര്യം പറയാനുമില്ല.

ചെയ്യാൻ ജോലിയൊന്നുമില്ലാത്തതാണ് പന്തികേട്. ഇരുവർക്കുമില്ലെന്നാണ് മാഷ് പറയുക. അത് ശരിയല്ല. ഒരാൾക്ക് അടുക്കളയിൽ പിടിപ്പതു പണിയുണ്ട്. മാഷക്കാണ് പണി കഷ്ടി. ചെയ്യാൻ മാഷ് പണി കണ്ടുപിടിക്കുന്നത് ഒരു വല്ലാത്ത രീതിയിലുമാണ്. ഓരോന്നും

തൊട്ടും പിടിച്ചും നോക്കി പന്തികേടു കണ്ടെത്തും. പിന്നെ അതെച്ചൊല്ലി പൊല്ലാപ്പായി.

മറുത്തൊന്നും പറയാൻ പാടില്ല. എന്നാലോ, കുറെ കേൾക്കുമ്പോൾ ആർക്കായാലും എന്തെങ്കിലുമൊക്കെ പറയാൻ തോന്നിപ്പോവില്ലേ? പിന്നെ അതു മതി. അന്നേക്ക് വക.

വേണുവോ വേണിയോ സ്ഥലത്തുണ്ടെങ്കിൽ കുഴപ്പമൊന്നുമില്ല. ആളേ മാറിയ മട്ടാണ്. കളി, ചിരി, ബഹളം. കൂട്ടിനു കൊച്ചുകുട്ടികൾ മതി. അവർക്കാണെങ്കിൽ ഇവിടെ സ്ഥിരമായി വന്നുനിൽക്കാൻ പറ്റുമോ? അവരുടെ കൂടെ ചെന്നു താമസിക്കാൻ മാഷ്ക്ക് ഇഷ്ടവുമില്ല. ഇതൊക്കെ നാനാവിധമായിപ്പോവുമെന്നാണ് പല്ലവി. അതല്ലല്ലോ പ്രധാനമെന്നുവരെ കുട്ടികൾ പറഞ്ഞുനോക്കിയതല്ലേ?

അന്നൊരു ചെറിയ അബദ്ധവും പറ്റി. എന്തായാലും പട്ടണത്തിലേക്കു മാറാൻ മാഷ് തയ്യാറില്ലെന്നു വന്നപ്പോൾ ഒന്നുമോർക്കാത പറഞ്ഞുപോയി, ഇവിടെയല്ലേ നാടകമൊക്കെ കളിച്ചുനടന്നത് എന്ന്. എന്തു നാടകമെന്നായി കുട്ടികൾ. അവർക്കറിയാമോ അതു വല്ലതും. മാഷ്ടെ മുഖം വല്ലാതായി. താൻ ഒരുവിധത്തിൽ ഉരുണ്ടുകളിച്ചു രക്ഷപ്പെട്ടു എന്നു പറയാം. ഞങ്ങളുടെ കുട്ടിക്കാലമൊക്കെ ഇവിടെയല്ലായിരുന്നോ എന്നൊരു ചോദ്യത്തിലൂടെ മക്കളെയും പേരക്കിടാങ്ങളെയും തൃപ്തരാക്കി.

മൂന്നു ദിവസത്തേക്ക് പിന്നെ മാഷ് മിണ്ടിയിട്ടില്ല. ഒന്നുമുദ്ദേശിച്ചു പറഞ്ഞതല്ലെന്ന് പലതവണ പറഞ്ഞിട്ടും മുഖത്ത് അമ്മിക്കല്ലുതന്നെ. വയസ്സായി ആർക്കും വേണ്ടാതായപ്പോൾ താൻ പണ്ടേതന്നെ സ്നേഹമില്ലാത്തവനാണെന്ന് കുട്ടികളെക്കൂടി ധരിപ്പിക്കാൻ അല്ലേ അങ്ങനെ പറഞ്ഞത് എന്നായി ആരോപണം.

നന്നായി കഥ! എനിക്കു വേറെ ആരുണ്ട്? ഞാൻ അങ്ങനെ ഉദ്ദേശിക്കുമോ, എത്രയായാലും കുട്ടികളുടെ അച്ഛൻ കഴിഞ്ഞല്ലേ കുട്ടികൾ? അവർക്കും അവരുടെ സ്വന്തമായി കൂടെ കിട്ടിയ ആളുകളെ കഴിഞ്ഞല്ലേ അച്ഛനുമമ്മയുമൊക്കെ, അതാണ് ലോകസ്വഭാവമെന്ന് ആർക്കാണറിയാത്തത്?

അഞ്ച്

പണ്ട് ശീമയ്ക്ക് പോകാൻ ഒരുങ്ങിയ ആളല്ലേ എന്ന് ടീച്ചറെപ്പറ്റി കുട്ടികളുടെ മുന്നിൽ വെച്ചു പറയേണ്ടിയിരുന്നില്ലെന്നു മാഷും സങ്കടപ്പെട്ടു. പട്ടണത്തിലേക്കു പോകാനുള്ള സന്നദ്ധത കണ്ടു സഹിക്കവയ്യാഞ്ഞു പറഞ്ഞുപോയതാണ്.

ഇപ്പോഴത്തെ കുട്ടികളോ. ഒരു തരി കിട്ടിയാൽ അതിൽ പിടിച്ചു തൂങ്ങും. എന്നിട്ടെന്തേ പോയില്ല എന്നായി. കടൽ കടന്നാൽ ഭ്രഷ്ടാവുന്ന

കാലമായിരുന്നു എന്നു താൻതന്നെ നിൽക്കക്കള്ളി മെനയേണ്ടിവന്നു. ഏതായാലും ഈ ശീമയും നാടകവും മക്കളുടെ മനസ്സിൽ കയറിക്കൂടിയിരുന്നു. കഥയറിയാതെയാണെങ്കിലും അവർ ഈ പദങ്ങൾ ഇടയ്ക്കൊന്നു ചൊല്ലിയാടി നോക്കാൻ തുടങ്ങിയിട്ടുണ്ട്. സൂക്ഷിക്കണം.

അത്രയുമെത്തിയപ്പോൾ മാഷ്ക്ക് ചിരിവന്നു. നേരം അസ്തമിക്കാറായി. ഇനിയാണോ സൗന്ദര്യപ്പിണക്കം.

ശീമക്കാര്യവും നാടകക്കാര്യവും തുറന്നുതന്നെ ഒന്നു ചർച്ച ചെയ്താലെന്താണ്? ആരെങ്കിലുമൊരാൾ പെട്ടെന്നങ്ങ് പോയാൽപ്പിന്നെ ഇങ്ങനെ ഒരു ചർച്ച പറ്റില്ലല്ലോ. എന്തോ ഒന്നുപറയാൻ ബാക്കി നിൽക്കുന്ന രീതിയിൽ വേണ്ടിവരും യാത്രാമൊഴി. ടീച്ചർക്കിപ്പോഴും ശീമയിൽ പോകാത്തതിൽ കുണ്ഠിതമുണ്ടോ എന്നു ചോദിച്ചാലെന്താ? മാഷ്ക്കിന്നുമുണ്ടോ നാടകക്കളിക്ക് നിൽക്കാത്തതിൽ കുണ്ഠിതമെന്നു തിരികെ ചോദിക്കുമായിരിക്കാം. അത്രയല്ലേയുള്ളൂ?

എന്തു മറുപടി പറയാം എന്നാണ് തോന്നിയതെന്നാലും പറയാവുന്ന മറുപടികൾ രൂപപ്പെടുത്താൻ ശ്രമിച്ചപ്പോൾ വിഷമമായി. കുണ്ഠിതമില്ല എന്നു പറയാൻ വയ്യ. കാരണം, അത് അസത്യമായിരിക്കും. അല്പം കുണ്ഠിതമുണ്ട്. ജീവിതകാലം മുഴുക്കെ ഒരുമിച്ചു കഴിയുകയും തന്റെ രണ്ടു സന്താനങ്ങളെ പ്രസവിച്ചു വളർത്തുകയും ചെയ്ത ആളോട് ഈ അവസാനഘട്ടത്തിൽ നുണ പറയാൻ പാടില്ല. പക്ഷേ, കുണ്ഠിതമുണ്ട് എന്നു നേരു പറയാനും പറ്റില്ല. പശു ചത്ത് കാലമിത്രയായിട്ടും മോരിലെ പുളി ബാക്കി എന്നു വരുന്നത് ടീച്ചർക്കെങ്ങനെ സഹിക്കും? ചോദ്യം ആദ്യം ഇങ്ങോട്ടാണ് വരുന്നതെങ്കിൽ മറുചോദ്യംകൊണ്ടു നേരിടാം. ആദ്യമേ അങ്ങോട്ടു കയറി ചോദിച്ചാൽ ഉത്തരം മറുചോദ്യമായിരിക്കും. കുടുങ്ങും. വേണ്ട. ഉറങ്ങുന്ന ഉറുമ്പുകൾ ഉറങ്ങട്ടെ.

ആറ്

നിശ്ശബ്ദരായാണ് ഇരുവരും കുന്നിൻചെരുവിൽനിന്നു മടങ്ങിയത്. ഇടവഴിയിൽ നല്ല ഇരുട്ടായി. ഇത്ര വൈകേണ്ടിയിരുന്നില്ല എന്ന തോന്നൽ ടീച്ചർക്കുമുണ്ടായി. അവരത് പക്ഷേ, പ്രകടിപ്പിച്ചില്ല. തക്കനേരത്ത് മടക്കയാത്രയ്ക്കു മുൻകൈയെടുക്കാൻ മാഷും ഓർത്തില്ലല്ലോ. ഇനി പറഞ്ഞിട്ടെന്തു കാര്യം?

തപ്പിത്തടഞ്ഞു വീടെത്തുമ്പോൾ മുറ്റത്തു കാർ കിടക്കുന്നു. വേണു വന്നതാണ്. അകത്തുനിന്നു കുട്ടികളുടെ കലമ്പൽ കേൾക്കുന്നുണ്ട്. ഉറപ്പായി, എല്ലാരുമുണ്ട്. പൂമുഖത്തേക്കു വരുന്ന വേണുവിന്റെ കൂടെ മറ്റൊരു ചെറുപ്പക്കാരനുമുണ്ട്, അപരിചിതൻ.

അങ്ങനെ പതിവില്ല. അച്ഛനെയും അമ്മയെയും വിരുന്നുകാർക്ക് ഊട്ടൊരുക്കാൻ വിഷമിപ്പിക്കുകയെന്നത് ഉണ്ടായിട്ടേ ഇല്ല എന്നു പറയാം. അപ്പോൾ, എന്തോ കാര്യമുണ്ട് എന്നു മാഷ് കണക്കാക്കി. ടീച്ചറാണെങ്കിലോ അടുക്കളയിലെ കാര്യം മാത്രമാണ് ചിന്തിച്ചത്.

വിനയനെ വേണു ഇരുവർക്കും പരിചയപ്പെടുത്തി. ആശുപത്രിയിൽ പുതുതായി വന്ന ഹൃദ്രോഗവിദഗ്ദ്ധൻ. അമ്മയുമച്ഛനെയുമൊന്നു പരിശോധിപ്പിക്കാമെന്നു തോന്നി. വിനയൻ അമ്മയുടെ ഒരു ബന്ധുവിന്റെ മകനാണെന്നും അമ്മയെ കാണണമെന്നും ആവശ്യപ്പെട്ടു.

പറഞ്ഞുവന്നപ്പോൾ ആ ബന്ധു മറ്റാരുമല്ല. പണ്ടു ശീമയ്ക്കു പോയ കക്ഷിതന്നെ. ടീച്ചർ വിനയനെ അടിമുടി ശ്രദ്ധിച്ചുനോക്കുന്നത് മാഷ് ഇടതടവില്ലാതെ നിരീക്ഷിച്ച് ഊറിച്ചിരിച്ചു. മാഷാണ് ചോദിച്ചത്, വിനയന്റെ അച്ഛനുമമ്മയുമൊക്കെ? താൻ കല്യാണം കഴിച്ചിട്ടില്ല. അമ്മയും അച്ഛനും രണ്ടു കൊല്ലം മുമ്പ് മരിച്ചു എന്നു വിനയൻ പറയുമ്പോൾ വേണു അമ്മയെ ശ്രദ്ധിക്കുകയാണെന്ന് മാഷ് കണ്ടുപിടിച്ചു. ഹമ്പട കള്ളാ എന്നു മനസ്സിൽ കുറിക്കുകയും ചെയ്തു.

വലിയ ഒരു ഭാരമിറങ്ങിയ ആശ്വാസമാണ് മാഷ്ക്കുണ്ടായത്. അത്ര വലിയ ആശ്വാസത്തിന് എന്തു കാരണമെന്നു ചിന്തിക്കാൻ അപ്പോൾ തോന്നിയില്ലെന്നാലും കുറച്ചിട കഴിഞ്ഞപ്പോൾ ചിന്തിക്കാതിരുന്നില്ല. അത്രയും നേരം വേറെ ആരുമാരും ഒന്നും മിണ്ടാതെ നിന്നതിനാലാണ് ഈ ചിന്ത വേണ്ടിവന്നതെന്നും തോന്നി.

ടീച്ചർ വിനയനോട് ഒന്നും ചോദിച്ചില്ല. സ്വയമേവ വിനയൻ കൂടുതലൊന്നും പറഞ്ഞുമില്ല. എന്തു പറയാനാണ്? അങ്ങനെ ഇരിക്കെയാണ് വേണുവിന്റെ ചിരി ഒരല്പം കൂടി വിടർന്നതും വിനയന്റെ അച്ഛൻ ആൽബത്തിൽ ഈ അമ്മയുടെ ചിത്രം സൂക്ഷിച്ചിരുന്നതായിട്ട് വേണു പറഞ്ഞതും. കല്യാണം കഴിച്ചത് ഒരു വെള്ളക്കാരിയെ. അവരും ജീവിച്ചിരിപ്പില്ല.

നെടുവീർപ്പുകൾ കഴിഞ്ഞ് അതിഥിസൽക്കാരത്തിന്റെയും വൃദ്ധജനങ്ങളുടെ പരിശോധനയുടെയും ബഹളമായി. മറ്റു കാറ്റുകൾ വേറെ വഴിക്കു പോയി എന്നു പറഞ്ഞപോലെ ഒരു ഇടവേള.

ഏഴ്

മാഷ് വിനയനെ കാര്യമായി നിരീക്ഷിച്ചു. കാണാൻ കഴിയാത്ത ആളുടെ രൂപം കാണുന്നതിന് ഭാഗ്യമുണ്ടായിരിക്കയല്ലേ? ഭൂതകാലത്തു നിന്ന് ഒരാൾ ഉയിർത്തുവന്നപോലെ. ടീച്ചറും വളരെ കാര്യമായാണ് വിനയനെ ശ്രദ്ധിക്കുന്നതെന്നു മനസ്സിലായി. തങ്ങൾ ഇരുവരെയും

വേണു എപ്പോഴും തങ്ങളറിയാതെ നിരീക്ഷിക്കുന്നില്ലേ എന്നൊരു ശങ്കയും മാഷ്ക്കുണ്ടായി. ഓരോരുത്തരുടെ ഓരോ കുട്ടിക്കളി എന്നു ചിരിച്ചുവെങ്കിലും വിനയനെ വേണു കൂട്ടിക്കൊണ്ടുവന്നത് കരുതിക്കൂട്ടിയല്ലേ എന്നു ചിന്തിക്കാതിരുന്നില്ല. പഴയ കഥകളൊക്കെ ആരിൽ നിന്നെങ്കിലും എങ്ങനെയെങ്കിലും അവൻ അറിഞ്ഞിരിക്കും.

അതവിടെ നിൽക്കെ, വിനയന്റെ അച്ഛൻ ഇപ്പോൾ ഇല്ല എന്ന അറിവാണ് തന്നെ സന്തോഷിപ്പിക്കുന്ന മുഖ്യഘടകം എന്ന ബോധോദയം മാഷെ വിഷമിപ്പിച്ചു. ഒരാൾ മരിച്ചുപോയി എന്ന അറിവ് ഒരിക്കലുമൊരു ആനന്ദമായിക്കൂടാ നല്ല മനസ്സുള്ള ആർക്കും. സന്ധ്യയ്ക്ക് കുട്ടികൾ പുഴയിൽ കുളിക്കാനും കളിക്കാനും പോയപ്പോൾ പൂമുഖത്തു തനിച്ചായ നേരത്തെ സങ്കടം ഇതായി.

ടീച്ചർ തൊട്ടപ്പുറത്തു വന്നു നാമം ജപിക്കാൻ ഇരുന്നതുപോലും അറിഞ്ഞില്ല. മുണ്ടിന്റെ കശപിശ കേട്ടാണ് തല തിരിച്ചത്. വിനയൻ മിടുമിടുക്കൻ എന്നു മാഷ് വെറുതെ പറഞ്ഞു. സംശയമില്ലാതെ ആർക്കും പറയാവുന്ന കാര്യമാണ്. മിടുക്കൻ തന്നെ.

അപ്പോഴാദ്യമായി ടീച്ചർ വിനയന്റെ അച്ഛനെപ്പറ്റി പറഞ്ഞു. അവന്റെ അച്ഛനും മിടുക്കനായിരുന്നു. പഠിക്കാനും മറ്റും. ഏതാണ്ട് ഇതുപോലെതന്നെ വടിവ്. ഒരു വികാരഭേദവുമില്ലാതെയാണ് പറഞ്ഞത്. കൂട്ടിച്ചേർക്കാതിരുന്നില്ല, ഒരു മദാമ്മയല്ലേ അമ്മ, അപ്പൊ മുഴുവൻ രൂപം ഒരാളുടെ മാത്രമായിട്ട്...

അതെയതെ, മദാമ്മയല്ലെങ്കിലും എന്നു മാഷ് യോജിച്ചു. വേണുവിന് തന്റെ മുഖപ്രകൃതിയുണ്ട്. ദേഹപ്രകൃതിയില്ല. വേണിക്കു ടീച്ചറുടെ മുഖവും ദേഹവുമാണ്. വിനയന്റെ അച്ഛനെപ്പറ്റി കൂടുതൽ വിവരങ്ങൾ ചോദിക്കണമെന്നു തോന്നാതിരുന്നില്ല. പക്ഷേ, അതിനിനി വല്ല വേണ്ടാവ്യാഖ്യാനവുമുണ്ടായാലോ എന്നു കരുതി സ്വയം തടഞ്ഞു.

ടീച്ചർ പക്ഷേ, ആരുമാവശ്യപ്പെടാതെ പറയുകയുണ്ടായി, ഇവിടെ അന്നു കിട്ടുമായിരുന്ന പഠിപ്പു കഴിഞ്ഞ് പോയതാണ്. അയയ്ക്കേണ്ട എന്ന് കാരണവന്മാരിൽ ചിലർ തടയാതിരുന്നില്ല. അച്ഛൻ നമ്പൂതിരിക്കായിരുന്നു ശാഠ്യം, മകൻ ശീമയിൽ പോയി പഠിക്കണം എന്ന്. ആ പോക്കു പോയതാണ്. പിന്നെ വന്നേ ഇല്ല. മാഷ് ആശ്വസിപ്പിച്ചു, ഇപ്പോഴിതാ വന്നല്ലോ.

എട്ട്

അതു പറയേണ്ടിയിരുന്നില്ല എന്നു തോന്നിയത് കുറെ കഴിഞ്ഞ് അത്താഴത്തിനിരിക്കുന്ന നേരത്താണ്. മാഷ് പതിവുപോലെ മേശയുടെ തലപ്പത്തുതന്നെ. ബാക്കിയെല്ലാവരും ചുറ്റും. സംസാരവിഷയം

തെന്നിത്തെന്നി പൊങ്ങുതടിപോലെ നീങ്ങി. നൂറുനൂറു കാര്യങ്ങൾ. അതിനിടയിലാണ് ടീച്ചർ പെട്ടെന്ന് വിനയനോട് ''കുഞ്ഞുക്കുട്ടേട്ട നെന്തേ കൊണ്ടാട്ടം മടുത്തോ'' എന്നു ചോദിച്ചത്.

ഈ ചോദ്യത്തിനു പല അപാകതകളുമുണ്ടായിരുന്നു. വിനയന് കുഞ്ഞുക്കുട്ടൻ എന്നൊരു വിളിപ്പേരുള്ളതായി ആരുമാരോടും പറഞ്ഞ് അറിവുണ്ടായിട്ടില്ല. കൊണ്ടാട്ടം എന്ന ഒന്ന് അന്നു പാകം ചെയ്തി ട്ടില്ല, വിളമ്പിയിട്ടില്ല. എന്തെങ്കിലുമൊരു ഉപദംശം മതിയായി എന്നോ ഇനി വിളമ്പേണ്ട എന്നോ വിനയനെന്നല്ല ആരും പറയുകയുമുണ്ടാ യിട്ടുമില്ല.

ടീച്ചർക്ക് ചില സാന്ദർഭികഘടകങ്ങളുടെ സഹായം, ഏതായാലും കിട്ടി. ടീച്ചർ എന്താണ് പറയുന്നതെന്ന് അധികമാരും ഗൗനിക്കുന്നി ല്ലായിരുന്നു. വിനയന് ടീച്ചർ ഇതു തന്നോടാണ് പറയുന്നതെന്നു തോന്നിയതേയില്ല. കുഞ്ഞുക്കുട്ടൻ എന്നൊരു വിളിപ്പേര് വിനയ നില്ലെന്നിരിക്കെ എങ്ങനെ തോന്നാൻ? മാഷ്ക്കുമറിയില്ലായിരുന്നു അങ്ങനെ ഒരു പേർ വിനയന്റച്ഛന് ഉള്ളതായിട്ട്. വേണുവിനും അറി യില്ല.

ആരോടാണ് ടീച്ചർ ഇതു ചോദിക്കുന്നതെന്ന് ഏവരും മുഖ ത്തോടു മുഖം നോക്കി ഇരിക്കെ വിനയൻതന്നെയാണ്, അല്പം വൈകിയാണങ്കിലും ആദ്യം മറുപടി പറഞ്ഞത്. വിനയൻ ടീച്ചറോടു ചിരിച്ചുകൊണ്ട്, ''അമ്മ എന്റെ അച്ഛന്റെ കുട്ടിക്കാലം ഓർത്തുപോയി അല്ലേ?''

തനിക്ക് ഇങ്ങനെ ഒരു വിളിപ്പേരുള്ളതായി അച്ഛൻ പറഞ്ഞ് ഞാനോർക്കുന്നു. എന്റെ അമ്മയ്ക്കുച്ചരിക്കാൻ പറ്റാത്ത ഒന്ന്.

ഒമ്പത്

വിനയൻ പോകുന്നതിനു മുമ്പാണ് വേണി മറ്റൊരു അത്ഭുത ത്തിനു തിരി കൊളുത്തിയത്. ടെലിവിഷനിൽ സ്ഥിരമായി അഭിന യിച്ചു പ്രസിദ്ധയായ പെൺകിടാവിനെ ചൂണ്ടി മാഷോടൊരു ചോദ്യം, ''അത് ആരാണെന്നറിയാമോ?''

വല്ല വാർത്തയും അറിയാൻ മാത്രമേ മുമ്പെന്നും മാഷ് ടെലി വിഷൻ ഓണാക്കാറുള്ളൂ. ഇപ്പോൾ ഈ സീരിയൽ പതിവായി കാണും. പരസ്യങ്ങളെയും കഥയിലെ ഔചിത്യക്കുറവുകളെയും ഉറക്കെയുറക്കെ വിമർശിക്കുമെങ്കിലും ഒരു ദിവസവും അതു കാണാ തിരിക്കില്ല.

അതിലെ നായികയെപ്പറ്റിയാണ് വേണി ചോദിച്ചത്.

''ടീച്ചർ പറഞ്ഞു: ആരായാലും മിടുക്കിയാണ്. നല്ല ഭാവപ്പകർച്ച, ശ്രീത്വോം, മോശമില്യ.''

മാഷ് മൗനംതന്നെ പാലിച്ചു.

വേണി ഒരു കള്ളച്ചിരിയോടെ ചുഴിഞ്ഞുകൂടി, അച്ഛൻ പറയട്ടെ.

എല്ലാവരുടെയും നോട്ടം മാഷ്ടെ മുഖത്തായി. മാഷ് അസ്വസ്ഥനുമായി. ''ഇതെന്തൊരു കൂത്ത്, ഏതോ ഒരു പെൺകുട്ടിയെന്നല്ലാതെ എനിക്കെങ്ങനെ എന്തറിയാം? പേരുതന്നെ നിശ്ചയില്യ! അറിയാമെങ്കിൽ ഇങ്ങെഴുന്നള്ളിക്ക്. കൂടെ കോളജിൽ പഠിപ്പിക്കുന്ന ആരുടെയെങ്കിലും അടുത്ത ബന്ധുവായിരിക്കാം, നിന്റെ വിശ്വനാഥന്റെ പരിചയക്കാരുടെ മക്കളിലാരെങ്കിലുമായിരിക്കാം. അടുത്തിടെ കല്യാണം കഴിഞ്ഞതോ കഴിയാൻ പോകുന്നതോ ആയ ആരെങ്കിലുമായിരിക്കാം. അതോ ഇനി ഈയിടെ വിവാഹമോചനം നടന്നതോ നടക്കാനിരിക്കുന്നതോ ആയ...?''

അതൊന്നുമല്ല എന്നു വേണി.

ടെലിവിഷനിലെ കഥയുടെ ഗതി ഉപേക്ഷിച്ച് അതോടെ എല്ലാരും വേണിയുടെ മുഖത്തു നോട്ടമുറപ്പിച്ചു. സോപ്പിന്റെയും ചന്ദനത്തിരിയുടെയും പരസ്യങ്ങൾ കഴിഞ്ഞ് കഥ പുനരാരംഭിച്ചപ്പോഴും ആരുമാരും മിനി സ്ക്രീനിൽ നോക്കിയില്ല. നോട്ടം വേണിയുടെ മുഖത്തുതന്നെ നിലനിന്നു.

''ഇവളുടെ അമ്മ വലിയ ഡാൻസുകാരിയാണ്.'' വേണി പറഞ്ഞു.

അത്രയേ ഉള്ളോ കാര്യം എന്നു നിരാശയോടെ എല്ലാരും ടെലിവിഷനിലേക്ക് തിരിയാൻ തുടങ്ങുമ്പോൾ വേണി ഇത്രകൂടി അറിയിച്ചു. ''ഇവളുടെ അമ്മമ്മ ഒരു നാടകക്കാരിയായിരുന്നു. മരിച്ചുപോയി.''

മാഷ് മുന്നോട്ടാഞ്ഞു. ''ഓ! അതു ശരി...!''

എന്തു ശരി എന്ന് ആരും അന്വേഷിച്ചില്ല.

അഭിനയകലയിൽ രണ്ടു തലമുറക്കാലത്തെ പാരമ്പര്യം ഈ കുട്ടിയുടെ കഴിവിനു പിന്നിൽ ഉണ്ടെന്ന് നിരീക്ഷണം എന്നേ തോന്നാനുമുള്ളൂ.

രണ്ടു നിമിഷം കഴിഞ്ഞ് ടീച്ചറും പറഞ്ഞു, ''ആഹാ! അതു ശരി.''

നോട്ടം സ്ക്രീനിലായിരുന്നില്ല. മാഷ്ടെ മുഖത്തായിരുന്നു.

ഇതു കേട്ടപ്പോൾ മാഷ് ഞെട്ടിത്തിരിഞ്ഞു. ടീച്ചറെ ഒന്നു നോക്കി. ഉടൻ നോട്ടം പിൻവലിച്ചു. മുഖം കുനിച്ചു. അതു ശരിയായ ഒരു നടപടിയല്ലെന്ന അറിവോടെ എന്നപോലെ മാഷ് മുഖം ഉടനെ ഉയർത്തി.

അപ്പോൾ സ്ക്രീനിൽ നായിക ക്ലോസപ്പായി വിടർന്നു ചിരിക്കുകയായി.

അതു നോക്കാതിരിക്കാൻ മാഷ്ക്കു കഴിഞ്ഞില്ല.

ടീച്ചറും നോക്കി.

ആ ദൃശ്യം കഴിഞ്ഞപ്പോൾ ഇരുവരും വീണ്ടും പരസ്പരം കണ്ടു. മാഷ് തുടങ്ങി, ''ഞാൻ... പിന്നെ...''

മാഷ്ടെ വിഷമം കണ്ട് രണ്ടു മക്കളും ഊറിച്ചിരിച്ചു.

മാഷ്ക്കു സങ്കടവും ദേഷ്യവും ഒരുമിച്ചു വന്നു. മക്കളായാൽ ഇങ്ങനെയാണോ വേണ്ടത്? കോഴികളെ പോരിനിറക്കി കൈകെട്ടി നിന്നു രസിക്കാൻ തക്കം പാർക്കുന്നതാണോ ശരി? കരുതിക്കൂട്ടി ചെയ്യുന്ന പണിതന്നെ.

മാഷ് ടീച്ചറെ വിളിച്ചു, ''അപ്പളേയ്...?''

ടീച്ചർ തലകുലുക്കി, ''എന്തോ?''

മാഷ് ചെറുതായി ചിരിച്ചു. ''നമ്മുടെ കുട്ടികള് മോശക്കാരല്ല, ടീച്ചറെ. അവരൊപ്പിക്കുന്ന ഓരോ കുസൃതി നിരീക്കുമ്പോ...''

ടീച്ചർ അത്ഭുതത്തോടെ ചോദിച്ചത് വേറൊന്നാണ്: ''ഇത്ര മുഖശ്രീ ഉണ്ടായിരുന്നു അല്ലെ?''

ആർക്ക് എന്ന് മാഷ് ചോദിച്ചില്ല. മക്കളും ചോദിച്ചില്ല. വിനയ നാണെങ്കിൽ, ഇതിൽ ഒരു താൽപര്യവും ഇല്ലാതെ ടെലിവിഷനിലെ ബാക്കി കാണാൻ ഇരിക്കുകയും.

''എങ്കിൽപ്പിന്നെ, ടീച്ചർ പറഞ്ഞു, ''മറക്കാത്തതിന് ആരേം കുറ്റം പറയാൻ വയ്യ.''

മാഷ്ടെ ശ്വാസം നേരെ വീണു. ടീച്ചറെ ആദ്യം വിസ്മയത്തോ ടെയും പിന്നെ ആരാധനയോടെയും ഇമവെട്ടാതെ നോക്കിയിരി പ്പായി. എന്നിട്ടു തന്നോടുതന്നെയെന്നപോലെ പറഞ്ഞു, ''എന്തു ണ്ടായിട്ടെന്താ കാര്യം. അഹങ്കാരം വന്നാൽ പോയി എല്ലാം. കാണാൻ കൊള്ളാം എന്ന ബോധവും കഴിഞ്ഞ് ആരെക്കാളും എന്നൊരു തോന്നലിലെത്തിയാൽ തീർന്നില്ലേ? ടീച്ചറ് ഇപ്പറഞ്ഞത് ഇത്തര ക്കാർക്ക് എന്നെങ്കിലും പറയാൻ കഴിയും എന്ന് തോന്ന്ണുണ്ടോ, അതാണ് അതിന്റെ മാറ്റിത്തം.''

മാഷ് തുടർന്നു: ''ഇതന്ന്യാ സുഖം. ഇടയ്ക്കിടെ വല്ല ഉറുമ്പും ഒന്നു കടിച്ചില്യാന്നും വരില്ല. കാണാത്ത ഉറുമ്പ്.''

ടീച്ചറും പറഞ്ഞു, ''കിട്ടാത്തത് നല്ലതെന്നേ എപ്പഴും തോന്നൂ. ഈ പൊട്ടത്തരത്തിൽ ആരും പിന്നിലല്ല.''

■

അച്ചിങ്ങയുടെ മണം

"നീ എന്തിന് എന്റെ കൂടെ ഇറങ്ങിപ്പോന്നു?" അമ്മ അനുപമയെ ശാസിച്ചു.

"പയറിന്റെ വള്ളി തട്ടിയാൽ ചൂരലുകൊണ്ട് അടി കിട്ടിയപോലെ തൊലി തിണർക്കും."

മഴ കനത്തുനിൽക്കുന്ന മാനത്തിനു ചുവടെ പയറുവള്ളികളുടെ അരികിൽ അനു നിന്നു, തുടകളിൽ അമർത്തിപ്പിടിച്ച മുറത്തിന്റെ വക്ക് ഉയർത്തിത്താഴ്ത്തി തന്റെ കാൽമുട്ടിൽ താളം കൊട്ടി.

മൂടിപ്പിടിച്ച ആകാശത്തിനുള്ളിൽ ലോകം മരക്കളിയിലെ പക്ഷിക്കൂടുപോലെ ചെറുതായിരിക്കുന്നു. കാലംകൊണ്ട് തലയെടുപ്പു നേടിയ തെങ്ങുകൾ ഇനിയെന്ത് എന്നു പകച്ചുനിൽക്കുന്നു. പച്ചക്കറുപ്പുള്ള ഇലകൾക്കു മീതെ പയറുവള്ളികൾ ലോകം കാണാൻ ഉയർത്തിയ ദുർബല ശിരസ്സുകൾ അനുപമയോടു കുശലം പറഞ്ഞു.

"ഈ ഭാഗത്തുള്ളതു ഞാൻ അറുക്കാം." അനുപമ മുറം താഴെയിട്ടു കുനിഞ്ഞു.

"വേണ്ട." അമ്മ പറഞ്ഞു: "ഒടിക്കാനും തൊലിക്കാനും പറ്റാത്തത് അറുത്തുവെക്കണ്ട."

പയറിൻപൂവിന്റെ ഭംഗിയിൽ ഉറുമ്പുകളും തേനീച്ചകളും ഉത്സാഹിക്കുന്നത് അനുപമ കണ്ടു. തളിരിലകൾ ചുരുട്ടി കൂടുണ്ടാക്കിയ പുഴുവിനെ കണ്ടു. ചെറിയ കുട്ടിയുടെ ചെറുവിരൽപോലെ അച്ചിങ്ങ. അറുക്കാൻ കുനിഞ്ഞപ്പോൾ പച്ചപ്പയറിന്റെ മണം മൂക്കിൽ. രണ്ടു മൂന്നെണ്ണം അറുത്തതോടെ ആ മണം രൂക്ഷമായി.

വള്ളികൾ വകഞ്ഞുമാറ്റി അച്ചിങ്ങ അറുക്കവെ അമ്മ പറയുന്നുണ്ടായിരുന്നു: "ഇതൊന്നും നന്നല്ല. കഴുത്തിൽ താലി കെട്ടിയ ആളോടു പിണങ്ങിപ്പോരുകയോ. എന്നിട്ടു ചിരിച്ചുകളിച്ചു നടക്കുന്നു. ആരെ കരുത്താക്കിയാണ് ഈ കുട്ടിക്കളി എന്ന എനിക്കറിയേണ്ടു."

"അമ്മേ, നല്ല മണം."

''എന്തിന്റെ മണം?''

''പച്ചപ്പയറിന്റെ മണം മത്തുപിടിപ്പിക്കും.'' അമ്മ ഒരു പിടി അച്ചിങ്ങയുമായി അനുവിന്റെ അടുത്തുവന്നു. അച്ചിങ്ങ മുറത്തിലിട്ടു. മുറം പച്ചപ്പുല്ലിൽ വെച്ചു. കൈ മൂക്കിനടുത്തേക്കുയർത്തി അമ്മ ഊറിച്ചിരിച്ചു. വേഷ്ടി ശരിപ്പെടുത്തി വിടർന്നുതന്നെ ചിരിച്ചു: ''കേട്ടു മറന്നു...''

''അതെ.''

''കൈക്കുഞ്ഞിന്റെ മണം.''

''അതെനിക്കറിയില്ല.''

''ശരിയാണ്, നീ എങ്ങനെ അറിയാൻ?''

''കൈക്കുഞ്ഞിന് ഈ ജാതി പച്ചമണമാണോ?''

''അതെ.''

''എന്നാൽ എനിക്ക് കുട്ടി വേണ്ട.''

''ഇതെന്തു കഥ! ഈ ഗന്ധം നെണക്ക് ഇഷ്ടമാണ് എന്നല്ലേ പറഞ്ഞത്?''

''നല്ല ഇഷ്ടാണ്.'' കിളുന്തച്ചിങ്ങ തിരുമ്മി അനുപമ നീരു മണത്തു കണ്ണു വിടർത്തി.

''അതൊക്കെ ശരി.'' അമ്മ വീണ്ടും പയർ അറുക്കാൻ കുനിഞ്ഞു. ''നീ അവന്റെ അരികിലേക്ക് ഉടനെ തിരികെ പോകണം. ഞാൻ ഇന്ന് ഏഴാമത്തെ തവണയാണ് ഇത് പറയുന്നത്, ഇനി പറയില്ല.''

അനുപമ കൈ മൂക്കത്തുനിന്നെടുത്തു.

''ഞാൻ പോവില്ല.''

''എന്തിനാണ് ഈ ശാഠ്യം?''

''അത് അമ്മ അറിയേണ്ട.''

''അവൻ എന്തു തെറ്റ് ചെയ്തു?''

''എനിക്ക് ഇനി ഭർത്താവു വേണ്ട.''

''അത് ആരാണ് നിശ്ചയിക്കാൻ?''

''ഞാൻ.''

''അയ്യട!'' എന്നു തുടങ്ങിയിട്ട് ഉടനെ അമ്മ സ്വരം മാറ്റി; ''മാറി നിൽക്ക്. ഈ വള്ളിപ്പടർപ്പിൽ വല്ല ഇഴജന്തുക്കളും ഉണ്ടാവും.''

''കടിക്കട്ടെ, എന്നെ.''

''അസ്സലാവും കളി.''

''അമ്മയുടെ കുട്ടിക്കാലത്തും പയറു നടാറുണ്ടായിരുന്നു, ഇല്ലേ?''

''ഇല്ലാതെ, ഈ തെക്കേത്തൊടി മുഴുക്കെ പയറായിരുന്നു, മിഥുനത്തില്.''

''നല്ല സുഖം.''

''എന്തു സുഖം? ഒരു മുറം പയറ് ഒരു നേരം അടുപ്പത്തുവയ്ക്കാൻ തെകയില്ല. തറവാട്ടിൽ അറുപത്തിമൂന്നാ വായ. എവിടെ നോക്കിയാലും ആള്.''

''എനിക്ക് അന്നു ജനിക്കായിരുന്നു.''

''എന്നിട്ടോ?''

''അമ്മയ്ക്ക് ഇന്നും ജനിക്കായിരുന്നു.''

''ആൾമാറാട്ടം വേണ്ട,'' അമ്മ ചുണ്ടു കൂർപ്പിച്ചു: ''അവനവന് കിട്ടീതൊക്കെ മതി. അതാണ് നല്ലത്.''

''പച്ചപ്പയറ് അച്ഛന് ഇഷ്ടായിരുന്നോ?''

''ഇഷ്ടായിരുന്നു. നല്ല ഇഷ്ടായിരുന്നു,'' അമ്മ ചിരിച്ചു: ''ആളേ ഒരു പച്ചപ്പയറായിരുന്നു. പയറ് അറുക്കാൻ എന്റെ കൂടെ വരും.''

''എന്നിട്ടോ?''

''എന്നിട്ടെന്താണ്?''

''ഒന്നും ഇല്ലേ?''

''പോടീ, പെണ്ണേ.''

വേലിപ്പടർപ്പിനപ്പുറത്തുനിന്ന് ഒരു ചോദ്യം: ''മഴ വരുന്ന സമയത്താണോ അമ്മേം മകളും കൂടി അച്ചിങ്ങ അറുക്കാൻ പോന്നത്?''

''ഒക്കെ, പുഴു തിന്നു, സുഭദ്രേ.''

''അനുക്കുട്ടി ഇനി എന്നാണ് തിരികെപ്പോണത്?''

''ഞാൻ ഇനി ഇവിടന്നു പോണ്ല്യ.''

''ഇങ്ങട്ട് വരാൻ പറയൂ, മൂപ്പരോട്. ഈ പയറിന്റെ പച്ചേല് മതി, ഇനി അതാണ് സുഖം.''

''നല്ല സുഖായി,'' അമ്മ പറഞ്ഞു: ''ഉറുമ്പും കടിച്ച്, വള്ളീം കോറി...''

മയിലാഞ്ചിത്തലപ്പുകൾ വകഞ്ഞുമാറ്റി അയൽക്കാരി അതിലൂടെ ചിരിച്ചു, ''പാവം, ഒന്നും മറന്നിട്ടില്യ.''

''ഓരോന്നു പറഞ്ഞു കുട്ടീടെ തല തിരിക്കണ്ട, സുഭദ്രേ.''

''എന്നാൽ തല അങ്ങട് തിരിയട്ടെ,'' ചിരി പൊട്ടി. ''ആദ്യം ഒരാള് മുറവും കൊണ്ടു വരും. പിന്നെ, ഒരാള് സഹായിക്കാൻ വരും. കുറച്ചു

കഴിഞ്ഞാൽ രണ്ടാളേം കാണാതെ ആവും. എവിടെപ്പോയി എന്ന് അമ്പരക്കണം, മറ്റുള്ളവര്. അച്ചിങ്ങക്കാട്ടിൽ കരുപ്പിടിച്ചതല്ലേ ഈ അനുക്കുട്ടി.''

കളിക്കാറ്റ് തെങ്ങുകളുടെ മുടി ചുറ്റിപ്പിടിച്ചു തമാശയ്ക്ക് വലിച്ചു. ഓർമ്മയുതിരുന്നതുപോലെ മഴ പൊഴിഞ്ഞു.

ഇത്തിരി തെളിച്ചമുണ്ടാവാൻ ആകാശം കണ്ണ് ഒരു ചീളു തുറന്നു.

അരുതെന്നു നാണിച്ചു കെഞ്ചുന്ന പയറുവള്ളിത്തലപ്പുകളിൽ കാറ്റ് വികൃതിത്തം കാണിക്കുന്നതു നോക്കി അനുപമ സന്തോഷിച്ചു. ഉറക്കെ പറഞ്ഞു: ''അങ്ങനെ വേണം.''

''എങ്ങനെ?'' അമ്മ ചോദിച്ചു. തുടർന്നു വായ്ത്താരി ആവർത്തിച്ചു. ''മൂന്നാംനിലയിൽ ഒരു ഒന്നാന്തരം വീട്. ആരുടെയും ശല്യം ഇല്ല. എല്ലാ സൗകര്യങ്ങളും. അവനാണെങ്കിൽ നിന്നെ പ്രാണനാണ്. ഇതൊന്നും പോരെ? ഇനി എങ്ങനെ വേണം എന്നാണ് നീയ് പറയണത്?''

''പയറ് വേണം.'' അനുപമ പിറുപിറുത്തു.

അമ്മ മൂക്കത്തു വിരൽ വെച്ചു. ''പയറോ? ഇഷ്ടംപോലെ മാർക്കറ്റ്ന്ന് വാങ്ങിക്കൂടെ?''

''എവിടന്ന്?''

''അല്ലെങ്കിൽ, നാലു വിത്ത് ഒരു ചട്ടീല് നട്ടൂടെ?''

അതിനു മറുപടി എന്ന നിലയിലാണെങ്കിലും ആരോടെന്നില്ലാതെ അനുപമ പിറുപിറുത്തു: ''എന്തൊരു ദാരിദ്ര്യം.''

നനഞ്ഞ പയറിലകൾ ഒന്നോടൊന്ന് ഒട്ടിനിന്നു.

വള്ളിത്തലപ്പുകളിൽനിന്നു കണ്ണീരിറ്റു വീണു.

മഴ തിമിർത്തു. അതിന്റെ ഇരമ്പം അരങ്ങേറി അമ്മയെയും മകളെയും മൗനത്തിന്റെ ചിതൽപ്പുറ്റിലൊതുക്കി.

കുറെ കഴിഞ്ഞു മഴയുടെ ഏകാധിപത്യത്തെ വെല്ലുവിളിച്ച് അമ്മ സ്വരമുയർത്തി: ''പെൺകുട്ടിയാണ്, അച്ചടക്കത്തോടെ വളർത്തണം എന്നു ഞാൻ പണ്ടേ പറയാറുണ്ട്. പക്ഷേ, നിന്റെ അച്ഛൻ...''

''അമ്മ എന്തു പറഞ്ഞാലും ഞാൻ ഇവിടന്നു പോവില്ല.'' അനുപമ കാറ്റിന്റെ നനഞ്ഞ ചൂണ്ടുവിരൽ നീണ്ടെത്തുന്നതിൽ നിന്ന് ഒരു ചുവട് പിൻവാങ്ങി.

''അതിനു മാത്രം എന്തുണ്ടായി? അതു പറയ്.''

''തല്ലി.''

''എന്ത്?''

"എല്ലു മുറിയെ തല്ലി."

വാത്സല്യത്തോടെ മകളുടെ കവിളുകളിൽ കൈപ്പത്തി ചേർത്ത് അമ്മ വിതുമ്പി: "നേരാണോ?"

തന്നോടുതന്നെയായി അനുപമ പറഞ്ഞു: "എങ്കിൽ എത്ര നന്നായിരുന്നു."

"സംശയിക്കാനില്ല, അസൂയക്കാർ ആരോ കൂടോത്രം ചെയ്ത് അവന്റെ ബുദ്ധി മറിച്ചതാണ്. എന്റെ ഭഗവാനേ, എന്റെ കുട്ടി..."

അമ്മ കരച്ചിലിൽ മഴയെ തോൽപ്പിക്കുമെന്ന് അനുപമ ഭയപ്പെട്ടു.

"ഇല്ലമ്മേ," അനുപമ അമ്മയുടെ ചുമലിൽ കൈകൾ വെച്ചു ചിരിച്ചു. "ഞാൻ വെറുതെ പറഞ്ഞതാണ്."

"അല്ലല്ല, നേരായിരിക്കും."

"അല്ല."

"കൈകൊണ്ടോ വടികൊണ്ടോ?"

അനുപമ ഉറക്കെ ചിരിച്ചു: "ഒന്നുകൊണ്ടും ഇല്ല."

അമ്മ അനുപമയുടെ കണ്ണുകൾ പിടിച്ചുനിർത്താൻ ശ്രമിച്ചു: "ഒരിക്കലോ, അതോ...?"

"ഈ അമ്മ..."

"ഒരിക്കലാണെങ്കിൽ സാരാക്കണ്ട. ആണുങ്ങൾക്ക് ചെലനേരത്ത് ഒരു പ്രാന്ത് വരും."

"അച്ഛനു വരാറുണ്ടോ?"

"ഇല്ലില്ല... അല്ല, ഉവ്വ്. ഒരു തവണ.

"എത്ര അടി കിട്ടി?"

"രണ്ടു കവിളത്തും ഓരോന്ന്."

"വേദനിച്ചോ?"

"വേദനിച്ചോ എന്നോ, പൊന്നീച്ച പറന്നു."

"എന്തിനേ അടിച്ചത്?"

"നിന്നെയും എടുത്ത് ആനയെ തൊടാൻ പോയതിന്. വിരണ്ട ആനയായിരുന്നു എന്ന് ഞാൻ അറിഞ്ഞില്ല."

"എന്നിട്ട് ആനയെ തൊട്ടില്ലേ?"

"തൊട്ടു. തൊടേണ്ടിയിരുന്നില്ല."

നടുമുറ്റത്തു വീണ വെള്ളം ഓവിലൂടെ പുറത്തേക്കൊഴുകി അവരുടെ മുന്നിൽ മുറ്റത്തു കറുകപ്പുല്ലിൽ പരന്നു.

''നല്ല രസം.'' രാത്രി കിടക്കാൻ പുറപ്പെട്ട അനു ജനൽ തുറന്നു മൂക്കു വിടർത്തി ഉറക്കെപ്പറഞ്ഞു: ''അച്ചിങ്ങയുടെ മണം?''

''ഈ മുറിയിലോ?'' അമ്മ മൂക്കു ചൊറിഞ്ഞു: ''എനിക്കു കിട്ടാത്ത ഒരു മണം...''

''ശരിക്കു നോക്കൂ.''

''ഇല്ല. തെക്കേ തൊടീലാ അച്ചിങ്ങ. അതിന്റെ മണം ഇത്ര ദൂരം എങ്ങനെ വരാൻ?''

അപ്പുറത്ത് കിടക്കയിൽ നടു നിവർത്തി അമ്മ പിറുപിറുത്തു. ''പഠിപ്പും പാസ്സും ഒക്കെ ഉള്ളോരാണത്രേ, എന്താ ഒരു കാര്യം. ആ തെക്കേ പറമ്പിലാണ് ഏതു നേരത്തും. അച്ചിങ്ങ, അച്ചിങ്ങ, അച്ചിങ്ങ, ഇതെന്തൊരു നൊസ്സ്.''

''അമ്മയ്ക്കറിയില്ല.''

''തല്ലേ പിന്നെ കിട്ടൂ.''

അനുപമ ഊറിച്ചിരിച്ചു: ''ഞാനും സോമേട്ടനും ഇവിടെ താമസിക്കാം. അച്ഛനും അമ്മേം കൂടി പട്ടണത്തിലെ ഫ്ളാറ്റിൽ കൂടിക്കോളൂ. എന്താ?''

''അത് പറ്റില്ല.''

''എല്ലാ സൗകര്യങ്ങളും ഉണ്ട്.

''എന്നാലും പറ്റില്ല.''

''ചട്ടിയിൽ പയറു നടാം.''

''വേണ്ട.''

''കൊയ്ത്തും മെതിയും പശുക്കളും എന്നല്ല ഒരു ശല്യവും ഇല്ല.''

''വേണ്ട, വേണ്ട.'' അമ്മ മറുവശം തിരിഞ്ഞുകിടന്നു: ''നിങ്ങടെ സ്വർഗ്ഗം നിങ്ങൾക്ക്, ഞങ്ങടെ നരകം ഞങ്ങൾക്ക്.''

''എനിക്ക് ഈ നരകം മതി.''

''അവനോ?'' അമ്മ അനുവിന്റെ നേരെ തിരിഞ്ഞു കിടന്നു: ''ഇതാണ് തെറ്റ്. അവൻ അവിടെ. നീയും അച്ചിങ്ങയും ഇവിടെ. അവന്റെ മനസ്സ് നൊന്താൽ വേറെ ആരാ അത് അറിയാൻ? ആ വിചാരം വേണ്ട, അല്ലേ?''

അനുപമ പിന്നെ ഒന്നും പറഞ്ഞില്ല. ഏറെ നേരം ഉറങ്ങാതെ കിടന്നു. ഒരു നെടുവീർപ്പോടെ അമ്മ ഉറങ്ങിക്കഴിഞ്ഞിരുന്നു.

സാരിത്തലപ്പിൽ അച്ചിങ്ങ അറുത്തുകൂട്ടുന്ന അനുവിനെയാണ് അമ്മ രാവിലെ കണ്ടെത്തിയത്.

മഞ്ഞിന്റെ പാവാട വൃക്ഷശിഖരങ്ങളോളം ഉയരംവരെ തൊടിയെ

പുതപ്പായി മൂടിയിരിക്കുന്നു. തെങ്ങോലത്തലപ്പുകളിൽനിന്ന് ഒറ്റ ത്തുള്ളികൾ ഇറ്റുവീഴുന്നു.

മാനം തെളിഞ്ഞിരിക്കുന്നു. കിഴക്കുനിന്നു കുളിച്ചുകയറിവരുന്ന പുതുവെളിച്ചത്തിനു പുഞ്ചിരി.

‘‘ഞാൻ തെരയാൻ ഇനി ഒരു സ്ഥലവും ബാക്കിയില്ല,’’ അമ്മ ഇടുപ്പിൽ കൈകൾ ഊന്നി നെടുവീർപ്പിട്ടു: ‘‘കരുവെളുപ്പിന് എന്തി നാണ് അച്ചിങ്ങാ?’’

‘‘മാന്തളിരും അറുത്തു, ഞാൻ.’’ അനുപമ ഉൾക്കുളിരോടെ ഉറക്കെ അറിയിച്ചു.

‘‘അതെന്തിന്?’’

‘‘വാസനിക്കാൻ.’’

‘‘നല്ല കഥ!’’

‘‘ഞാനേയ്,’’ അനുപമ കൈകൊട്ടിച്ചിരിച്ചു. സാരിത്തലപ്പിലെ പിടിവിട്ടപ്പോൾ അച്ചിങ്ങയും മാന്തളിരും മാത്രമല്ല തുമ്പക്കുടങ്ങളും മുക്കുറ്റിപ്പൂവും വേറെ നൂറു കൂട്ടവും അതിൽനിന്നു പുല്ലിൽ ഉതിർന്നു: ‘‘ഇന്നു പോവും.’’

‘‘എങ്ങട്ട്?’’

‘‘വേറെ എങ്ങട്ട് പോവാൻ?’’

‘‘അതു വേണ്ട. അവൻ മര്യാദകേടു കാട്ടി എങ്കിൽ അതിനൊരു പ്രതിവിധി കണ്ടിട്ടു പോവാം.’’

‘‘എന്തു മര്യാദകേട്?’’

‘‘നീയല്ലേ പറഞ്ഞത്, അവൻ...’’

‘‘ഞാൻ ഒന്നും പറഞ്ഞില്ല.’’

‘‘ഒന്നും പറഞ്ഞില്ലപോലും.’’

‘‘ഇല്ല.

‘‘അമ്മയ്ക്കറിയില്ല,’’ അനുപമ കൈകൾ വീശിയാട്ടി തുള്ളിച്ചാടി. ‘‘അച്ചിങ്ങയ്ക്കും സോമേട്ടനും ഒന്നാണ് മണം.’’

‘‘എന്നിട്ടാണോ നീയ് പെണങ്ങിപ്പോന്നത്?’’

‘‘അതിനെന്താണ്?’’അനുപമ അക്ഷമയോടെ വീട്ടിലേക്ക് ഓടി. ‘‘ഞാൻ ഇനീം വരും.’’

അമ്മയുടെ നെടുവീർപ്പ് ഒരു ഊറിച്ചിരിയിലലിഞ്ഞു.

കുനിഞ്ഞു പെറുക്കിയ അച്ചിങ്ങ വെറുതെ വാസനിച്ചപ്പോൾ ആ പുഞ്ചിരി വികസിച്ച് നാണമായി മാറി.

■

ആലോചിക്കുന്തോറും

വളരെ വൈകിയാണ് വണ്ടി കാശിയിലെത്തിയത്. സന്ധ്യയോടടുത്തിരുന്നു. പ്ലാറ്റ്ഫോമിലെ കോൺക്രീറ്റ് സ്ലാബുകൾക്കും മാനത്തെ മേഘപാളികൾക്കും ഒരേ ക്ഷീണഭാവവും ഉൾച്ചൂടും.

അമ്മയെ കൈപിടിച്ചിറക്കി പിടി വിടാതെ ഞാൻ പുറത്തേക്കുള്ള ആളൊഴുക്കിൽ ചേർന്നു. എന്റെ മറ്റേ കൈയിലും ചുമലിലുമായി സാമാന്യം കനത്ത ലഗേജുണ്ടായിരുന്നു. അമ്മയുടെ മുഖത്ത്, ദീർഘയാത്രയുടെ അവശതകളെ തോല്പിച്ച്, പ്രസന്നത കണ്ടു.

അത്രയ്ക്കായിരുന്നു, കാശിയിൽ വന്ന് അച്ഛന് ഉദകക്രിയ ചെയ്യണമെന്ന് അമ്മയ്ക്ക് നിർബന്ധം. എനിക്ക് ഈ വക ചടങ്ങുകളിലൊന്നും വിശ്വാസമോ താൽപര്യമോ ഇല്ല എന്ന് അറിയാമായിരുന്നിട്ടും അമ്മ ഈ ചുമതലയെപ്പറ്റി കൂടക്കൂടെ ഓർമ്മിപ്പിച്ചുകൊണ്ടിരുന്നു. അച്ഛൻ മരിച്ചിട്ട് കൊല്ലം തികയാറായ സമയത്ത് ഇതൊരു നിത്യപ്പതിവും ശാഠ്യംതന്നെയും ആയി. നടക്കാതെ വരുമോ എന്ന ആധി നെടുനിശ്വാസമായി പുറപ്പെട്ടും തുടങ്ങി.

ഞങ്ങൾ കുട്ടികൾക്കുവേണ്ടി ഏറെ കഷ്ടപ്പെട്ടതാണ് അമ്മ. ഒന്നിനും ശാഠ്യം പതിവില്ല. ചെറിയ ആവശ്യങ്ങളേ ഉണ്ടാകാറുള്ളു. നിറവേറ്റാതിരിക്കാറില്ല, നിറവേറ്റാൻ വലിയ ബുദ്ധിമുട്ട് വരാറുമില്ല. വാരണാസി എന്ന നരകം മുൻപു കണ്ടിട്ടുള്ളതിനാലാണ് ഇക്കാര്യത്തിൽ എനിക്കല്പം മടി തോന്നിയത്. അമ്മയുടെ സങ്കടം അതിന് മറുമരുന്നായപ്പോൾ ഇറങ്ങിത്തിരിച്ചു.

ഡൽഹിയിൽ ഒരുമിച്ചു ജോലി ചെയ്ത ദിനേശ് ശുക്ല എന്ന പഴയ പത്രപ്രവർത്തകൻ പുറത്തേക്കുള്ള വാതിൽക്കൽ കാത്തുനില്പുണ്ട്. വിവരം അറിയിച്ചപ്പോൾ ആതിഥേയത്വം സസന്തോഷം അവൻ ഏറ്റെടുത്തു. വാർത്താലോകം വിട്ട് ദിനേശിപ്പോൾ ഒരു ടൂറിസ്റ്റ് സെന്റർ നടത്തുന്നു. തോരാതെ സംസാരിച്ച് എന്നെയും അമ്മയെയും വിടാതെ പിൻതുടരുന്ന പുരോഹിത ദല്ലാളന്മാർ,

ഞങ്ങൾക്കൊരു ആതിഥേയനുണ്ടെന്നു കണ്ടതോടെ ഞങ്ങളെ നിരുപാധികം വെറുതെ വിട്ടു. പിറ്റേന്നാൾ ക്രിയകൾക്കുള്ള ഏർപ്പാടുകളൊക്കെ ദിനേശ് ചെയ്തിരുന്നു.

വിദേശികളാണ് മുഖ്യമായും ദിനേശിന്റെ പതിവുകാർ. അവർ വരുന്നത് പഴമകളും ആചാരക്കാഴ്ചകളും ശ്മശാനങ്ങളും ഗംഗയും കാണാനാണ്, ക്രിയാദികൾക്കല്ല. ഉടുത്തവരും ഉടുക്കാത്തവരുമായ സന്ന്യാസിമാരെയും വേദാന്തം അറിയാവുന്നവരെയും വിദേശികൾക്ക് കാണണം. മദ്ധ്യപ്രദേശിൽ ജനിച്ച് ഡെറാഡൂണിൽ പ്രാഥമികവിദ്യാഭ്യാസം ചെയ്ത് സ്വിറ്റ്സർലന്റിലും ജർമ്മനിയിലും ഫ്രാൻസിലുമായി തുടർന്ന് പഠിച്ച് ദിനേശിന് അഞ്ചാറ് വിദേശഭാഷകൾ അറിയാം.

ഞങ്ങളെ താമസസ്ഥലത്തെത്തിച്ച്, അവിടെയുള്ള സൗകര്യങ്ങളും അസൗകര്യങ്ങളും വിസ്തരിച്ചതിനുശേഷം, അവൻ ചോദിച്ചു: “ക്ഷീണം അധികമില്ലെങ്കിൽ സന്ധ്യകഴിഞ്ഞ് ഒരു യോഗിയെ കാണാൻ വരുന്നോ? ഞാൻ ഒരു സംഘത്തെയും കൊണ്ട് പോകുന്നുണ്ട്.”

വിശ്രമിക്കാൻ രണ്ടു മണിക്കൂർ ഇടവേളയുണ്ട്. പോകാമെന്നു ഞാൻ പറഞ്ഞു. അമ്മയുടെ സന്ധ്യാനാമം കഴിഞ്ഞ് അത്താഴത്തിന് സമയമാകുമ്പോഴേക്ക് തിരികെ വരാം എന്നു കണക്കുകൂട്ടി. വെളിച്ചപ്പാട്, ദിവ്യൻ, മന്ത്രവാദി എന്നിവരിലൊന്നും അമ്മയ്ക്ക് പൊതുവേ കമ്പമില്ല. സന്ന്യാസിയിലേറെ എനിക്കു താത്പര്യം അത്രയും സമയം ദിനേശിന്റെ കൂടെ ചെലവഴിക്കാം എന്നതിലായിരുന്നു. തമ്മിൽ പിരിഞ്ഞിട്ട് കാലം ഏറെയായി. അപ്ഡേറ്റ് ചെയ്യാൻ പലതുമുണ്ട്.

പക്ഷേ, യാത്രയുടെ കാര്യം അറിഞ്ഞപ്പോൾ, അമ്മയും വരാൻ തയ്യാറായി. തനിച്ചിരിക്കാൻ ഇഷ്ടമില്ലാഞ്ഞാണെന്നേ ഞാൻ കരുതിയുള്ളൂ. പുതിയ ചുറ്റുപാടുകളല്ലേ, വർത്തമാനം പറയാൻപോലും ആരുമില്ല. അമ്മ വേഷ്ടിയുടെ കോന്തലയിൽ എന്തോ തെറുത്തു കെട്ടി വെക്കുന്നത് എന്റെ ശ്രദ്ധയിൽ പെട്ടുമില്ല.

ദിനേശിനോട് ഞാനപ്പോൾ തമാശയായി ചോദിക്കുകയായിരുന്നു: “എന്തായാലും, ശ്മശാനം കാണാൻ പോകുന്നതിലും ഭേദമാവുമല്ലോ, അല്ലേ?”

“ഒരുപാട് വേഷംകെട്ടുകാർ ഇവിടെ ഉണ്ട്.” ദിനേശ് കാര്യമായാണ് പ്രതികരിച്ചത്. “എന്നാൽ ഇതൊരു ആത്മാർത്ഥയോഗിയാണ്.”

“ഒരു കാര്യം തീർച്ചയാണ്,” തമാശമട്ടിൽത്തന്നെയെന്നാലും ഞാൻ തറപ്പിച്ചു പറഞ്ഞു: “എനിക്കൊരു ആത്മീയഗുരുവിനെ തൽക്കാലം ആവശ്യമില്ല.”

പട്ടണത്തിൽനിന്ന് എട്ടുപത്തു കിലോമീറ്റർ അകലെ ഗംഗയുടെ കരയിൽ വെളിമ്പ്രദേശത്ത് ഒറ്റപ്പെട്ട മരുപ്പച്ചപോലെ തോന്നിച്ച ഒരു ആശ്രമത്തിലേക്കാണ് ഞങ്ങളുടെ വാഹനം പോയത്. ആ വണ്ടിയിൽ വിദേശികൾ ഉൾപ്പെടെ ഇരുപതോളം പേരുണ്ടായിരുന്നു. ആശ്രമമെന്നാൽ, അഞ്ചെട്ടു കുടിലുകളും അവയ്ക്കിടയിൽ കുറച്ചിടം പുൽത്തകിടും. പിന്നെ, നട്ടുപിടിപ്പിച്ചിട്ട് ഏറെ കാലമായിട്ടില്ലാത്ത വൃക്ഷങ്ങളുടെ കൗമാരസൗകുമാര്യം. ശ്മശാനങ്ങളിൽ നിന്നുയരുന്ന തീയുടെ പ്രകാശത്തിനും പുകയ്ക്കും രൂക്ഷഗന്ധത്തിനും പട്ടണത്തിന്റെ ശബ്ദകോലാഹലങ്ങൾക്കും അപ്പുറത്ത്, തെളിഞ്ഞ ആകാശത്തിനു ചുവടെ, പൂഴി വിരിച്ച ഗംഗയിൽ നിലാവ് മയങ്ങിക്കിടന്നു.

ആശ്രമത്തിന് മതിലോ പടിവാതിലോ ഇല്ല. വണ്ടി ദൂരെ നിർത്തി ഇറങ്ങുമ്പോൾ ആശ്രമത്തിൽ അനക്കമില്ല, അവിടെ ആരുമുള്ളതായി തോന്നിയില്ല. അടുത്തെത്തിയപ്പോൾ കണ്ടത് പുൽത്തകിടിയിൽ ചിരാതുകളുടെ വലയത്തിനകത്ത് പത്തൻപതാളുകൾ നിശ്ശബ്ദരായി ഇരിക്കുന്നതാണ്. അവർക്ക് നടുവിലുള്ള ആളാണ് ആശ്രമാധിപൻ എന്നു തീർച്ചപ്പെട്ടു.

ഞങ്ങൾ എല്ലാവരോടുമായി ദിനേശ് അടക്കിപ്പിടിച്ച് പറഞ്ഞു: ‘‘അവർ ധ്യാനിക്കുകയാണ്. അല്പം കാത്തുനിൽക്കാം.’’ ഇപ്പറഞ്ഞത് രണ്ടുമൂന്നു ഭാഷകളിൽ ആവർത്തിച്ചതിനകം പക്ഷേ, സ്വാമി എഴുന്നേറ്റ് നിന്നു. ചുറ്റുമുള്ളവരും എഴുന്നേറ്റു. അതോടെ ചിത്രം കൂടുതൽ തെളിഞ്ഞു. ആ കൂട്ടായ്മയിൽ ചെറിയ കുട്ടികൾ മുതൽ പ്രായമേറെ ഉള്ളവർ വരെ ഉണ്ട്.

പുൽത്തകിടിയിൽ ഇരിക്കാൻ സ്വാമി ഞങ്ങളെ ആംഗ്യംകൊണ്ട് ക്ഷണിച്ചു. എല്ലാവരും ഇരുന്നതിൽപ്പിന്നെ ദിനേശ് മുട്ടിൻമേലുയർന്ന് ഞങ്ങളോട് പറഞ്ഞു: ‘‘ഇത് സ്വാമി നാരായണാനന്ദ. ആശ്രയമില്ലാത്ത ഏതാനും പേർക്ക് തുണയായി ഇദ്ദേഹം ഇവിടെ കഴിയുന്നു. ഈ കൂട്ടത്തിൽ ശ്രുതികളും സ്മൃതികളും പഠിക്കാൻ വന്നവരും വെറുതെ കഴിയുന്നവരും അനാഥരും ഉണ്ട്. എല്ലാവരും അന്യോന്യം ശുശ്രൂഷിക്കുന്നു. അവനവന് കഴിയുന്ന ജോലിയെടുക്കുന്നു. കുറച്ച് കൃഷിയും ചെറിയ ഒരു ഗോശാലയും വരുമാനമാർഗ്ഗമായുണ്ട്. നീണ്ട കാലം ലോകത്തിലെ പല നാടുകളിലും ഏകാകിയായി ചുറ്റിത്തിരിഞ്ഞ ആളായതിനാൽ പല ഭാഷകളിലും ഇദ്ദേഹത്തോട് സംസാരിക്കാം. അറിവും സ്നേഹവുമല്ലാതെ അതിഥികളിൽ നിന്ന് ഒന്നും പ്രതീക്ഷിക്കുന്നില്ല.’’

ചിരാതിന്റെ വെളിച്ചത്തിൽ സ്വാമിയുടെ മുഖം ശരിയായി കാണാൻ പറ്റുന്നില്ല. എങ്കിലും, നിലാവിന്റെ ശ്രുതിയുമായി സമരസപ്പെട്ടു

നിൽക്കുന്ന ആ ചിരിയിൽ എന്തോ ഒരു പ്രത്യേകത ഞാൻ അനുഭവിച്ചു. ചിരകാലം കണ്ടു പരിചയമുള്ളപോലെ.

അമ്മ എന്റെ ചെവിയിൽ പറഞ്ഞു: ''നമ്മുടെ നാണപ്പന്റെ നല്ല ഛായ.''

മറവിയിലേക്ക് പൊടുന്നനെ ടോർച്ചടിച്ചപോലെയായി, അമ്മയുടെ ആ പ്രസ്താവം.

''അതെങ്ങനെ ആവാൻ?'' എന്ന് തന്നോടുതന്നെയെന്നപോലെ പിറുപിറുത്ത് അമ്മ തുടർന്നു: ''പക്ഷേ...''

സ്വാമിയെ കാണുന്തോറും ആ പക്ഷേ, എന്റെ മനസ്സിലും ശക്തിപ്പെട്ടു. മൂന്നു പതിറ്റാണ്ടു മുമ്പാണ് നാണപ്പനുമായി പിരിഞ്ഞത്. എനിക്കും അവനും അന്ന് പതിന്നാലു വയസ്സായിരുന്നു. കാലം വരുത്തിയ മാറ്റങ്ങളുടെ തിരശ്ശീലയ്ക്ക് പിന്നിൽ ആ നാണപ്പൻ നിൽക്കുന്നുവോ? ഊട്ടുറച്ച ശരീരം തറ്റുടുപ്പിനു മുകളിൽ നഗ്നമാണ്. അന്ന്, അവസാനമായി അവനെ കാണുമ്പോഴും മുട്ടു മറയ്ക്കാത്ത ഒരു മുണ്ടു മാത്രമായിരുന്നു അവന്റെ വേഷം. കണ്ണുകളിലെ ഭാവം, ചുണ്ടുകളിലെ പ്രകൃതം, കൈകളും ശിരസ്സും അനക്കുന്ന രീതി എന്നിവയെല്ലാം അതുപോലെ ഉണ്ടല്ലോ എന്ന് വിസ്മയിക്കെ, സുപരിചിതമായ ശബ്ദവും പുറപ്പെട്ടു: ''നമസ്തെ.''

''അതെ.'' ശ്വാസം നിലച്ച അമ്മ എന്റെ ചെവിയിൽ പറഞ്ഞു: ''സംശയല്യ.''

സ്വാമിയുടെ കൂപ്പിയ കൈകളിൽ വിലങ്ങുണ്ടെന്ന മതിഭ്രമം അപ്പോൾ എനിക്കുണ്ടായി. ഇരുവശവും പൊലീസുകാർ നിൽക്കുന്നു. ചുറ്റും നാട്ടുകാർ. വല്ലാതെ തണുക്കുമ്പോൾ ചെയ്യുന്നപോലെ കൈകൾ ചേർത്ത് അമർത്തി തൊഴുതുപിടിച്ചാണ് നാണപ്പൻ പൊലീസുകാർക്കിടയിൽ നിന്നത്. ഭയമോ സങ്കടമോ ഇല്ലാതെ, അതിനൊക്കെ അപ്പുറത്ത് എത്തിപ്പെട്ടപോലെ.

അവനുവേണ്ടി എന്തെങ്കിലും പറയാനോ ചെയ്യാനോ അന്നവിടെ ആരുമുണ്ടായില്ല. അവനൊരു അനാഥനായതിനാൽ മാത്രമല്ല. കടുംകൈയാണല്ലോ അവൻ ചെയ്തത്. ഒരാളെ ഒരു വെട്ടിന് കൊന്നില്ലേ? ആരാലുമാവില്ലല്ലോ, നിയമത്തിന്റെ പിടിയിൽനിന്ന് രക്ഷിക്കാൻ.

ഇതിനകം, വിദേശികൾ സ്വാമിയോട് ചിലത് ചോദിക്കാനും സ്വാമി അതത് ചോദ്യകർത്താവിന്റെ ഭാഷയിൽത്തന്നെ മറുപടി പറയാനും തുടങ്ങിയിരുന്നു. സ്വാമിയുടെ ശരീരഭാഷ കൂടുതൽ ദൃശ്യമായതോടെ സംശയം തീർത്തും നീങ്ങി. അമ്മയുടെ ഉറച്ച നിഗമനത്തിൽ ഞാനുമെത്തി. രൂപപരിണാമങ്ങളുടെ മഹാതുരങ്കത്തിനപ്പുറത്ത് പ്രിയപ്പെട്ട കളിക്കൂട്ടുകാരൻ. പക്ഷേ, തിരിച്ചറിയപ്പെടുന്നത് ഇഷ്ടമായില്ല എങ്കിലോ?

മാത്രമല്ല, ആരുടെയും ഒരു തനിപ്പകർപ്പ് ഭൂമിയിൽ ഉണ്ടായിക്കൂടെന്നുമില്ലല്ലോ.

"അഥവാ, അല്ലെങ്കിലോ, അമ്മേ?" മനസ്സിൽ തള്ളിനിറഞ്ഞ ആശ്ചര്യവും സന്തോഷവും നിയന്ത്രിച്ച് ഞാൻ അമ്മയെ തോളിലൂടെ പറ്റിപ്പിടിച്ച് അടക്കി: "വരട്ടെ, നോക്കാം."

അമ്പലമുറ്റത്തെ ആൽത്തറയിൽനിന്ന് അമ്മുവമ്മയ്ക്ക് കിട്ടിയ കുട്ടിയാണ് നാണപ്പൻ. ആരുപേക്ഷിച്ചു, എന്തിന് എന്നൊന്നും നിശ്ചയമില്ല. ക്ഷേത്രമതിലിനു തൊട്ട വീട്ടിലാണ് അമ്മുവമ്മ. വനരോദനം അവരുടെ ചെവിയിൽ വീണത് അവന്റെ ഭാഗ്യം. അമ്മുവമ്മയ്ക്ക് കുട്ടികളില്ലായിരുന്നു. ഭർത്താവ് കഥകളിവേഷക്കാരൻ ഗോയിശ്ശാര്. മൂപ്പർ മിക്ക ദിവസവും കളിയരങ്ങിലാവും. വീട്ടിൽ അമ്മുവമ്മയുടെ അമ്മ നാണിമുത്തശ്ശിയേ പിന്നെ ഉള്ളൂ. നിധി കിട്ടിയപോലെ ആയി, അമ്മുവമ്മയ്ക്ക്. തൊട്ട വീടാണ് ഞങ്ങളുടേത്. എന്റെ അമ്മ അമ്മുവമ്മയുടെ തിരുവാതിരക്കളിക്കൂട്ടും ചങ്ങാതിയുമാണ്.

നാരായണൻ എന്നായിരുന്നു അമ്മുവമ്മയുടെ അച്ഛന്റെ പേര്. മരിച്ചു പോയ അച്ഛന്റെ ഓർമ്മയ്ക്ക് കുട്ടിക്ക് ആ പേരിട്ടു. ആ പേരെടുത്ത് വിളിക്കാൻ വയ്യാത്തതുകൊണ്ട് നാണപ്പൻ എന്നു വിളിച്ചു.

ഗോയിശ്ശാര് കത്തിവേഷത്തിന് പ്രസിദ്ധനായ ആട്ടക്കാരനാണ്. ആജാനുബാഹു. കരപരശബ്ദം. വായിൽ മുറുക്കാനും ശ്വാസത്തിൽ ചാരായഗന്ധവും സ്ഥിരം. വേറെ പലേടത്തും സംബന്ധങ്ങളുണ്ടെന്ന് എല്ലാവർക്കുമറിയാം. അയാൾ അമ്മുവമ്മയ്ക്ക് അന്തിക്കൂട്ടിനു വരുന്ന അപൂർവ്വം ദിവസങ്ങളിൽ അമ്മുവമ്മയ്ക്ക് അടിയും തൊഴിയുമുണ്ട്. ചോദിക്കാനോ പറയാനോ ആങ്ങളമാരോ അമ്മാമൻമാരോ ഇല്ലല്ലോ. ഇനി ഇങ്ങോട്ട് വരണ്ട എന്നല്ല മറുത്ത് ഒരക്ഷരം പറയാൻ അമ്മുവമ്മയ്ക്ക് ധൈര്യവുമില്ല. മുൻകോപിയാണെങ്കിലും മനുഷ്യപ്പറ്റുണ്ടെന്ന് അമ്മുവമ്മ ഗോയിശ്ശാരുടെ ഭാഗം പറയുകയേ പതിവുള്ളൂ.

അമ്പലത്തിലെ വിളക്കുകളും നിവേദ്യച്ചെമ്പുകളും മോറിയും അമ്പലമുറ്റമടിച്ചുമാണ് അമ്മുവമ്മയുടെ ഉപജീവനം. ഭക്ഷണം മിക്കവാറും അമ്പലംകൊണ്ട് കഴിയും. തൊടിയിൽ കുറച്ച് നാളികേരമുണ്ടാകുന്നത് മേഞ്ചെലവിന് മതി. ദേവസ്വത്തിൽനിന്ന് ചാർത്തിക്കിട്ടിയ പാട്ടഭൂമിയാണ് തൊടി. പാട്ടം കൊടുക്കേണ്ട. അത് അമ്പലപ്പണിക്കുള്ള ശമ്പളമാണ്. മുഷിഞ്ഞത് ഉടുത്തോ മുഖം മുഷിഞ്ഞോ അമ്മുവമ്മയെ കണ്ടതായി എനിക്ക് ഓർമ്മയില്ല. ചുമച്ചും കിതച്ചും തീരെ അവശയായ കാലത്തുപോലും ഒരു കാര്യത്തിലും ഒരു പരാതിയും പറയാറില്ല. അപ്പോഴും സന്തോഷം മാത്രം.

ഓണംകേറാമൂലയായ ഞങ്ങളുടെ നാട്ടിൻപുറത്തെ ആൽത്തറയിൽ ഒരു പിഞ്ചുകുഞ്ഞ് പാതിരാത്രിയിൽ എങ്ങനെ വന്നു എന്ന ചോദ്യത്തിന് നാട്ടുകാർ കണ്ട മറുപടി അമ്മുവമ്മയ്ക്ക് തേവർ കൊണ്ടുവന്നു കൊടുത്തു എന്നാണ്. ആ കുട്ടിയെ അന്വേഷിച്ച് ആരെങ്കിലും വരികയോ അതിന്റെ മാതാപിതാക്കളെ തിരക്കി നാട്ടുകാരാരെങ്കിലും പോവുകയോ ഒന്നും ഉണ്ടായില്ല. സമപ്രായക്കാരനായ എനിക്കു കിട്ടേണ്ട മുലപ്പാലിന്റെ പാതി നാണപ്പൻ കുടിച്ചു എന്നത് ഒരു നഷ്ടമായി എനിക്കും അമ്മയ്ക്കും പിൽക്കാലത്ത് ഒരിക്കലും തോന്നിയുമില്ല.

എന്നേക്കാൾ രണ്ടുമാസത്തോളം ഇളപ്പമാണെന്നാലും എന്റെ മൂത്തവനെപ്പോലെയാണ് നാണപ്പൻ എന്നോടു പെരുമാറിയത്. പിച്ചിയാലും മാന്തിയാലും കടിച്ചാൽ പോലും പകരം ചെയ്യില്ല. ഇമ്പമുള്ളതെന്തെങ്കിലും കിട്ടിയാൽ, തിന്നാനുള്ളതായാലും കളിക്കാനുള്ളതായാലും എനിക്കു കൊണ്ടുവന്നു തരും. സ്കൂളിലേക്ക് എന്റെ സഞ്ചി ചുമക്കും. എനിക്കുള്ളത്ര ശരീരപുഷ്ടി നാണപ്പനില്ല. എന്നാലും എന്റെ വികൃതിത്തം കാരണം ആരെങ്കിലും എന്നെ ഉപദ്രവിക്കാൻ വന്നാൽ, അവൻ തടയിട്ടു നിൽക്കും. പഠിക്കാനും കളിക്കാനും മിടുക്കൻ. പുസ്തകമില്ലെന്നാലും എല്ലാം മനപ്പാഠം. എത്ര ഉയരെ നിൽക്കുന്ന മാങ്ങയ്ക്കും ഒരു കല്ലെടുത്ത് ഒരിക്കലേ എറിയേണ്ടൂ, വീണിരിക്കും.

എന്റെ അമ്മയ്ക്ക് അവനെ ഏറെ പ്രിയമായിരുന്നു. എനിക്കൊരു ട്രൗസർ തയ്പിച്ചാൽ അതുപോലെ ഒന്ന് അവനുമുണ്ടാവും. എന്റെ തലയിൽ അമ്മ ശനിയും ബുധനും എണ്ണ തേപ്പിക്കുമ്പോൾ അവന്റെ നെറുകയിലും പൊത്തും. അടുക്കളയിൽ വിശേഷിച്ചെന്തെങ്കിലും വെന്താൽ എനിക്കു തരുംമുമ്പ് അവനെ വിളിക്കും, എന്റെ അമ്മ.

കണ്ടുകിട്ടിയ കുട്ടിയാണ് താൻ എന്ന അറിവ് എപ്പോഴാണോ എങ്ങനെയാണോ അവന് കൈവന്നതെന്ന് എനിക്കറിയില്ല. എന്റെ ഒരു പിറന്നാളിന് എട്ടാമത്തെയോ ഒമ്പതാമത്തെയോ ആണെന്നു തോന്നുന്നു അമ്മ എനിക്കും അവനും ചോറു വിളമ്പിത്തരുമ്പോൾ അവൻ വെറുതെ കരയുന്നത് ഞാൻ കണ്ടു. അമ്മയും കണ്ടു. കണ്ണൊപ്പിക്കൊടുത്തിട്ടും കരച്ചിൽ മാറാതെ വന്നപ്പോൾ അമ്മ അവനെ, അത്ര വലുതായതൊന്നും കണക്കാക്കാതെ, പണിപ്പെട്ടു വാരിവലിച്ച് ഒക്കത്തെടുത്ത് മുറ്റത്തേക്കു പോയി. അവൻ എന്തിനു കരയുന്നെന്ന് എനിക്കു മനസ്സിലായില്ല. അമ്മയ്ക്ക് മനസ്സിലായിക്കാണും. എനിക്ക് രണ്ടാഞ്ചോറു വിളമ്പാറായപ്പോഴേക്ക് അമ്മ അവനെ കൈ പിടിച്ച് നടത്തി തിരികെ വന്നു. അപ്പോൾ അവന്റെ മുഖം ശാന്തമായിരുന്നു.

ആ ശാന്തതയുടെ പരിവേഷം അവന്റെ മുഖത്ത് പിന്നീട് എപ്പോഴും നിലനിന്നു.

നല്ല കുട്ടി എന്നല്ലാതെ ആരും അവനെപ്പറ്റി നാട്ടിൽ ഒരിക്കലും പറയാനിടയായില്ല. കഴിയുന്ന ഉപകാരം എല്ലാവർക്കും ചെയ്യും. കണ്ണു കാണാത്ത വാരസ്യാരെ അമ്പലത്തിലേക്ക് കൈ പിടിച്ച് നടത്തും, തിരികെയും കൊണ്ടെത്തിക്കും. ആൺതുണയില്ലാത്ത വീട്ടുകാർക്കുവേണ്ടി അങ്ങാടിയിൽ പോയി സാമാനം വാങ്ങി ചുമന്നു കൊണ്ടുവരും. വെള്ളം കോരുകയോ വിറകു കീറുകയോവരെ ചെയ്തു കൊടുക്കും. അവന്റെയും എന്റെയും അമ്മമാർ അവനെ സന്തോഷത്തോടെ, 'മാളോരടമ്മായി' എന്നു വിളിച്ച് ചിരിക്കും.

ഇങ്ങനെ ഇരിക്കെയാണ് ഒരു ദിവസം രാത്രി അതുണ്ടായത്. ഗോയിശ്ശാർ വന്ന ദിവസമായിരുന്നു. മൂപ്പരുടെ കുഴഞ്ഞ ശകാരവും അമ്മുവമ്മയുടെ പതിഞ്ഞ ശബ്ദത്തിലുള്ള പ്രതികരണവും പിന്നെ കരച്ചിലും ചെവിയിൽ വീണാൽ അമ്മ ദേഷ്യവും സങ്കടവും അടക്കി പ്പിടിച്ച് പറയാറുണ്ട്. "ഇന്ന് കളി ഉള്ള ദിവസാ."

അന്ന് കളി കാര്യമായി.

അവിടത്തെ മുത്തശ്ശി അഞ്ചാറു മാസം മുമ്പ് മരിച്ചുപോയിരുന്നു. അതിൽപ്പിന്നെ അമ്മുവമ്മയ്ക്ക് ചുമയും പനിയും പതിവായി. ഗോയി ശ്ശാരുടെ തല്ലും കുത്തും ഏറ്റ് കക്കും കരളും എല്ലും അല്ല ചില്ലിയായ താണ് എന്ന കാര്യത്തിൽ നാട്ടിലാർക്കും സംശയമുണ്ടായിരുന്നില്ല. വൈദ്യരെ കാണിച്ച് കുറച്ചു കഷായം കുടിച്ചു. ഫലമുണ്ടായില്ല, ദേഹം ശോഷിച്ചുകൊണ്ടിരുന്നു. ഗോയിശ്ശാരുടെ വരവ് വല്ലപ്പോഴും മാത്രമായി.

അമ്പലത്തിലെ പണി ചെയ്യാൻ നാണപ്പൻ മാത്രമേ ഉള്ളൂ എന്നായി. ആ പണിയും അടുക്കളപ്പണിയും ഉൾപ്പെടെ വീടു കൊണ്ടുനടത്തുന്ന ഭാരം മുഴുക്കെ അവൻ ഏറ്റെടുത്തു. നാട്ടുകാരുടെ ജോലികൾ കൂടി ആയപ്പോൾ സ്കൂളിൽപോക്ക് വല്ലപ്പോഴുമായി.

ആ കാളരാത്രിയിൽ വീട്ടിൽ നടന്നതെന്തെന്ന് പൊലീസിനെയും നാട്ടുകാരെയും അറിയിച്ചത് അമ്മുവമ്മയാണ്. അധികാരിയും പൊലീസുകാരും ആ സാക്ഷിമൊഴി രേഖപ്പെടുത്തുന്നത് പലതവണ തടസ്സപ്പെട്ടു. കാരണം, എല്ലിൻകൂടു മാത്രമായ അവർ വേച്ചുവിറച്ച് ചുമച്ചു ശ്വാസം മുട്ടി. പക്ഷേ, അപ്പോഴൊന്നും കരഞ്ഞില്ല. കരഞ്ഞത് നാണപ്പനെ പൊലീസ് കൊണ്ടുപോകുമ്പോഴാണ്. ആ കരച്ചിൽ പിന്നെ തോർന്നില്ല. തോരാക്കരച്ചിൽ ഏറെക്കാലം വേണ്ടിവന്നുമില്ല.

അമ്മുവമ്മ കിടപ്പായതിൽപ്പിന്നെ ഗോയിശ്ശാർ വരാറുണ്ടായിരുന്നത് ചാരായം കുടിക്കാനും വേറെ ആർക്കെങ്കിലും കൊടുക്കാനുമൊക്കെ പണം പിടുങ്ങാനാണ്. അമ്മുവമ്മയെ അടിച്ചും കുത്തിയും

ഒതുക്കി വീട്ടിലുള്ള ചില്ലറയത്രയും പരതിയെടുക്കും. അന്നു രാത്രി പക്ഷേ, അമ്മുവമ്മയുടെ മുണ്ടുപെട്ടിയിലോ അടുക്കളയിലെ സ്ഥിരം തകരപ്പാത്രത്തിൽപ്പോലുമോ കാശൊന്നും കണ്ടുകിട്ടിയില്ലത്രെ. അരിശം മൂത്ത ഗോയിശ്ശാർ അമ്മുവമ്മയെ ചവിട്ടി വീഴ്ത്തി.

അപ്പോഴാണ് നാണപ്പൻ പിന്നിലൂടെ ചെന്ന് കൈയിലെ മഴു ഓങ്ങി ഗോയിശ്ശാരുടെ നടുപ്പുറത്ത് ആഞ്ഞു വെട്ടിയത്. ദേഹത്തിലാണ്ടിറങ്ങിയ മഴുവുമായി അയാൾ പിന്നിലേക്കു മറിഞ്ഞതോടെ മഴുക്കാമ്പ് ദേഹത്ത് കൂടുതൽ ആഴത്തിൽ തറച്ചുകയറി. നിമിഷങ്ങൾക്കകം ഗോയിശ്ശാര് മരിച്ചു

വീട്ടിൽ വന്ന് മുട്ടി വിളിച്ച് നാണപ്പൻ തന്നെയാണ് ഒരു പാവയെപ്പോലെ, തൊഴുതു പിടിച്ച കൈയുമായി നിന്ന്, അമ്മയോട് പറഞ്ഞത്: ''ഞാനയാളെ വെട്ടിപ്പൊളിച്ചു, അപ്പൂന്റമ്മേ.''

അമ്മയുടെ ദീനസ്വരം ഞങ്ങളുടെ കൂട്ടുകുടുംബത്തിലെ എല്ലാരെയും ഉണർത്തി.

ഭീകരമായിരുന്നു അയൽവീട്ടിനകത്തെ കാഴ്ച. ബോധമറ്റ് അമ്മുവമ്മ, ജീവനറ്റ് ഗോയിശ്ശാര്. തറയിലാകെ ഭൂപടങ്ങൾ വികൃതമായി വരച്ച് ചോര. അമ്മയും നാണപ്പനും കൂടി അമ്മുവമ്മയെ താങ്ങി കട്ടിലിൽ കയറ്റിക്കിടത്തി. മുഖത്ത് വെള്ളം തളിച്ച് കോറുവായിലെ കഫവും രക്തവും തുടച്ചു. ചൂടുവെള്ളംകൊണ്ട് ചുണ്ടുകൾ നനച്ചു.

കാരണവന്മാർ പോയി അംശം അധികാരിയെ കൂട്ടിക്കൊണ്ടു വന്നു. എന്തുണ്ടായി എന്നു ചോദിച്ച അധികാരിയോടും നാണപ്പൻ അതുതന്നെ പറഞ്ഞു: ''ഞാനയാളെ വെട്ടിപ്പൊളിച്ചു.'' അധികാരി ഒരു കുറിമാനം കൊടുത്ത് പൊലീസിലേക്ക് കോൽക്കാരനെ അയച്ചു.

അധികാരിയുടെ കല്പനപ്രകാരം എവിടന്നോ ഒരു പെട്രോമാക്സ് വിളക്ക് എത്തി. നൂറ്റാണ്ടുകളായി ഇരുളടഞ്ഞു കിടന്ന ഗുഹയിൽ സൂര്യൻ പെട്ടെന്നുദിച്ചപോലെ ആ വിളക്കിന്റെ കണ്ണഞ്ചിപ്പിക്കുന്ന വെളിച്ചം വീടിനകത്ത് തിങ്ങി നിറഞ്ഞു കാഴ്ച മഞ്ഞളിപ്പിച്ചു. അതിലേക്കു നോക്കാനാവാതെ ഞാൻ നാണപ്പന്റെ അരികുപറ്റി അവന്റെ കൈയിൽ പിടിച്ചു നിന്നു.

എന്റെ ഇളയമ്മാമൻ അധികാരിയുടെ ചെവിയിൽ എന്തോ രഹസ്യം പറഞ്ഞു. അധികാരി, മനമില്ലാമനസ്സോടെയെന്നാലും തല കുലുക്കി. പിന്നെ ഇളയമ്മാമൻ വന്ന് നാണപ്പന്റെ മറ്റെ കൈപിടിച്ചു. പൊലീസുകാർ വരുംമുമ്പ് എവിടേക്കെങ്കിലും ഓടിപ്പൊയ്ക്കൊള്ളാനാണ് ഇളയമ്മാമൻ നാണപ്പനോട് പറഞ്ഞത്. ചുറ്റുമുള്ളവരുടെയെല്ലാം മനസമ്മതം അതിന് ഉണ്ടായിരുന്നു.

നാണപ്പൻ പക്ഷേ, അതു കേൾക്കാത്ത മട്ടിൽ ഇരുന്നതേയുള്ളൂ.

പൊലീസുകാർ വന്നപ്പോഴേക്ക് അമ്മുവമ്മയ്ക്ക് ബോധം തെളിഞ്ഞിരുന്നു. നടന്നതൊക്കെ വിവരിച്ച് അവർ കെഞ്ചി.

''ബുദ്ധിയുറയ്ക്കാത്ത പാവം കുട്ട്യാണ്. അവനെ ശിക്ഷിക്കരുത്.''

പൊലീസുകാർ നാണപ്പനോട് ചോദിച്ചു: ''നീയാണോ ഇതു ചെയ്തത്?''

അവൻ തല കുലുക്കി. അവർ അവന്റെ കൈകളിൽ വിലങ്ങുവെച്ചു.

വിചാരണയും ശിക്ഷ വിധിക്കലുമൊക്കെ വേഗം കഴിഞ്ഞു. കുട്ടിയായതുകൊണ്ട് തൂക്കിലേറ്റുന്നതിനു പകരം അവനെ ദുർഗുണ പരിഹാര ജയിലിലേക്ക് അയച്ചു എന്നു കാരണവന്മാർ പറഞ്ഞു.

അമ്മുവമ്മയെ അമ്മ വീട്ടിലേക്കു കൊണ്ടുപോന്നിരുന്നു. പത്തുനാല്പതു ദിവസമേ പിന്നെ ജീവിച്ചുള്ളൂ. അവരെ ചിതയിലേക്കെടുക്കാൻനേരം നാണപ്പനെ പൊലീസുകാർ കൊണ്ടുവന്നു. കൈയിൽ വിലങ്ങുണ്ടായിരുന്നു, അപ്പോഴും. കണ്ണീർ പൊടിയാതെ മരപ്പാവപോലെ നിന്നു.

ആളും നാഥനുമില്ലാതായപ്പോൾ ക്ഷേത്ര ഊരാളൻ ആ വീടും സ്ഥലവും തിരികെ കൈവശപ്പെടുത്തി. അറുകൊല നടന്നേടമല്ലേ, അത് വാങ്ങാനോ അവിടെ താമസിക്കാനോ പക്ഷേ, ആരും ഉണ്ടായില്ല. കാലം പോകെ, വീട് ഇടിഞ്ഞും പൊളിഞ്ഞും വീണു.

നാണപ്പനെപ്പറ്റി പിന്നെ ഒരു വിവരവും ഉണ്ടായില്ല. അമ്മ കൂടക്കൂടെ നെടുവീർപ്പിട്ടു: ''പാവം, എവിടെയാണാവോ.''

എന്നിട്ടിതാ, ഇവിടെ!

ചിരാതിന്റെ വെളിച്ചവുമായി കണ്ണ് കുറച്ചിട പഴകിയതോടെ കാഴ്ച മെച്ചപ്പെട്ടു.

''ആരെന്ത് വിചാരിച്ചാലും വേണ്ടില്ല,'' അമ്മ അണപൊട്ടിയ വെള്ളംപോലെ എന്റെ പിടിയിൽനിന്നു കുതറി മുന്നോട്ടാഞ്ഞു: ''ഞാനെന്റെ കുട്ടിയെ ഒന്ന് നല്ലോണം കാണട്ടെ.''

അമ്മ അരികിലെത്തിയപ്പോൾ സ്വാമി കാൽക്കൽ വീണ് നമസ്കരിച്ചു. എഴുന്നേറ്റ് അമ്മയെ മാറോടു ചേർത്തു നിർത്തി കണ്ണടച്ചു. തുറന്ന കണ്ണുകളിൽ തിളങ്ങിയ നീരുറവയെ ചിരാതിന്റെ വെട്ടം മുത്തുകളാക്കി. അടുത്തെത്തിയ എന്നെക്കൂടി അടക്കിപ്പിടിച്ചായി പിന്നെ സ്വാമിയുടെ നില്പ്.

''കണ്ടപ്പോഴേ മനസ്സിലായി,'' സ്വാമി പതുക്കെ പറഞ്ഞു: ''തിരിച്ചറിഞ്ഞില്ലെങ്കിൽ നമ്മെ പൂർവ്വാശ്രമത്തിലേക്കു മനസ്സ് തിരികെ പോകാതെ

കഴിയും എന്നു വിചാരിച്ചു.'' പിന്നാലെ വന്ന നെടുവീർപ്പ് ഒരു നനുത്ത ചിരിയിൽ അലിയിക്കാൻ സ്വാമി ശ്രമിച്ചു: ''അതെങ്ങനെ, ആരറിഞ്ഞില്ലെങ്കിലും അമ്മമാർ...''

ദിനേശ് അന്തംവിട്ടുനിൽക്കെ സ്വാമി അമ്മയുടെ അറിവിലേക്ക് ആത്മകഥ ചുരുക്കിപ്പറഞ്ഞു. എട്ടുകൊല്ലം കുട്ടികളുടെ ജയിലിൽ കഴിഞ്ഞു. അവിടത്തെ സ്കൂളിൽ പഠിച്ചു. പിന്നെ തീർത്ഥാടനം. അമ്പലത്തിൽ പാത്രം മോറി ശീലമുള്ളതിനാലാവാം, അമ്പലങ്ങളിൽ അന്തിയുറങ്ങാൻ ഇഷ്ടവും സൗകര്യവും ഒത്തു. പോയിപ്പോയി ദക്ഷിണേശ്വറിൽ വച്ച് ഒരു മഹാത്മാവ് ശിഷ്യനായി സ്വീകരിച്ചു. സംസ്കൃതവും പ്രസ്ഥാനത്രയവും പഠിപ്പിച്ചു. പതിനൊന്നു കൊല്ലത്തിനുശേഷം സന്ന്യാസം തന്നു പറഞ്ഞു, ഇനി ലോകത്തുനിന്ന് പഠിക്കാൻ. അതിനായി എല്ലാ വൻകരകളിലും അലഞ്ഞു. ഇപ്പോഴിതാ ഇവിടെ. ഇനി എങ്ങെന്ന് ആർക്കറിയാം?''

''നന്നായി.'' ധാരയായൊഴുകുന്ന കണ്ണീരോടെ അമ്മ പറഞ്ഞു: ''എന്നെ ഈശ്വരൻ ഇങ്ങോട്ടു കൊണ്ടുവന്നത് ഈ കൂടിക്കാഴ്ചയ്ക്കാവും.'' രണ്ടാം മുണ്ടിന്റെ കോന്തലയിലെ കെട്ടഴിച്ച് അമ്മ തുടർന്നു. ''എന്റെ താലിമാലയാണ്. ഗംഗയ്ക്ക് ദാനം ചെയ്യാൻ കൊണ്ടുപോന്നു. കൈയിൽ ഇരിക്കട്ടെ, എന്തെങ്കിലും നല്ല കാര്യത്തിന്...''

''അവിടം വരെ വന്ന് അപ്പൂന്റമ്മെ കാണണം എന്നു കുറച്ചിടയായി നമുക്കു തോന്നാറുണ്ട്.'' സ്വാമി പറഞ്ഞു: ''ഇവിടന്ന് വിട്ടുനിൽക്കാൻ പ്രയാസമുള്ളതുകൊണ്ട് അമാന്തിച്ചു. ഇന്ന് സന്ധ്യയ്ക്ക് മനസ്സറിവുണ്ടായി, അമ്മ ഇങ്ങോട്ട് വരുന്ന കാര്യം. കാത്തിരിക്കയായിരുന്നു.''

ഞാൻ ചോദിച്ചു: ''ഞാൻ എന്തു വിളിക്കണം?''

''എന്തും വിളിക്കാം,'' സ്വാമി ചിരിച്ചു: ''കഥ നാരായണീയം.''

''എന്റെ കഥ കേൾക്കണ്ടേ?''

''ദിനേശ് എല്ലാം പറഞ്ഞിട്ടുണ്ട്.''

''അതെങ്ങനെ?''

''അക്കാദമി അവാർഡു വാങ്ങുന്ന ചിത്രം പത്രത്തിൽ കണ്ട് സംശയം തോന്നി ദിനേശിനോട് നാം ചോദിച്ചു.''

''എന്നിട്ട് ദിനേശ് എന്നോട് ഒന്നും പറഞ്ഞില്ല.''

''എന്റെ താൽപര്യത്തിന്റെ കാരണം ദിനേശ് ചോദിച്ചില്ല. ഞാൻ പറഞ്ഞതുമില്ല. മാത്രവുമല്ല, ഏതാനും വർഷം മുൻപായിരുന്നല്ലോ. മറന്നു കാണും.''

എന്റെ അറിവിലേക്കുകൂടിയായി അമ്മ ഉറക്കെ പറഞ്ഞു: ''പോകുവോളം ഇവിടെ താമസിക്കാം.''

''നാളെ ക്രിയകൾ...'' ഞാൻ അമ്മയെ ഓർമ്മപ്പെടുത്തി.

സ്വാമി ഇടയിൽ കടന്നു: ''ഇവിടെ ഗംഗയിൽ ഞാൻ ചെയ്യിച്ചാൽ മതിയെങ്കിൽ...''

അങ്ങനെയാണ് ഉടുതുണിക്കു മറുതുണി കരുതാതെ ചെന്ന ഞങ്ങൾ ഇരുവരും രണ്ടു ദിവസത്തേക്ക് ആശ്രമത്തിലെ അന്തേവാസികളായത്. ആ രാത്രി അവിസ്മരണീയമായി. തൊഴുതു പിടിച്ച കൈകളിൽ വിലങ്ങുമായിനിന്ന അശരണൻ ഇപ്പോൾ പ്രപഞ്ചത്തെ മുഴുവൻ ഉള്ളംകൈയിൽ സമാഹരിച്ചിരിക്കുന്നു. അമ്മയെ കാൽ തടവി ഉറക്കുമ്പോൾ സ്വാമി നാരായണാനന്ദ എന്നോട് സംസാരിച്ചത് പ്രപഞ്ചജീവന്റെ പ്രസാദമായ ശുദ്ധബോധമെന്ന അമൃതത്തെക്കുറിച്ചാണ്.

പിറ്റേന്ന് രാവിലെ സ്വാമി ഞങ്ങളെ ഗംഗയിലെ കുളിക്കടവിലേക്കു നയിച്ചു. അമ്മയുടെ കൈ പിടിച്ചാണ് നടന്നത്. ഗംഗയിൽ അമ്മ മുങ്ങുമ്പോഴും ആ പിടി വിട്ടില്ല. അച്ഛനുവേണ്ടിയും പിന്നെ എന്റെയും അമ്മയുടെയും പിതൃപരമ്പരകൾക്കുവേണ്ടിയും ബലിയിടുവിച്ചതിൽപ്പിന്നെ, ഒഴുക്കിലിറങ്ങി മുങ്ങിക്കയറാൻ അമ്മയെ വീണ്ടും സഹായിച്ച്, സ്വാമി എന്നോടു പറഞ്ഞു: ''വിഷമമില്ലെങ്കിൽ, അപ്പു കുളിച്ചുവന്ന് ഒന്നു കൂടി ബലിക്കിരിക്കണം.''

''കഴിഞ്ഞില്ലേ?''

''ഇല്ല. അമ്മേ എന്ന് എന്നെക്കൊണ്ട് വിളിപ്പിച്ച ആൾക്ക് ആരും ഇതുവരെ ബലിയിട്ടിട്ടില്ല. സന്ന്യാസം സ്വീകരിക്കുവോളം ഓർത്തില്ല, അങ്ങനെ ഒന്ന് ശേഷിപ്പുണ്ടെന്ന്. സന്ന്യാസദീക്ഷ കൈക്കൊണ്ടതിനാൽ ഇനി എനിക്കതു വയ്യാതാനും. പകരക്കാരനായി അപ്പു മതി. ഇരുവരും ഒരുപോലെ ആയിരുന്നല്ലോ അമ്മയ്ക്ക്. അതിനുംകൂടി വേണ്ടിയാവും ഇങ്ങനെയൊക്കെ...''

ആകെപ്പാടെ ആലോചിച്ചപ്പോൾ എനിക്ക് പിടിച്ചു നിൽക്കാൻ കഴിയാതെയായി. ഉള്ളുരുകി ഒഴുകുന്ന കണ്ണീരോടെയാണ് ഞാൻ ക്രിയകൾ ചെയ്തത്.

മുങ്ങിക്കയറി തോർത്താതെ ഇരുന്ന ഇരിപ്പിൽ മുടിയിൽനിന്ന് ഊറി വീഴുന്ന വെള്ളത്തിനിടെ ആ കണ്ണീര് ആരും കണ്ടിരിക്കില്ല എന്നു വിചാരിക്കെ സ്വാമി നിറകണ്ണോടെ ചിരിച്ചു: ''കണ്ണീരുകൊണ്ടു തന്നെയാണ് ഉദകക്രിയ വേണ്ടത്. അതിലല്ലേ അർപ്പണത്തിന്റെ ഉപ്പുള്ളൂ?''

ഈറനോടെ ആശ്രമത്തിലേക്ക് മടങ്ങുമ്പോൾ ഞാൻ ചോദിച്ചു: ''അനാഥനാണെന്നറിഞ്ഞ സങ്കടത്താലാണോ അന്ന് എന്റെ പിറന്നാളിൻനാൾ കരഞ്ഞത്?''

''എല്ലാരുടെയും അച്ഛൻ ഈശ്വരനും അമ്മ പ്രകൃതീദേവിയുമാണെന്ന് അപ്പൂന്റമ്മ അന്നെനിക്ക് പറഞ്ഞുതന്നു. അത് സത്യമാണെന്ന് ബോദ്ധ്യപ്പെടുത്താൻ നെറുകയിൽ മുത്തമിട്ട് മുറുകെ പിടിക്കയും ചെയ്തു. അനാഥനാണെന്ന സങ്കടംകൊണ്ട് പിന്നെ കരയേണ്ടിവന്നിട്ടില്ല.''

''ഹിംസയുടെ പാപബോധം...?''

''ഇനിയും തീർന്നില്ല. പക്ഷേ, എല്ലാം നിമിത്തമാണെന്ന അറിവ് ഇന്നുണ്ട്. പുഴ പാറക്കെട്ടിൽ തലതല്ലി വെള്ളച്ചാട്ടമാകുന്നപോലെ. ഇതാ ഇവിടെ ഇങ്ങനെ എത്താനായിരുന്നു അതൊക്കെ. എന്നാലും കടങ്ങൾ വീട്ടാതിരിക്കുന്നത് ശരിയല്ല. അതുകൊണ്ട്?'' സ്വാമി അപേക്ഷിച്ചു: ''അച്ഛന്റെ സ്ഥാനത്തുള്ള ആ ആത്മാവിനുവേണ്ടിക്കൂടി അപ്പു, എനിക്കുപകരം, എള്ളും നീരും വീഴ്ത്തണം.''

പിറ്റേന്നാൾ രാവിലെ അതുകൂടി ചെയ്തു.

മറക്കാനാവാത്ത രണ്ടു ദിവസങ്ങൾ കഴിഞ്ഞ് വിട പറയെ, അമ്മയുടെ കാൽ തൊട്ട് വണങ്ങി സ്വാമി ആവശ്യപ്പെട്ടു: ''വീണ്ടും വരണം.''

''പറ്റീന്നു വരില്ല.'' അമ്മ പറഞ്ഞു: ''സാരല്യ. കണ്ണടച്ചാലും കാണാലോ.''

അവരിരുവരും കണ്ണടച്ച് തെല്ലിട നിന്നു. ഒരുമിച്ചാണ് കണ്ണു തുറന്നത്. പിന്നെ, ആശ്രമത്തിൽനിന്നു തിരികെ പോരുന്ന വാഹനത്തിൽ റെയിൽവെ സ്റ്റേഷനിൽ എത്തുവോളവും അമ്മ കൺചിമ്മി ത്തന്നെയാണ് ഇരുന്നത്.

''എല്ലാ സന്ന്യാസിമാരും ഒരുപോലെ അല്ലെന്ന് മനസ്സിലായല്ലോ, ഇല്ലേ?'' എന്നായിരുന്നു സ്റ്റേഷനിൽ ദിനേശിന്റെ വിടവാങ്ങൽ ഫലിതം.

ഞാൻ നന്ദിയോടെ തോൽവി സമ്മതിച്ചു: ''ഉവ്വ്.''

ഓടുന്ന തീവണ്ടിയിലും പിന്നീട് വീട്ടിലെത്തിയിട്ടും അമ്മ, നിറഞ്ഞ നിർവൃതിയോടെയും ആരോടെന്നില്ലാതെയും, കൂടക്കൂടെ പറഞ്ഞു: ''ആലോചിക്കുന്തോറും...''

■

തമോഗർത്തവിശേഷങ്ങൾ

ഈ ചുറ്റുവട്ടത്തുനിന്ന് ഇതിപ്പോൾ രണ്ടാമത്തെ ആളാണ് അപ്രത്യക്ഷനാകുന്നത്. തൊട്ട് അയൽവാസിയായ രവി എന്ന ഓട്ടോറിക്ഷക്കാരനെ മൂന്നുകൊല്ലം മുൻപ് കാണാതായി. ഇന്നേവരെ ഒരു വിവരവുമില്ല. വർഷങ്ങളായി ഒരു ചെറിയ പലചരക്കുകട നടത്തുന്ന കമ്മത്തിനെ ഇന്നലെ രാവിലെമുതൽ കാണാനില്ല. നാലു വീട് അപ്പുറത്തുള്ള ആളാണ്. പുലർച്ചെ അഞ്ചുമണിക്ക് കട തുറക്കാൻ പോയതാണ്. പാൽ വിതരണമുള്ളതിനാലാണ് അത്ര നേരത്തെ കട തുറക്കുന്നത്. ഒന്നര കിലോമീറ്ററേ ദൂരമുള്ളൂ. നടന്നാണ് പോകാറ്.

പത്തിരുപതു കൊല്ലമായി കട നടത്തുന്നു. കഷ്ടി ജീവിക്കാനുള്ളതു കിട്ടും. ആൾ സത്യസന്ധനാണ്. ഒരു സാധനത്തിനും അക്രമവില വാങ്ങില്ല. ഇന്നലത്തെ അപ്പം ഇന്നതാണെന്ന കള്ളം ആരോടും പറയില്ല. ആരെയും പത്തു പൈസ പറ്റിക്കില്ല. കച്ചവടത്തിൽ കുറുക്കുവഴികളൊന്നും സ്വീകരിക്കില്ല. ഇത്രയും കാലമായിട്ടും സമ്പാദ്യമൊന്നും ഇല്ല.

രാവിലെ നാലു മണിക്ക് ഉണരും. കുളിച്ച് പ്രാർത്ഥിച്ച് അഞ്ചു മണിക്ക് ഇറങ്ങും. മഴയായാലും മഞ്ഞായാലും ഇതിനൊരു മാറ്റവുമില്ല. ഒരു കപ്പ് കടുംകാപ്പി മാത്രം കഴിച്ചാണ് പുറപ്പാട്. ഇടത്തെരുവുകളിലൂടെ കടയിലേക്കു നടക്കും. കട തുറന്ന് പാൽവണ്ടി വരാൻ കാത്തിരിക്കും. കമ്മത്തിന്റെ കട നേരത്തെ തുറക്കുമെന്നറിയാവുന്ന സ്ഥലവാസികൾ തലേന്നാൾ വാങ്ങാൻ മറന്ന അപ്പമോ തീപ്പെട്ടിയോ ഒക്കെ അന്വേഷിച്ചു വരും. പത്രം വിതരണം ചെയ്യുന്ന ഏർപ്പാടുമുണ്ട്. ബസ്സ്സ്റ്റാന്റിൽ പോയി അതിന്റെ കെട്ടുകൾ കൊണ്ടുവരണം. അതഴിച്ച് എണ്ണി വിതരണത്തിനു കൊടുത്തയയ്ക്കണം. പാൽ പാക്കറ്റുകൾ എണ്ണി വാങ്ങി വിതരണത്തിനയയ്ക്കണം. ഇത്രയും കഴിഞ്ഞാൽ അടുത്ത അമ്പലത്തിൽ പോയി പ്രാർത്ഥിക്കും. ആ നേരത്ത് കട അടയ്ക്കാറില്ല. അഥവാ പതിവുകാർ വന്നാൽ കാശു കൃത്യമായി പെട്ടിപ്പുറത്തുവെച്ച് അവർക്കത്യാവശ്യമുള്ളത് എടുക്കും.

രണ്ടു ചെറിയ കുട്ടികളുണ്ട്. ഒരാണും ഒരു പെണ്ണും. പെണ്ണാണ് മൂത്തത്. ഇരുവരും സാമാന്യം ഭേദപ്പെട്ട സ്കൂളിലാണ് പഠിക്കുന്നത്. കുട്ടികൾ രണ്ടും കമ്മത്തിന്റെ ചെറിയ പതിപ്പുകൾതന്നെ. ഇവരെ സ്കൂളിലയച്ച് ഭാര്യ വീടു പൂട്ടി കമ്മത്തിനുള്ള പ്രാതലുമായി കടയിലേക്കു ചെല്ലും. കമ്മത്ത് പ്രാതൽ കഴിച്ച് കടയിലേക്കാവശ്യമുള്ള ഉരുപ്പടികൾ വാങ്ങാൻ വലിയ മാർക്കറ്റിലേക്കു പോകും. നീക്കുപോക്കില്ലാതെ ഘടികാരസൂചിപോലെ പ്രവർത്തിക്കുന്ന ഒരാൾ.

ഇന്നലെയും അയാൾ പതിവുപോലെ കടയിലേക്കു പുറപ്പെട്ടുപോയി. ഭാര്യ ഒമ്പതരയ്ക്ക് പ്രാതലുമായി ചെന്നപ്പോൾ പക്ഷേ, കട തുറന്നിട്ടില്ല. പത്രക്കെട്ടുകൾ കൊണ്ടുവന്നിട്ടില്ല. സൈക്കിളുകളുമായി പത്രവിതരണക്കാർ കടയുടെ മുന്നിൽ കാത്തുനിൽക്കുന്നു. കട തുറന്നുകാണാഞ്ഞ് പാലിന്റെ വണ്ടി തിരികെ പോയെന്ന് അവർ പറഞ്ഞു.

ഇത്രയും വർഷങ്ങളായിട്ട് ഇന്നേവരെ മുന്നറിയിപ്പില്ലാതെ ഇങ്ങനെ കടമുടക്കം ഉണ്ടായിട്ടില്ല. കമ്മത്ത് വീട്ടിൽനിന്ന് കൃത്യസമയത്തുതന്നെ പോന്നു എന്നറിഞ്ഞതോടെ എല്ലാവർക്കും അങ്കലാപ്പായി. ഭാര്യ ബോധംകെട്ടു വീണു. അവരെ താങ്ങി ആശുപത്രിയിലാക്കി നാട്ടുകാർ പൊലീസിൽ വിവരമറിയിച്ചു. അതിനിടയിൽ ആരോ പറഞ്ഞു, വ്യാപാരി വ്യവസായി സംഘടനയുടെ ഭാരവാഹികളെക്കൂടി അറിയിക്കാൻ. അതും ചെയ്തു. ആശുപത്രികൾ തോറും അന്വേഷിക്കാൻ ആളുകൾ പോയി. അപകടത്തുടർന്നുള്ള പൊലീസുകേസൊന്നും രജിസ്റ്ററുകളിൽ ഇല്ലെന്ന് പൊലീസുകാരും ആശുപത്രികളിലോ മോർച്ചറിയിലോ ഒന്നും ഇങ്ങനെ ഒരാളില്ലെന്ന് ആശുപത്രിക്കാരും തീർച്ച പറഞ്ഞതോടെയാണ് ദുരൂഹത പെരുകിയത്.

ഇത്തരം സംഭവങ്ങളോടനുബന്ധിച്ച് ചോദിക്കാനുള്ള സ്വാഭാവിക ചോദ്യങ്ങൾ വ്യാപാരി വ്യവസായി സംഘടനയുടെ ഭാരവാഹികളും നാട്ടുകാരും മറ്റുള്ളവരോടും തങ്ങളോടുതന്നെയും തലങ്ങും വിലങ്ങും ചോദിച്ചു. സാമ്പത്തികവിഷമം വല്ലതും പ്രത്യേകമായി ഉണ്ടായിരുന്നോ എന്നതുതന്നെ പ്രധാന ചോദ്യം. നിത്യപ്പതിവായി ഉള്ളതിലേറെ ഒന്നും ഉണ്ടായിരുന്നില്ല. എന്നുമുണ്ടാകാറുള്ള കടങ്ങൾ അപ്പോഴുമുണ്ട്. ഒരു ചെറുകിട കച്ചവടക്കാരൻ എന്നാൽ നിത്യകടക്കാരനാണല്ലോ. കടം വാങ്ങിയും വീട്ടിയും ജന്മമൊടുങ്ങുന്നു. വീട്ടുകാരുമായി കാര്യമായ വല്ല സൗന്ദര്യപ്പിണക്കവുമുണ്ടോ എന്നത് സ്വാഭാവികമായ രണ്ടാമത്തെ ചോദ്യം. ഒന്നുമില്ല. എല്ലാ വീടുകളിലുമെന്നപോലെ അല്ലറചില്ലറ വഴക്കുകൾ ഈ വീട്ടിലും ഉണ്ടാകാറുണ്ട്. കുട്ടികൾ പഠിച്ചതു പോരാത്തതിനും മറ്റും. അതൊക്കെ അപ്പപ്പോൾ തീരും.

ഇടതും വലതും നോക്കാതിരിക്കുക എന്നത് ഇവരുടെ സമുദായത്തിലെ സ്ത്രീകളുടെ ജീവിതരീതിയാണ്. തങ്ങളുടെ കുട്ടികൾ, വീട്, ഭർത്താക്കന്മാർ, ഭക്ഷണം, പാർപ്പിടം എന്ന കാര്യങ്ങൾ കഴിഞ്ഞാൽ പരമാവധി അവർക്കുള്ളത് പരദൈവം മാത്രം. ധൂർത്തില്ല. പരദൂഷണമില്ല. മതിലിനപ്പുറത്തെ കാര്യങ്ങളെപ്പറ്റി ജിജ്ഞാസയില്ല. വീട്ടിലെ പൊറുതികേടു കാരണമല്ല കമ്മത്ത് നാടുവിട്ടതെന്നതിൽ ചുറ്റുവട്ടത്ത് ആർക്കും സംശയമേ ഇല്ല.

എന്തെങ്കിലും ദുശ്ശീലമുള്ള ആളുമല്ല. ഉപയോഗിക്കുന്ന ഏറ്റവും കൂടിയ ലഹരി ചായയോ കാപ്പിയോ ആണ്. വിശേഷദിവസങ്ങളിൽ ഒരു സിഗരറ്റ് വലിച്ചെന്നും വരാം. മദ്യപാനമില്ല, മയക്കുമരുന്നില്ല. എന്നു മാത്രമല്ല, ഇതൊക്കെ ഉപയോഗിക്കുന്നവരെ ഇഷ്ടവുമല്ല. ഒരിക്കലൊരു മദ്യപാനിക്ക് കടയുടെ മുന്നിൽത്തന്നെ നിന്നു മദ്യം ഒഴിച്ചുകുടിക്കാൻ സോഡ കൊടുക്കാൻ വിസമ്മതിച്ചതിന് കശപിശ വരെ ഉണ്ടായതാണ്.

ബുദ്ധിഭ്രമമാണ് പിന്നെ സംഭവിക്കാവുന്ന ഒരു സംഗതി. വീട്ടിൽ നിന്ന് ഇറങ്ങിയാൽ കടയിലെത്താൻ പത്തു മിനിറ്റു മതി. ഈ ഇടവേളയിൽ സ്ഥലകാലം മറന്നു വഴിമാറി എങ്ങോ പോയിരിക്കാമെന്നു ചിലർ പിറുപിറുത്തു. മനുഷ്യനല്ലേ, എന്താണ് സംഭവിച്ചുകൂടാത്തത്?

അവയവക്കച്ചവടക്കാർ തട്ടിക്കൊണ്ടുപോയതാണോ എന്നൊരു സംശയവും ഇതിനിടയിൽ ആരോ ഉന്നയിച്ചു. ഒരു വൃക്കയോ ഒരു കണ്ണിനോ കുറച്ചു മജ്ജയ്ക്കോ രക്തത്തിനോ ഇതിനെല്ലാമായോ മനുഷ്യരെ പിടിച്ചുകൊണ്ടുപോയി അറുത്തു മുറിക്കുന്ന സംഘങ്ങൾ നഗരത്തിൽ പ്രവർത്തിക്കുന്നതായി അയാൾ സൂചിപ്പിച്ചു. പക്ഷേ, അയാളുടെതന്നെ അഭിപ്രായത്തിൽ ഈ കൂട്ടർ ലക്ഷ്യമിടുന്നത് പ്രധാനമായും ചെറുപ്പക്കാരെയാണ്. സ്കൂളിൽനിന്നും കോളജിൽ നിന്നും ഒക്കെയാണ് ഇവർ ഇരകളെ തട്ടുന്നത്. അത്തരം ഒന്നുരണ്ടു കേസുകളുടെ വിശദാംശങ്ങളും അയാൾ നാടകീയമായിത്തന്നെ അവതരിപ്പിക്കുകയുണ്ടായി.

ബന്ധുക്കളുടെ വീടുകളിൽ അന്വേഷിക്കാൻ പോയവരൊക്കെ വെറുംകൈയോടെ മടങ്ങി. പൊലീസ് ഒരു തിരോധാനക്കേസ് രജിസ്റ്റർ ചെയ്തു. പത്രത്തിൽ വാർത്ത വന്നു. ദിവസം രണ്ടായിട്ടും ഒരു വിവരവും പക്ഷേ, ഇല്ല. അയൽവാസികളായ ഞങ്ങൾക്ക് ഒന്നും ചെയ്യാതിരിക്കാൻ വയ്യ. പക്ഷേ, ഒന്നും ചെയ്യാനുമില്ല.

ബോധം വീണുകിട്ടിയപ്പോൾ കമ്മത്തിന്റെ ഭാര്യ ആദ്യം ചോദിച്ച ചോദ്യം 'വന്നോ?' എന്നാണ്. 'വരും, വരാതിരിക്കില്ല' എന്നൊക്കെ കഥകളിൽ പറയുമ്പോലെ എല്ലാരും കോറസ്സായി മറുപടി പറഞ്ഞു.

ഈ പറയുന്നവർക്കുതന്നെ ആ പറയുന്നതിൽ വിശ്വാസം കഷ്ടി. ഏതായാലും അവരുടെ ബോധം തകരാറാകാതെ നിന്നു. കാരണം, കുട്ടികൾ ഉണ്ടല്ലോ, അവരെ നോക്കണ്ടേ? കുട്ടികളെ അടക്കിപ്പിടിച്ചു കരയണ്ടേ? ഇപ്പോൾ ആ സ്ത്രീ അതു മാത്രമാണ് ചെയ്യുന്നത്. ഭക്ഷണം വല്ലതും അയൽക്കാരും ബന്ധുക്കളും കൊണ്ടുചെന്നു കൊടുക്കുന്നു.

ആളുകൾ പലരും മനോധർമ്മമനുസരിച്ച് വേറെയും ഊഹങ്ങൾ പ്രകടിപ്പിക്കുന്നു. മറ്റൊരു ഭാര്യയുണ്ടായിരിക്കുമെന്ന് ഒരു പക്ഷം. മിണ്ടാപ്പൂച്ചകളെ എങ്ങനെ വിശ്വസിക്കാൻ എന്ന് ന്യായീകരണം. വല്ല തീർത്ഥാടനത്തിനും പോയിരിക്കാം എന്ന പക്ഷക്കാരുമുണ്ട്. ഈ കടയും പെടാപ്പാടും വിരസമായ ജീവിതവും മടുത്തിരിക്കും. വീട്ടിൽ പറഞ്ഞു സമ്മതം വാങ്ങി പോകാനൊക്കുമോ? മൂപ്പരങ്ങു മുങ്ങി. അത്രതന്നെ. ചിലപ്പോൾ കുറെ കഴിഞ്ഞ് തിരികെ പൊങ്ങും. അല്ല, വഴിയിൽ സിദ്ധികൂടുകയോ തീർത്ഥസ്ഥാനത്ത് മോക്ഷം കിട്ടു കയോ ആണ് ഉണ്ടാകുന്നതെങ്കിൽ ഇനി നോക്കാനുമില്ല.

ഒരു പച്ചമനുഷ്യനെ ഇങ്ങനെ കാണാതായാൽ, അയാൾ സ്വന്തം ഇഷ്ടത്തിനു പോയതോ അന്യഥാ അപകടത്തിൽപെട്ടതോ എന്തു മാകട്ടെ, അന്വേഷിച്ചു കണ്ടെത്താൻ ഈ ആധുനികയുഗത്തിൽ ഒരു ഉപായവുമില്ലേ എന്നാണ് എല്ലാവരുടെയും പരസ്യമായ അത്ഭുതം. വയർലെസ് കമ്യൂണിക്കേഷൻ സൗകര്യങ്ങളും സെല്ലുലാർ ഫോണു കളും കമ്പ്യൂട്ടർ ശൃംഖലകളും ഒക്കെ ഉള്ള ഇക്കാലത്തും ഇങ്ങ നെയോ കഥ? ആൾ ജീവനോടെ ഉണ്ടോ ഇല്ലയോ എന്ന കാര്യത്തിലെ ങ്കിലും ഒരു തീരുമാനം കിട്ടാൻ ഒരു വഴിയുമില്ലെന്നോ? നാളെ ആർക്കും ഈ ഗതി വരരുതേ? ഇതെന്തു ക്രമസമാധാനപാലനം? ഇതെന്തു പൊലീസ് സി.ബി.ഐ-ക്കാരും ഇന്റലിജൻസുകാരും ഒക്കെ ഉണർന്നിരിക്കുന്ന സ്ഥലമാണ് ഇതെന്നല്ലേ ഖ്യാതി? ആ എട്ടും പൊട്ടും തിരിയാത്ത കുട്ടികളോട് എന്തു പറയും? അവരുടെ അമ്മയെ എന്തു പറഞ്ഞ് ആശ്വസിപ്പിക്കും?

ഇതിപ്പോൾ രണ്ടാമത്തെ ആളുടെ തിരോധാനമായതിനാലാണ് ഇവിടെ ഇത്രയും അങ്കലാപ്പ്. വേറെ ഒരാൾ അപ്രത്യക്ഷനായിട്ട് കൊല്ലം മൂന്നായി. അയാളുടെ ഭാര്യയും കുട്ടികളും അയാൾ തിരികെ വരും എന്നു കരുതി ഇപ്പോഴും കാത്തിരിക്കുന്നു. മരിച്ചുപോയോ ഇല്ലയോ എന്നു തീർച്ച അയാളുടെ കാര്യത്തിലുമില്ല. ആൾ മരിച്ചെ ന്നറിഞ്ഞിരുന്നെങ്കിൽ ശേഷക്രിയകളും കഴിച്ച് ബാക്കിയുള്ളവർക്ക് ഇതിലും സമാധാനത്തോടെ ഇരിക്കാമായിരുന്നു എന്നാണ് അയാളുടെ സ്വന്തം അച്ഛൻതന്നെ തന്റെ അവസാനകാലത്തു പലരോടും പറ ഞ്ഞത്. ആ അച്ഛൻ ഈയിടെ മരിച്ചുപോയി, മകൻ ജീവിച്ചിരിപ്പുണ്ടോ

ഇല്ലയോ എന്ന അറിവുകിട്ടാതെ. രവിയും രണ്ടു കുട്ടികളുടെ അച്ഛനാണ്. രവിക്കും കമ്മത്തിന്റെ പ്രായം. രവിയും രാവിലെ അഞ്ചഞ്ചര മണി നേരത്ത് പുറത്തിറങ്ങിയതാണ്. കട തുറക്കാനല്ല പോയതെന്നേ വ്യത്യാസമുള്ളൂ. സ്വന്തമായുള്ള പഴയ ഓട്ടോറിക്ഷയുമായി, തലേന്നു നിശ്ചയിച്ച ഓട്ടത്തിനിറങ്ങിയതാണ്. കട്ടൻ കാപ്പിപോലും കുടിക്കാതെയാണ് പോയത്. വേഗം തിരികെ വന്നു കുളിച്ച് കുറെ കുട്ടികളെ സ്കൂളിൽ എത്തിക്കുന്ന പതിവുജോലിക്കു പോകാനുണ്ടായിരുന്നു. പക്ഷേ, ചെല്ലാമെന്നേറ്റ സ്ഥലത്തു രവി ചെന്നില്ല. ഓട്ടോറിക്ഷ നഗരത്തിന്റെ മറ്റൊരു വശത്ത് ഉപേക്ഷിച്ച നിലയിൽ കിടന്നു. ആ വാഹനത്തിന്റെ കടലാസുകളും താക്കോലും അതിൽത്തന്നെ ഉണ്ടായിരുന്നു. കൈയേറ്റത്തിന്റെയോ സംഘട്ടനത്തിന്റെയോ ഒരു ലക്ഷണവുമില്ല. ഓട്ടോറിക്ഷയുടെ ഹെഡ്ലൈറ്റ് അപ്പോഴും കത്തുന്നു. കഴിവുറ്റതെന്നു പ്രശസ്തിയുള്ള പൊലീസുനായ വന്ന് ഓട്ടോറിക്ഷയ്ക്കു ചുറ്റും നടന്ന് അവിടന്ന് ഓടി ഒരു പണിതീരാത്ത കെട്ടിടത്തിൽ കയറി പരതി തിരികെ നിരത്തിൽ ഇറങ്ങി മാനം നോക്കി നില്പായി.

രവിയും കമ്മത്തും തമ്മിൽ ഒരുപാടു സാമ്യമുണ്ട്. പ്രായം മാത്രമല്ല, കുട്ടികളുടെ എണ്ണം, ദുഃസ്വഭാവങ്ങളില്ലായ്മ, വീട്ടിൽ പ്രശ്നങ്ങൾ ഇല്ലായ്മ, കടമില്ലായ്മ, ജനദ്രോഹമില്ലായ്മ, ആരോടും ഏറ്റമില്ലായ്മ എന്നിങ്ങനെ. ആ പഴഞ്ചൻ ഓട്ടോറിക്ഷ രവിക്ക് ഒരു കൂട്ടുകാരനും ജീവിതോപാധിയും എല്ലാമായിരുന്നു. ഓട്ടമില്ലാത്ത നേരത്ത് അത് അഴിച്ചുകൂട്ടലും തുടയ്ക്കലും മിനുക്കലും മാത്രമാണ് പണി. അതിനെ തമാശയ്ക്കാണെങ്കിലും ശകാരിക്കുകവരെ ചെയ്യും. തനിക്കു പിറന്ന മൂന്നാമതൊരു കുട്ടിയോട് എന്ന മട്ടിലാണ് അതിനോടു പെരുമാറുക.

രവി ഒരിക്കലും യാത്രക്കാരിൽനിന്ന് കൂടുതൽ കാശു വാങ്ങാറില്ല. സവാരിക്കാരോട് ചിരിച്ചല്ലാതെ സംസാരിക്കാറില്ല. ഈ ചുറ്റുവട്ടത്തെ ആർ വണ്ടിയിൽ കയറിയാലും യാത്ര ഫ്രീയാണ്. ട്രാഫിക് നിയമങ്ങൾ തെറ്റിക്കാറില്ല. പത്തുപതിനഞ്ചുകൊല്ലം രവി ആ തുക്കടവണ്ടി ഓടിച്ചിട്ട് ഒരു പെറ്റി കേസുപോലും ഇല്ല.

ഓട്ടോറിക്ഷ കിടന്നതിന് നൂറുവാര അപ്പുറത്ത് അഞ്ചാറേക്കർ വിസ്തീർണമുള്ള ചിരപുരാതനമായ പാറമടയുണ്ട്. അത്യഗാധമായ ഒരു കുഴി. ഏതു വേനലിലും അതിൽ വെള്ളം കെട്ടിനിൽക്കും. വെള്ളമെന്നു പറയാൻ വയ്യ. മാലിന്യങ്ങൾ നിറഞ്ഞ് അഴുകി അലങ്കോലമായ കറുത്ത കുഴമ്പ്. വർഷകാലത്ത് ജലപ്പരപ്പുയരും, അല്പം തെളിയും. അതോടെ പായൽ പടർന്ന് വെള്ളം മുഴുവനായി മറയുകയും ചെയ്യും. ഒരു പുള്ളിപ്പാടും ഒഴിവു കാണില്ല. അതിൽ എന്തെങ്കിലും വീണാൽ തീർച്ചയായും പായലിൽ വിടവു കിടക്കും. ആ വെള്ളത്തിന് അരികിലേക്ക് ഒരു നീർക്കോലി ഇഴഞ്ഞുചെന്നാൽ

പോലും അത് നീങ്ങിയതിന്റെ അടയാളം ചുറ്റുവട്ടത്തെ ചെളിയിൽ പതിഞ്ഞുകിടക്കുകയും ചെയ്യും. അത്തരം ഒരു ലക്ഷണവും ഇല്ലായിരുന്നു.

രവിയുടെ ഭാര്യയുടെ ആങ്ങളമാർ താമസിക്കുന്നത് അതിന് അടുത്താണ്. പക്ഷേ, അവരെ ആരെയും രവി അന്നു രാവിലെ കണ്ടിട്ടില്ല. കാണാമെന്ന ധാരണയും ഇല്ലായിരുന്നു. എങ്ങനെ എത്ര ആലോചിച്ചാലും ആ സ്ഥലത്ത് ആ നേരത്ത് രവിയും ഓട്ടോറിക്ഷയും ചെല്ലേണ്ട ഒരു കാര്യവുമില്ല. ധരിച്ച കാക്കിയുടുപ്പല്ലാതെ ഒരു തുണിത്തുണ്ടും രവി എടുത്തിട്ടില്ല. പോക്കറ്റിൽ തലേന്നു കിടന്ന ഏതാനും നാണയത്തുട്ടുകൾ അല്ലാതെ കൈയിൽ പണമില്ല.

കമ്മത്തിനെന്നപോലെ രവിക്കും ആരോടും ഒരു പിണക്കവും വഴക്കുമില്ലായിരുന്നു. ശത്രു എന്ന ഒന്ന് ഇല്ലേ ഇല്ല. അടുത്ത മിത്രമെന്നു പറയാനും ആരും പക്ഷേ, ഇല്ല. അതു കമ്മത്തിനും ഇല്ലല്ലോ. അങ്ങനെ ആരെങ്കിലും ഉണ്ടായിരുന്നെങ്കിൽ ഉള്ളുകള്ളികൾ അറിയാൻ കഴിഞ്ഞേനേ എന്നു പൊലീസുകാർ സൂചിപ്പിച്ചു. ഇനി പറഞ്ഞിട്ടെന്തു കാര്യം?

കായലോരത്ത് ഒരു ശവം അടിഞ്ഞിട്ടുണ്ടെന്നറിഞ്ഞ് ആളുകൾ പോയി. ആ ശരീരത്തിലും കാക്കിയുടുപ്പാണുണ്ടായിരുന്നത്. കമിഴ്ന്നാണ് കിടന്നത്. പൊലീസു വന്നു ദേഹം മലർത്തിയിടുംവരെ അനിശ്ചിതത്വം നില നിന്നു. അതു വേറെ ആരോ ആയിരുന്നു. (ആരായിരുന്നു അതെന്ന പ്രശ്നം ഞങ്ങളാരും ചർച്ച ചെയ്തില്ല. പരേതനെ തിരിച്ചറിയാൻ ആരെയും കിട്ടിയില്ലെന്നു കേട്ടു. മറ്റൊരു തിരോധാന സംഭവത്തിലെ നായകനല്ലെന്നു തീർച്ചയില്ല.)

രവിയെ കാണാതായി ഒരു മാസം കഴിഞ്ഞപ്പോൾ അയൽക്കാർ രവിയുടെ തിരോധാനത്തെപ്പറ്റി ആലോചിക്കാൻ യോഗം ചേർന്നു. എല്ലാ രാഷ്ട്രീയകക്ഷികളുടെയും പ്രാദേശികപ്രതിനിധികൾ ഉണ്ടായിരുന്നു. കോർപ്പറേഷൻ കൗൺസിലറായിരുന്നു അദ്ധ്യക്ഷൻ. ഈ അനിശ്ചിതത്വത്തിന് അടിയന്തരമായി വിരാമം കാണണമെന്നും എല്ലാരും അതിനായി ഒത്തു ശ്രമിക്കണമെന്നും അന്നു സംസാരിച്ച ഏവരും പറഞ്ഞു. ആക്ഷൻ കൗൺസിൽ രൂപീകരിച്ചു. കലക്ടർക്കും മുഖ്യമന്ത്രിക്കും നിവേദനം നൽകാൻ തീരുമാനിച്ചു. വേണ്ടിവന്നാൽ കേസ് സി.ബി.ഐയെക്കൊണ്ട് അന്വേഷിപ്പിക്കണമെന്നും അനാസ്ഥ ഉണ്ടാകരുത് എന്നും നിവേദനത്തിൽ അപേക്ഷിച്ചു. മാസങ്ങളും വർഷവും തികഞ്ഞിട്ടും പക്ഷേ, ഒരു തുമ്പുമുണ്ടായില്ല. അയൽ സംസ്ഥാനങ്ങളിലും അന്വേഷിക്കുന്നു എന്നു പൊലീസിൽനിന്ന് അറിയിപ്പു വന്നു. അവർ അന്വേഷിച്ചിരിക്കും. അതുകൊണ്ടും ഫലമുണ്ടായില്ല.

അച്ഛൻ വരുമെന്നുതന്നെയാണ് രവിയുടെ കുട്ടികളുടെ വിശ്വാസം. മൂത്തത് ആണാണ്. അവന് ഇപ്പോൾ എട്ടുവയസ്സായി. മുപ്പതു വയസ്സായ ഒരാളെപ്പോലെയാണ് അവൻ പെരുമാറുക. കളിചിരികളൊന്നുമില്ല. കാര്യം മാത്രം. വൈകുന്നേരങ്ങളിൽ വീട്ടുപടിക്കൽ വെറുതെ നിൽക്കും. നോട്ടം നിരത്തിൽത്തന്നെ, ആരെയും കാത്തുനിൽക്കുകയല്ല എന്നൊരു ഉദാസീനത അഭിനയിക്കും. താഴെയുള്ള പെൺകുട്ടിക്ക് അച്ഛനെ അത്ര ഓർമ്മയില്ല. അതുകൊണ്ട് വലിയ അല്ലലും ഇല്ല.

വീട്ടുകാരിക്കാണ് ഏറെ ചാഞ്ചാട്ടം. ചിലപ്പോൾ കണ്ണു നിറഞ്ഞു കാണാം. പബ്ലിക് ടാപ്പിൽനിന്നു വെള്ളമെടുക്കാൻ നിൽക്കുമ്പോൾ വഴിയുടെ രണ്ടറ്റത്തേക്കും കൂടക്കൂടെ നോക്കും. കുടം നിറഞ്ഞാലും അറിയില്ല. ടാപ്പിൽ മിക്ക നേരവും വെള്ളമുണ്ടാവില്ല. അപ്പോൾ, വെള്ളം വരാൻ കാത്തുനില്പാണെന്ന മട്ടിൽ എത്ര നേരവും വഴിയിൽ നോക്കി നിൽക്കാം. അടുത്ത വീടുകളിലെ സ്ത്രീകളോട് രണ്ടഭിപ്രായങ്ങൾ മാറി മാറി പറയും. സ്നേഹമില്ലാത്ത ഒരുവനാണ് എന്നാവും ചില നേരത്ത് പരാതി. എവിടെയോ വേറെ ആരുടെയോ കൂടെ സുഖമായി കഴിയുന്നുണ്ടാവും. ആണുങ്ങളല്ലേ, എന്തുമായിക്കൂടെ? അങ്ങനെ ഒരാൾ ഇനി ഇങ്ങു വരാതിരിക്കയാണ് തനിക്കും കുട്ടികൾക്കും നല്ലത്. പിറ്റേന്നുതന്നെ മറിച്ചും പറയും. ആർ എങ്ങനെയൊക്കെ ഉപദ്രവിച്ചു എന്ന് ആരു കണ്ടു? എവിടെ കിടക്കുന്നു എന്ന് ആർക്കറിയാം? ദൈവമെനിക്ക് തിരികെ കൊണ്ടുവന്നു തരാതിരിക്കില്ല, എന്നെങ്കിലും. എന്നാലോ മൂന്നാന്നാൾ നിലപാടു പഴയതു തന്നെ ആകും. പിറ്റേന്നു വീണ്ടും മറ്റേ പല്ലവി പാടും.

അയൽവാസിയായ ടെലഫോൺ എൻജിനീയർ ദയ തോന്നി ടെലഫോൺ എക്സ്ചേഞ്ചിൽ തൂപ്പുകാരിയുടെ പണി നൽകിയിട്ടുണ്ട്. അരി വാങ്ങാനുള്ളതു കിട്ടും. അതുകൊണ്ടു കുട്ടികൾ പട്ടിണിയില്ലാതെ കഴിയുന്നു. പിശുക്കിപ്പിടിച്ച് ശേഷിക്കുന്നത് ജ്യോതിഷക്കാർക്കും അമ്പലങ്ങളിലും കൊടുക്കും. ഒരു മഷിനോട്ടക്കാരൻ ഉറപ്പു നൽകിയിട്ടുണ്ട്. ആൾ തീർച്ചയായും ജീവിച്ചിരിപ്പുണ്ട്. തിരികെ വരും. മിക്ക ജ്യോതിഷക്കാരും ഇതുതന്നെ പറയുന്നു. ചന്ദ്രഗ്രഹത്തിന്റെ നില ഒട്ടും അനുകൂലമല്ലാത്തതിനാൽ ബുദ്ധിക്ക് അല്പം മങ്ങലേറ്റിട്ടുണ്ട്. ഈ ദശാസന്ധി കഴിഞ്ഞാൽ അതു നീങ്ങും. പിന്നെ ശുഭം, മംഗളം,

ആകപ്പാടെ ആലോചിക്കുമ്പോൾ ആശങ്ക തോന്നുന്നു. തമോഗർത്തത്തിലേക്ക് പോകാനുള്ള ത്വര ഈ ചുറ്റുവട്ടത്ത് വ്യാപകമായി ഉണ്ട്. ഒരു ചെകുത്താൻബാധ കണക്കെ അതു വളരുകയും പടരുകയുമാണുതാനും.

ജഗദീശൻ ഉദാഹരണം. അഞ്ചക്ക ശമ്പളമുള്ള എക്സിക്യൂട്ടീവാണ് ജഗദീശൻ. ഒരു സോഫ്റ്റ് ഡ്രിങ്ക് കമ്പനിയുടെ മാനേജർ. സ്വന്തം വീട്ടിൽ പുതിയ കാറുമൊക്കെ വാങ്ങി സുഖമായി കഴിയുന്നു. കമ്മത്തിനെക്കുറിച്ചു സംസാരിച്ചുനിൽക്കെ ജഗദീശൻ മൗനിയായി. ആ മൗനം അവസാനിപ്പിച്ചത് അടക്കിപ്പിടിച്ചു ചിലതു പറയാനാണ്. ഒരു ചിരിയോടെയാണ് പറഞ്ഞത് എങ്കിലും കാര്യം ചിരിച്ചു തള്ളാനുള്ളതല്ല.

ജഗദീശന് ചെറുപ്പമാണ്. നാലു കൊല്ലം മുമ്പ് മാനേജരായി ജോലിക്കയറ്റം കിട്ടുമ്പോൾ പ്രതിമാസവില്പന ലക്ഷം കുപ്പി ആയിരുന്നു. അടുത്ത കൊല്ലം കമ്പനി ടാർഗറ്റായി നൽകിയത് രണ്ടു ലക്ഷം കുപ്പിയാണ്. അത്യദ്ധ്വാനം ചെയ്ത് അതൊപ്പിച്ചു. അടുത്ത വർഷം മൂന്നുലക്ഷം. അതും കഷ്ടി ഒപ്പിച്ചെടുത്തു. അടുത്തകൊല്ലം ഒരു ലക്ഷം കൂടി ടാർഗറ്റുയർത്തി. അതും ദൈവസഹായം കൊണ്ട് നേടാനൊത്തു. എന്നിട്ടോ, ഈ വർഷം നൽകിയിരിക്കുന്നത് ആറു ലക്ഷം. എങ്ങനെ പിടഞ്ഞാലും അതൊക്കില്ല. ആകപ്പാടെ ആലോചിക്കുമ്പോൾ ഒരു ദിവസം ആരോടും പറയാതെ എങ്ങോട്ടെങ്കിലു മങ്ങു പോകുന്നതുതന്നെയാണ് നല്ലതെന്നു ചിലപ്പോൾ തോന്നിപ്പോകുന്നു. എവിടെയെങ്കിലും പോയി വല്ല മരച്ചുവട്ടിലും കാലശേഷം കഴിക്കുന്നത് ഇതിനേക്കാൾ ഭേദമാവില്ലേ? ഒന്നുമില്ലെങ്കിൽ, ഇനി അടുത്ത കൊല്ലം പത്തുലക്ഷം കുപ്പി വിറ്റില്ലെങ്കിൽ നാണക്കേടാണെന്ന സ്ഥിതി വരില്ലല്ലോ.

ഇതേ അർത്ഥത്തിലാണ് ഇൻഷുറൻസുകാരൻ തോമസ് ചാണ്ടിയും സംസാരിച്ചത്. മതിയായി എന്നു തുറന്നു പറഞ്ഞു. ചിരി വരാതെ ചിരിച്ചും വാഗ്ദാനങ്ങൾ സുലഭമായി നൽകിയും മടുത്തുകഴിഞ്ഞു. കോടിപതിവരെ ആയി. എന്നുവെച്ചാൽ വർഷത്തിൽ ഒരു കോടി പ്രീമിയം അടയ്ക്കാനുള്ള പോളിസി സ്ഥിരമായി വിൽക്കുന്നു. പക്ഷേ, ഇതുകൊണ്ടാക്കെ എന്തു കാര്യം? ബിസിനസ്സുണ്ടാക്കാൻ നടക്കുന്നതിനിടയിൽ കുട്ടികൾ അന്യരെപ്പോലെയായി. അവരെ എന്തിനു പഴിക്കണം? അവരുമായി ഇടപഴകാൻ ഇത്തിരി നേരം എന്നെങ്കിലും കിട്ടിയോ? ഭാര്യയ്ക്കാണെങ്കിൽ ഭർത്താവൊരു മാങ്ങ പറിക്കുന്ന തോട്ടിയോ മറ്റോ ആണെന്ന വിചാരം ഉറച്ചിരിക്കുന്നു. പണം കുലയോടെ ഇറുത്തു കൊണ്ടുവരുന്ന ഒരു ഉപകരണം. വല്ല വേളാങ്കണ്ണിയിലോ മറ്റോ പോയി ഇരിക്കാൻ തോന്നിപ്പോകും, ആർക്കും. ആ പിന്നെ, നമ്മുടെ പോളിസി അടുത്ത കൊല്ലം മെച്ച്വർ ആകുന്ന സ്ഥിതിക്ക് പുതിയ ഒന്ന് മകന്റെ പേരിൽ ആകാം. മകൻ ഇപ്പോൾ ഒരു പ്രൊഫഷണലായല്ലോ. ഇതൊന്നും വൈകിക്കരുത്. കാലാകാലത്ത് കുട്ടികൾക്കു വേണ്ടതൊക്കെ ചെയ്യേണ്ടത് നമ്മുടെ കടമയല്ലേ? ഇത്രയും പറഞ്ഞപ്പോൾ അയാൾ വീണ്ടും ചിരിച്ചു, കണ്ടില്ലേ.

ഇതാണ് എന്റെ ഗതികേട്. എന്തു പറഞ്ഞാലും ഞാൻ അവസാനം പോളിസിയിലെത്തും. വേളാങ്കണ്ണിയിൽ പോയാലും ഇതു മാറുന്ന മട്ടില്ല. വിശുദ്ധമാതാവിനും ഞാനൊരു പോളിസി ഓഫർ ചെയ്തു കൂടെന്നില്ല.

ജഗദീശൻ തന്റെ സ്വപ്നത്തിൽ കച്ചവടത്തിന് ഒരു പങ്കും നൽകാൻ കൂട്ടാക്കിയില്ല. എല്ലാം ഉപേക്ഷിക്കുക എന്നതുമാത്രം ലക്ഷ്യം. വല്ല കൊടുങ്കാട്ടിലുമാണ് നല്ലത്. പഴങ്ങളോ കിഴങ്ങുകളോ പറിച്ചു തിന്ന് ഉടുതുണിക്കു മറുതുണിയില്ലാതെ കഴിയുക. ജഗദീശൻ ഓർത്തു ചിരിച്ചു. അല്ലെങ്കിൽ ഉടുതുണി എന്ന പൊല്ലാപ്പെന്തിനാണു പിന്നെ? അതുപോലും വേണ്ട!

കോർപ്പറേഷൻ കൗൺസിലർ പറഞ്ഞത്, ഇന്നെങ്കിലിന്നങ്ങു കാറ്റു പോയിക്കിട്ടിയാൽ മതിയായിരുന്നു എന്നാണ്. ഈ നാട്ടിൽ എവിടെ പോയാലും ഒരു കാര്യത്തിനും ഫണ്ടുണ്ടാവില്ല. ആളുകളുടെ ശകാരം ഒരുവശത്ത്. കോർപ്പറേഷനിൽ ദമ്പിടിയില്ല. കൊതുകു പെരുകുന്നു, വെള്ളമില്ല, വെളിച്ചമില്ല, കാന വൃത്തിയാക്കുന്നില്ല, ദുർഗന്ധം വായുവിൽ സ്ഥിരമായും തിരമാലയായും ഉണ്ട്. ഇവിടന്ന് രക്ഷപ്പെടാൻ ആളുകൾ അപ്രത്യക്ഷരാകുന്നെങ്കിൽ എന്തത്ഭുതം? ഇതൊരു നരകം തന്നെ. സാക്ഷാൽ ഏഴാം നരകം.

സ്കൂളിലേക്ക് പോകുന്ന കുട്ടികളെ രക്ഷിതാക്കളാരുമിപ്പോൾ തനിയെ വിടാറില്ല. സ്കൂളിലെ വണ്ടി വരുംവരെ കൂടെ നിൽക്കും. വൈകുന്നേരം നേരത്തെതന്നെ ചെന്നു കാത്തുനിൽക്കും. എപ്പോഴാണ് ആരെയാണ് കാണാതാവുക എന്ന് ആരറിഞ്ഞു? ഏതെങ്കിലും ഗുഹയിൽ പോയി എന്നേക്കുമായി ഒളിച്ചാൽ മതി എന്ന മുഖഭാവവുമായാണ് മിക്ക കുട്ടികളുടെയും പോക്കും വരവും. അവരിലുമുണ്ട് ഏതോ തമോഗർത്തം എന്ന സുന്ദരസ്വപ്നം!

എന്തിനേറെ, തമിഴ്നാട്ടിൽനിന്ന് കേരളത്തിൽ വന്നു പലിശയ്ക്കു പണം നൽകി ജീവിക്കുന്ന ഒരാൾ പറയുകയുണ്ടായി, ഇനി ഇതു വയ്യ എന്ന്. പലിശയ്ക്ക് പണം വാങ്ങുന്നതിനാലാണ് ആളുകൾക്ക് തിരോധാനം ചെയ്യേണ്ടിവരുന്നതെന്നു ചിലർ മുറുമുറുത്തതിന്റെ പശ്ചാത്തലത്തിൽ ഞങ്ങൾ അന്വേഷണക്കമ്മറ്റിക്കാർ നടത്തിയ അഭിമുഖത്തിലായിരുന്നു പലിശക്കാരന്റെ ഈ കുമ്പസാരം.

തിരികെ കൊടുക്കുന്നതിന്റെ വിഷമം വാങ്ങുമ്പോഴില്ലല്ലോ. കേരളീയർ പൊതുവേ ആർഭാടപ്രിയരായതിനാൽ കിട്ടുന്നേടത്തുനിന്നെല്ലാം വാങ്ങുകയും ചെയ്യും. ഏഷ്യൻ ഡെവലപ്മെന്റ് ബാങ്കായാലും തൂത്തുക്കുടിക്കാരൻ അണ്ണാച്ചിയായാലും ഒട്ടും സംശയിക്കില്ലെന്നല്ല കടം നേടി എന്നാണ് കടം വാങ്ങി എന്നല്ല പറയുക. ഈ തമിഴൻ പക്ഷേ, പറഞ്ഞത് അയാൾ പലിശയ്ക്കു വാങ്ങുന്ന

പണമാണ് മറ്റുള്ളവർക്കു പലിശയ്ക്കു നൽകുന്നതെന്നാണ്. വലിയ മെച്ചമൊന്നുമില്ല. നടന്നുനടന്ന് കാലിന്റെ തോലു തേഞ്ഞാൽ മെച്ചം രണ്ടര ശതമാനം. വേറെ തൊഴിലൊന്നുമില്ലാത്തതിനാൽ ഇതു ചെയ്യുന്നു. പഴനിയിൽ പോയി തല മൊട്ടയടിച്ച് മുന്നിലൊരു തുണ്ടു വിരിച്ച് അടിവാരത്തിരുന്നാൽ ഇതിലും ഭേദമായിരിക്കും. പക്ഷേ, സന്തുബന്ധുക്കൾ കാണില്ലേ, അതു മോശമല്ലേ?

ചുരുക്കത്തിൽ, ഭാര്യമാർക്കു മടുത്തു, ഭർത്താക്കന്മാർക്കു മടുത്തു, കുട്ടികൾക്കു മടുത്തു. വൃദ്ധസദനത്തിലെത്താൻ താമസമില്ലാത്ത വരൊ എത്തിയവരൊ ആയ മുത്തശ്ശന്മാർക്കും മുത്തശ്ശിമാർക്കും മടുത്തു. തൊഴിലില്ലാത്തവർക്കു മടുത്തു. തൊഴിലുള്ളവർക്കു മടുത്തു, ഭരിക്കുന്ന ആളുകൾക്കു മടുത്തു, ഭരിക്കപ്പെടുന്നവർക്കു മടുത്തു. വെക്കുന്നവർക്കും വിളമ്പുന്നവർക്കും ഉണ്ണുന്നവർക്കും മടുത്തു. ആട്ടക്കാർക്ക് പാവപോലെ ആടി മടുത്തു. നാട്യക്കാർക്ക് നടിച്ചു മടുത്തു, രോഗിക്ക് വേദനിച്ചു മടുത്തു. വൈദ്യന് ചികിത്സിച്ചു മടുത്തു.

സ്വന്തം ജീവിതം മടുക്കാത്തവരും മനസ്സിൽ തമോഗർത്ത സ്വപ്ന മില്ലാത്തവരുമായ ആളുകളെ തിരക്കിയുള്ള യാത്രയിൽ എനിക്കു ണ്ടായ ഏറ്റവും വലിയ വെളിപാട് എനിക്കുമുണ്ട് ഒരു 'ബ്ലാക്ക് ഹോൾ ഡ്രീം' എന്ന യാഥാർത്ഥ്യമാണ്. റിപ്പോർട്ടെഴുതിയും പ്രൂഫു വായിച്ചും പേജുണ്ടാക്കിയും ഡെഡ്‌ലൈനുകൾ തെറ്റാതിരിക്കാൻ പെടാപ്പാടു പെട്ടും വിടുവായത്തങ്ങൾ കേട്ടും പത്രസമ്മേളനങ്ങളിലിരുന്നു നരകിച്ചുമുള്ള ഈ തൊഴിൽ എനിക്കു മടുത്തു. എന്നെ ആരും അറിയാത്ത, എനിക്ക് ആരോടും ഒരു കടമയും ഇല്ലാത്ത, ഞാന ല്ലാതെ വേറെ മനുഷ്യരേ ഇല്ലാത്ത ഒരു തമോഗർത്തത്തിൽ എത്താൻ വെറുതെ ഒരു മോഹം! എന്നാലങ്ങു മരിച്ചുപോയാൽ പോരെ എന്നാ ണെങ്കിൽ അതൊട്ടു വയ്യാതാനും. അതായത്, എന്നെ ഉപേക്ഷിക്കാൻ വയ്യ, ഭൂമിയിൽ മറ്റാരോടും ഉത്തരവാദിത്തം ഉണ്ടാകുന്നതും എനിക്കു വയ്യ.

ഞാനടക്കം ഈ അയൽവക്കത്തുള്ള ഓരോരുത്തരായി ഇവി ടന്ന് അപ്രത്യക്ഷരാകുന്നതു സ്വപ്നം കണ്ട് ഉണരുമ്പോൾപോലും എനിക്ക് ഉണ്ടാകുന്ന ആശ്വാസം എന്തെന്നോ? പോയിപ്പോയി ഇവി ടന്ന് എല്ലാരും അങ്ങുപോയാൽ, ഞാൻ മാത്രം ബാക്കിയായാൽ, മാലിന്യമോ കൊതുകോ ജലക്ഷാമമോ ട്രാഫിക്ജാമോ പത്ര ജോലിയോ ഒന്നുമില്ലാത്ത ഈ ലോകം എനിക്ക് എന്തേതു മാത്ര മായ സുന്ദരതമോഗർത്തത്തിൽ ഇരിക്കാൻ ഒഴിഞ്ഞുകിട്ടുമല്ലോ എന്ന്. രവിയുടെയും കമ്മത്തിന്റെയും കുട്ടികളെയോ 'അച്ഛനെ കണ്ടോ എവിടെയെങ്കിലും?' എന്ന അവരുടെ മുഖത്തെ നിശ്ശബ്ദയാചനയോ അപ്പോഴെനിക്കു കാണേണ്ടിവരികയില്ലെന്നും ഉറപ്പു തന്നെ. ■

സുന്ദരിയുടെ കഥകൾ

ഇതൊരു തമാശക്കഥയാണ്. എന്നാലോ, വെറും തമാശയും അല്ല. ഏതു കാലത്തു നടന്ന കഥ എന്ന് തിട്ടമില്ലെന്നു മാത്രം. മഹാനഗരത്തിലെ തെരുവുകളിൽ, പ്രത്യേകിച്ചും ചുവന്ന തെരുവുകളിൽ, പാൽ കാച്ചിക്കുറുക്കി വിൽക്കുന്ന ഭയ്യാമാരും മുറുക്കിച്ചുവപ്പിച്ച് ജർദാ പാൻ വിൽക്കാൻ ഇരിക്കുന്ന മുത്തശ്ശിമാരും ഈ തമാശക്കഥ പറഞ്ഞ് തങ്ങളുടെയും പരിചിതരായ പതിവുകാരുടെയും വിരസതയ്ക്കു പരിഹാരമുണ്ടാക്കാറുണ്ട്. വിവിധ നമ്പറുകളിൽ അറിയപ്പെടുന്ന ജർദാ പാൻ ഈ കഥയുടെ പ്രതീകമാണ്. നൂറുമുതൽ നാനൂറ്റി ഇരുപതുവരെയാണ് ജർദയുടെ ഡോസ്. സാധാരണക്കാർ നൂറാം നമ്പർ കൊണ്ട് തൃപ്തരാകുമ്പോൾ ഏറ്റവും മുതിർന്ന ദാദാമാർ നാനൂറ്റിയിരുപതുതന്നെ ചോദിച്ചു വാങ്ങുന്നു. ശീലമില്ലാത്തവർ 'ചാർ സൗ ബീസ്' അടിച്ചാൽ തൽക്ഷണം ചൊരുങ്ങി വീഴുമെന്നല്ല പിന്നെ അടുത്ത കാലത്തൊന്നും എഴുന്നേൽക്കുകയില്ല. കാലങ്ങളെടുത്ത് പതുക്കെപ്പതുക്കെ വിവിധ വീര്യങ്ങളുടെ പടികൾ കയറിയാണ് തികഞ്ഞ പുള്ളികൾ അവസാനം നാനൂറ്റിയിരുപതിൽ എത്തുന്നത്. അതുപോലെതന്നെയാണ് ഈ കഥയും. കാലങ്ങളെടുത്തു പതുക്കെപ്പതുക്കെ പരിണാമപ്പെടുത്തി വേണം കഥാന്തരങ്ങൾ കാണാൻ, മെനയാൻ, ആസ്വദിക്കാൻ, സഹിക്കാൻ.

ഇന്നേവരെ ഉണ്ടായവരിൽ വെച്ച് ഏറ്റവും സുന്ദരിയായ ഒരു തേവിടിശ്ശിപ്പെണ്ണിനെ ചുറ്റിപ്പറ്റിയാണ് ഈ തമാശക്കഥ. ഗന്ധർവലോകത്തോ മറ്റോ ജനിക്കേണ്ടിയിരുന്ന ഒരു പെൺകുട്ടി ആർക്കോ അബദ്ധം പറ്റി ഭൂമിയിൽ പിറന്നപോലെ എന്നാണ് ഈ സുന്ദരിയുടെ വർണ്ണന തുടങ്ങുന്നത്. അവളുടെ ഒരു അവയവത്തിനും എന്തെങ്കിലും പോരായ്മ പറയാൻ ഈ ഭൂമിയിലെ ഏറ്റവും വലിയ പരദൂഷകനു പോലും സാധിക്കില്ല എന്നു കഥ നീളുന്നു. കഥയുടെ ഈ സുന്ദരമായ തുടക്കത്തെപ്പറ്റി പക്ഷഭേദങ്ങൾ യാതൊന്നും ഇല്ല.

ദേഹം മാത്രമല്ല, അവളുടെ ബുദ്ധിയും വളരെ മുന്തിയതായിരുന്നു. ആൾക്കാരെ എങ്ങനെ നിലനിർത്തണം എന്നു വളരെ ചെറുപ്പത്തിലേ അവൾ പഠിച്ചു. പഠിച്ചു എന്നു പറയുന്നതല്ല, ആ അറിവോടെ അവൾ ജനിച്ചു എന്നു പറയുന്നതാണ് കൂടുതൽ ശരി. ചന്തവും ചിന്തയും ഇങ്ങനെ വേണ്ടുംവിധം ചേർന്നുകിട്ടിയതിനാൽ പത്തു പതിനെട്ടു വയസ്സായപ്പോഴേക്ക് അവൾ ധനികയും പ്രസിദ്ധയും ആയിത്തീർന്നു. പ്രിത്വി എന്നായിരുന്നു അവളുടെ പേര്. തേവിടിശ്ശികൾ സാധാരണയായി ഒരു രണ്ടാം പേരു സ്വീകരിക്കാറുണ്ട്. ഇവൾ അതിനു നിന്നില്ല. മാതാപിതാക്കൾ ഇട്ട പേരാണ് പ്രിത്വി എന്ന്. അതുതന്നെ നിലനിർത്തി.

പ്രിത്വിയുടെ മാതാപിതാക്കൾ ആരായിരുന്നെന്നോ? അമ്മ തേവിടിശ്ശിത്തെരുവിലെ ഒരു ഇടത്തരം സുന്ദരിയായിരുന്നു. അച്ഛൻ ഒരു മഹാരാജാവായിരുന്നു എന്നാണ് അമ്മ പറയുന്നത്. കൊട്ടാരത്തിൽ ഒരിക്കൽ ആട്ടക്കാരിയായി കടന്നുകൂടി ഒപ്പിച്ചെടുത്ത വിത്താണുപോൽ. അതു വെറുതെ പറയുകയാണെന്നും ആരോ ഓടയിൽ ഉപേക്ഷിച്ച കുഞ്ഞിനെ എടുത്തു വളർത്തിയതാണെന്നും മറ്റൊരു പക്ഷവുമുണ്ട്. പ്രിത്വി എന്നത് ഭൂമി എന്നർത്ഥമുള്ള പദത്തിന്റെ ഗ്രാമ്യമാണല്ലോ. ഉഴവുചാലിൽനിന്ന് കിട്ടിയ കുട്ടിയെ സീത എന്നു വിളിച്ചപോലെ ഇവൾക്കും പേരിട്ടതല്ലെങ്കിൽ ഇത്തരത്തിലൊരു അസാധാരണമായ വികടപ്പേർ എങ്ങനെ വന്നു? കേൾക്കാൻ ഇമ്പമുള്ള വല്ലതുമാണോ ഈ പൊല്ലാപ്പുപിടിച്ച വിളിപ്പേര്? പ്രിയയെന്നോ പ്രീതിയെന്നോ ആയിരുന്നു എങ്കിൽ എത്ര ഭേദമായേനേ.

അതെന്തെങ്കിലുമാകട്ടെ, ഇവളുടെ സൗന്ദര്യം വളരെ വേഗം നാട്ടിൽ പാട്ടായി. തീയിന്റെ കാര്യം ഈയാംപാറ്റകൾ എത്രവേഗം അറിയുന്നുവോ അത്രയും ചടുലമായിത്തന്നെ. നാട്ടുപ്രമാണിമാരും അധികാരികളും ഇവളെ പ്രാപിക്കാൻ മോഹിച്ചു. ഇത്തരമാളുകൾക്ക് ഇതൊരു രോഗംപോലെ ആണല്ലോ. ആരെങ്കിലും ചിലർ കാര്യം സാധിച്ചാൽ, അഥവാ സാധിച്ചു എന്നു വീമ്പിളക്കിയാൽ, മറ്റുള്ളവർക്കു ഹാലായി. പിന്നെ മുൻപിൻ നോട്ടമില്ലാതെ ഓട്ടമായി. നല്ല പന്തയക്കുതിരകൾ ചന്തയിൽ വില്പനയ്ക്ക് വന്നാലും പുതിയ മോഡൽ കാറുകൾ വിപണിയിൽ ഇറങ്ങിയാലും ഇതുതന്നെയാണല്ലോ അവസ്ഥ. അന്തസ്സിന്റെ ലക്ഷണങ്ങൾ എക്കാലത്തും ഇതൊക്കെത്തന്നെ, ഏതെല്ലാം തരം വിപ്ലവം എത്ര തവണ കഴിഞ്ഞാലും ഈ ദുനിയാവിൽ ഇതു മാറില്ലെന്നു നിശ്ചയം എന്നു തെരുവിൽ പാട്ട്.

പ്രശസ്തയായതോടെ കൊട്ടാരംപോലെ വലിയ ഒരു വീട്ടിലായി പ്രിത്വിയുടെ വാസം. പരിചാരകരും കാവൽക്കാരുമായി നൂറോളം

ആളുകൾ ഉണ്ടായി. വളരെ മുന്തിയ പതിവുകാർക്കേ അവൾ പ്രവേശനം അനുവദിച്ചുള്ളൂ. ഒരിക്കൽ വടക്കേ ഇന്ത്യയിൽനിന്ന് ഒരു കോടീശ്വരൻ വന്നിട്ട് പ്രിത്‌വി അയാളോടു പറഞ്ഞതെന്തെന്നോ? പോയി പിശുക്കവസാനിപ്പിച്ച് നല്ല ആഹാരമൊക്കെ കഴിച്ച് ധാതുപുഷ്ടിയുണ്ടാക്കി നന്നായി തേച്ചുകുളിച്ച് വീണ്ടും വരൂ എന്നുതന്നെ! നോക്കണേ, ഇന്നലത്തെ മഴയ്ക്കു മുളച്ച ഒരു തേവിടിശ്ശിപ്പെണ്ണിന്റെ തന്റേടം.

ആളും തരവുമറിഞ്ഞ് തനിക്കാവശ്യമുള്ളത് കൈക്കലാക്കാൻ മിടുക്കിയായ പ്രിത്‌വി നഗരത്തിലെ ഏറ്റവും വലിയ കച്ചവടക്കാരനായ ആളോട് തന്റെ കിടപ്പറ പങ്കിടുന്നതിന് പ്രതിഫലമായി ചോദിച്ചത് ബെൻഹർ എന്ന അപൂർവരത്നമാണ്. ആ സേറ്ജിയുടെ ദൂതൻ ഈ സന്ദേശവുമായി തിരികെ ചെന്നപ്പോൾ സേറ്ജി വിയർത്തുപോയി എന്നാണ് കേൾവി. പക്ഷേ, തന്റെ ആഗ്രഹം സേറ്ജി ഉപേക്ഷിച്ചില്ല. സേറ്ജിക്കു വാശിയായി. ഇക്കാര്യത്തിൽ ഒരുവിധക്കാരുടെയൊക്കെ മനസ്സ് അങ്ങനെയാണല്ലോ. സാധനത്തിനു നൽകേണ്ട വില വലുതാകുന്തോറും അതു കിട്ടാനുള്ള ആർത്തി പെരുകുന്നു.

സേറ്ജി, ബെൻഹർ എന്ന രത്നം എവിടെയുണ്ടെന്നും എന്തു വിലയ്ക്ക് ലഭിക്കുമെന്നും ആരാഞ്ഞു. അതു കൈവശമുള്ള രത്നവ്യാപാരി ഏതാനും കോടികളാണ് അതിനു വിലയായി ആവശ്യപ്പെട്ടത്. ഒന്നൊന്നര കൊല്ലത്തെ കച്ചവടലാഭം വേണ്ടിവന്നു, അത്രയും തുക സംഭരിക്കാൻ. പണം തികഞ്ഞ ദിവസം സേറ്ജിക്ക് ഉത്സവം പോലെ ആയിരുന്നു. അയാൾ സന്തോഷംകൊണ്ടു മതിമറന്നുപോയി. ജീവിതലക്ഷ്യമല്ലേ നിറവേറാൻ പോകുന്നത്?

ഈ തഞ്ചം നോക്കി ഒരാൾ കാത്തുനിൽക്കുന്ന കാര്യം പക്ഷേ, സേറ്ജി അറിഞ്ഞില്ല. അത് ആസു എന്ന തസ്കരവീരനല്ലാതെ മറ്റാരും ആയിരുന്നില്ല. അന്ന് നിലവിലുള്ളത് ഇപ്പോഴുള്ള മോഷണരീതികളൊന്നും അല്ല. വന്നുവന്ന് മോഷണം ഒരു കലയല്ലാതായല്ലോ. ഇവിടത്തെ എന്നല്ല എവിടത്തെയും അധോലോകത്തിനു മോഷണം പ്രധാന തൊഴിൽ അല്ലാതെയുമായി. മോഷ്ടിക്കാൻ ജന്മവാസനയുള്ളവരായിരുന്നു പണ്ടത്തെ മോഷ്ടാക്കൾ. കൂട്ടത്തിൽ ഏറ്റവും കഴിവുള്ള ആൾ അധോലോകനേതാവാകും. ആസു അത്തരത്തിൽ ഉയർന്നുവന്ന കക്ഷിയാണ്. ഉണർന്നു കാവലിരിക്കുന്നവന്റെ കണ്ണിന്റെ കൃഷ്മണിപോലും അയാൾ അറിയാതെ കൊണ്ടുപോകാൻ കഴിവുള്ളവനെന്ന പേര് ആസു ചെറുപ്പത്തിലേ നേടി. മോഷണത്തിലൂടെ അതിവേഗം ധനവാനും ആയി. അങ്ങനെ ഇരിക്കെയാണ് ആസുവിനും പ്രിത്‌വിജ്വരം പിടിപെട്ടത്. അവനും അവളുടെ അരികിലേക്ക്

വിശ്വസ്തനായ ഒരു ദൂതനെ അയച്ചു. ആ ദൂതനോടും പ്രിത്വി ബെൻഹർ രത്നത്തിന്റെ കാര്യമാണ് പറഞ്ഞത്. ധനികനായ സേറ്ജിക്കും ആസുവിനും പുറമെ മറ്റു പലരോടും പ്രിത്വി ഇതേ കാര്യം ആവശ്യപ്പെട്ടിരുന്നു. ആരാണ് ആദ്യം രത്നം കൊണ്ടുവരിക എന്നായിരുന്നു പ്രിത്വിയുടെ നോട്ടം. ഒരാളോടു മാത്രം പറഞ്ഞ് അതും വിശ്വസിച്ചിരുന്നാൽ എങ്ങുമെത്തില്ല എന്ന് അറിയാനുള്ള വിശേഷബുദ്ധി പ്രിത്വിക്കുണ്ടായിരുന്നല്ലോ.

ആസു രത്നം കൈക്കലാക്കാൻ കിണഞ്ഞു പരിശ്രമിച്ചു. അതു രത്നവ്യാപാരിയായ ഒരു കോടീശ്വരന്റെ കൈയിലുണ്ടെന്നു മനസ്സിലായി. രത്നവ്യാപാരികൾ തങ്ങളുടെ ചരക്കുകൾക്ക് മതിയായ സംരക്ഷണം ഏർപ്പെടുത്തുന്നതിൽ ഒരിക്കലും പിശുക്ക് കാട്ടാറില്ല. രത്നം അതീവസുരക്ഷിതമാണെന്ന് ആസുവിന് അന്വേഷണത്തിൽ മനസ്സിലാവുകയും ചെയ്തു. പക്ഷേ, അതുകൊണ്ടാക്കെ പിൻമടങ്ങുന്നവനാണോ ആസു? അവൻ രത്നം തട്ടാനുള്ള ആസൂത്രണം തുടങ്ങി. അതിന്റെ ആദ്യപടി നിരീക്ഷണവും വിവരശേഖരണവുമായിരുന്നു. അപ്പോഴറിഞ്ഞു, ഈ സേറ്ജി ആ രത്നം വാങ്ങാൻ അച്ചാരം കൊടുത്തിരിക്കുന്നുവെന്ന്. അത് ആസുവിനൊരു സന്തോഷവാർത്തയായി. രത്നം വ്യാപാരിയുടെ കൈയിലിരിക്കെ അതു പിടുങ്ങാനുള്ള ശ്രമം ആസു അതോടെ ഉപേക്ഷിച്ചു. സേറ്ജിയുടെ കൈവശം അതെത്തുന്ന ദിവസവും കാത്തായി അവന്റെ ഇരിപ്പ്, വ്യാപാരിയുടെ ചുറ്റുവട്ടത്തുള്ള സുരക്ഷാ ഏർപ്പാടുകൾ സേറ്ജിയുടെ വീട്ടിൽ എന്തായാലും ഉണ്ടാവില്ല എന്നു കള്ളന്മാരല്ലാത്ത ആളുകൾക്കും നല്ല നിശ്ചയമല്ലെ?

ഒരു പൗർണമിദിവസം ഉച്ച കഴിഞ്ഞാണ് രത്നം സേറ്ജിയുടെ കൈവശമെത്തിയത്. സന്ധ്യ കഴിഞ്ഞാൽ ജന്മാഭിലാഷം സാധിക്കാൻ പുറപ്പെടാമെന്ന ലഹരിയിലായി സേറ്ജി. ഏറ്റവും നല്ല ക്ഷുരകനെ വരുത്തി ദേഹം വൃത്തിയാക്കി. ഏറ്റവും തെളിഞ്ഞ വെള്ളത്തിൽ കുളിച്ചു. ഏറ്റവും മുന്തിയ സുഗന്ധദ്രവ്യങ്ങൾ വാരിപ്പൂശി. ഏറ്റവും നല്ല ഉടുപ്പുകൾ ധരിച്ചു. ഏറ്റവും മികച്ച കുതിരകളെ പൂട്ടിയ, ഏറ്റവും പ്രമാണിത്തമുള്ള വണ്ടി ഒരുക്കി നിർത്തി. എന്നിട്ടോ? നല്ല ശകുനവും നല്ല നേരവും നോക്കി പുറപ്പെടാൻ തയ്യാറെടുക്കുമ്പോൾ പെട്ടിയിൽ രത്നമില്ല!

അപ്പോൾ സേറ്ജിയുടെ മനസ്സിനും ദേഹത്തിനും എന്തു സംഭവിച്ചു. എന്നു ചോദിക്കരുത്. അതു മൂലകഥയുടെ കർത്താവ് പറഞ്ഞിട്ടേ ഇല്ല. ജീവിതത്തിൽ ഏറ്റവും വലിയ മോഹഭംഗം സംഭവിച്ചവരുടെ ഗതി സേറ്ജിക്കും വന്നു എന്നു വിചാരിച്ചു ശേഷം കഥയിലേക്ക് പോകാം.

ആസു രത്നവുമായി പ്രിത്വിയെ പ്രാപിക്കാൻ പോയോ? അവനും ഒരുങ്ങിയെന്നതു നേര്. ഏറ്റവും നല്ല ക്ഷുരകനെ വരുത്തി ദേഹം വൃത്തിയാക്കി. ഏറ്റവും തെളിഞ്ഞ വെള്ളത്തിൽ കുളിച്ചു. ഏറ്റവും മുന്തിയ സുഗന്ധദ്രവ്യങ്ങൾ വാരിപ്പൂശി. ഏറ്റവും നല്ല ഉടുപ്പുകൾ ധരിച്ചു. ഏറ്റവും മികച്ച കുതിരകളെ പൂട്ടിയ ഏറ്റവും പ്രമാണിത്ത മുള്ള വണ്ടി ഒരുക്കിനിർത്തി. എന്നിട്ടോ? അതിനിടയിൽ മറ്റൊരു ഏടാകൂടം സംഭവിച്ചു. രാജാവിന്റെ കാര്യക്കാരിൽ പൊലീസിന്റെ ചുമതലയുള്ള സുന്ദരവിഡ്ഢി പ്രിത്വിയിൽ ആസക്തിയുള്ള ഒരു വനായിരുന്നു. അയാളോടും പ്രിത്വി പറഞ്ഞത് ഇതേ രത്നം കിട്ടി യാൽ മതിയെന്നായിരുന്നു. രത്നം സേഠ്ജിയുടെ കൈയിൽ എത്തി യതും അവിടന്ന് ആസു തട്ടിയെടുത്തതും ഇയാൾ രഹസ്യപ്പൊലീ സിന്റെ സഹായത്തോടെ അറിഞ്ഞുകൊണ്ടിരുന്നു. എല്ലാ അവസര ങ്ങൾക്കും സജ്ജമായ തന്റെ സൈന്യത്തിന്റെ സഹായത്തോടെ ഈ മേലാൾ ആസുവിനെ വഴിയിൽ തടഞ്ഞ് രത്നം പിടിച്ചെടുത്തു. ഇങ്ങനെ വല്ലതും പിടിച്ചെടുത്താൽ കേസു രജിസ്റ്റർ ചെയ്യണമെങ്കിൽ തൊണ്ടി ഖജനാവിൽ ഏല്പിക്കണം. അതിനു പറ്റാത്തതിനാൽ കേസെടുക്കാതെ ആസുവിനെ വിട്ടയയ്ക്കുകയാണ് ഉണ്ടായത്. എന്നിട്ട് ഈ മൂപ്പർ സന്ധ്യയാകാൻ കാത്തിരുന്നു. അക്കാലത്തൊന്നും ആളുകൾ പട്ടാപ്പകൽ വേശ്യാലയങ്ങളിൽ പോകാറില്ല. അയാളും വിധിപോലെ ഒരുങ്ങി. ഏറ്റവും നല്ല ക്ഷുരകനെ വരുത്തി ദേഹം വൃത്തിയാക്കി. ഏറ്റവും തെളിഞ്ഞ വെള്ളത്തിൽ കുളിച്ചു. ഏറ്റവും മുന്തിയ സുഗന്ധദ്രവ്യങ്ങൾ വാരിപ്പൂശി. ഏറ്റവും നല്ല ഉടുപ്പുകൾ ധരിച്ചു. ഏറ്റവും മികച്ച കുതിരകളെ പൂട്ടിയ ഏറ്റവും പ്രമാണിത്ത മുള്ള വണ്ടി ഒരുക്കി നിർത്തി. എന്നിട്ടോ?

ആസു അത്ര മോശക്കാരനാണോ? അടുത്ത നിമിഷത്തിൽ രാജാ ധികാരത്തിന്റെ അടുത്ത മേൽപ്പടിയിൽ വിവരങ്ങൾ അറിയിച്ച് അവൻ സംഗതി ആകെ കലക്കിമറിച്ചു. രത്നമോഹിയായ ആ മേലധികാരി കീഴാളന്റെ ധിക്കാരം അവസാനിപ്പിക്കാനെന്ന വ്യാജേന സ്ഥലപരി ശോധനയ്ക്കായി അയാളുടെ വീട്ടിൽ എത്തി. അപകടം മനസ്സിലാ ക്കിയ വീട്ടമ്മ (അവർ മിടുക്കി മാത്രമല്ല, ഭർത്താവ് ഒരു പെൺകോന്ത നായിപ്പോയാലും അയാളെ ഒരു ഭാരതീയഭാര്യ ആത്മാർത്ഥമായി ശുശ്രൂഷിക്കണമെന്നു വിശ്വസിക്കുന്ന സാധ്വിയുമായിരുന്നു) രത്ന മെടുത്ത് വിഴുപ്പുകൂടയിലിട്ടു.

ആ സൂത്രം ഫലിച്ചു. അന്വേഷകർ കിടപ്പറ മുതൽ അടുക്കള വരെ അരിച്ചുപെറുക്കിയിട്ടും പരിശോധന വിഫലമായി. മേലധികാരി കൾ പോയപ്പോൾ നെടുതായി നിശ്വസിച്ച് നമ്മുടെ വീരശൂരപരാക്രമി ഭാര്യയോടു രത്നത്തിന്റെ കാര്യം തിരക്കി. ഒരു കള്ളച്ചിരിയോടെ

ആ സ്ത്രീ വിഴുപ്പുകൂടയ്ക്കരികിൽ എത്തിയപ്പോഴോ? വേലക്കാരി വിഴുപ്പാകെ വാരി അലക്കുകാരനു കൊടുത്തുകഴിഞ്ഞിരുന്നു. ഒരു കൈക്കോണകംപോലും ആ കൂടയിൽ ബാക്കിയില്ല.

തന്റെ കുടിലിൽ എത്തിയ വെളുത്തേടൻ തുണികൾ പുഴുങ്ങാൻ കടാഹത്തിൽ പാകുമ്പോൾ രത്നം ഉരുണ്ടു പുറത്തു വീണു. എന്തോ ഒരു കല്ലെന്ന് വിചാരിച്ച് ദൂരെ കളയാൻ പുറപ്പെട്ടു. തിളക്കം കൊണ്ടാണ് അതൊരു രത്നമാണെന്ന തിരിച്ചറിവുണ്ടായത്. വിഴുപ്പലക്കലാണ് തൊഴിലെങ്കിലും ആ വെളുത്തേടന് വിശേഷബുദ്ധി മോശമായിരുന്നില്ല. രത്നം രാജസേവകന്റെ വീട്ടിൽനിന്നു വന്നതാണെന്നും ഉടനെ അതന്വേഷിച്ച് ആളെത്തുമെന്നും അയാൾക്കു മനസ്സിലായി. എന്തു ചെയ്യണം? ആകപ്പാടെ ഒരു വഴിയേ കണ്ടുള്ളൂ. രത്നം തന്റെ ഏക ആശ്രയമായ കഴുതയ്ക്കു ചക്കപ്പഴത്തിൽ പൂഴ്ത്തി തിന്നാൻ കൊടുക്കുക. പിറ്റേന്ന് കഴുതച്ചാണകത്തിൽ പരതി സാധനം വീണ്ടെടുക്കുക. ഏതു രാജകിങ്കരന്മാർ വന്നാലും രത്നം ഒരു വെറുംകഴുതയുടെ വയറ്റിൽ കാണുമെന്ന വിചാരമുണ്ടാവില്ല. ഇനി അഥവാ അതുണ്ടായി കഴുതയെ കൊന്നു വയറു കീറി പരിശോധിച്ച് രത്നം കണ്ടുകിട്ടിയാലും അതിനു കുറ്റക്കാരനായി ആരെയും കാണാൻ പറ്റില്ല. രത്നം അവിടെയെങ്ങാണ്ടു വീണുകിടന്നത് ചക്കയുടെ കൂടെ കഴുത തിന്നു, അത്രതന്നെ.

ഈ പണിയും പറ്റി. കുടിലിനകവും പുറവും തൊടിയും കിണറും കുളവും അഴുക്കുതുണികളും അടുപ്പുകല്ലും തുണി പുഴുങ്ങുന്ന പാത്രങ്ങളും എല്ലാം പരിശോധിച്ചിട്ടും മേലാവിനു രത്നം കണ്ടുകിട്ടിയില്ല. അലക്കുകാരനു വയറിളക്കാൻ മരുന്നു കൊടുപ്പിച്ച് വിരേചനവിശേഷങ്ങൾ നിരീക്ഷിച്ച് റിപ്പോർട്ടു ചെയ്യാൻ പാറാവുകാരനെ നിർത്തി മേലാളർ മടങ്ങി.

അന്നുരാത്രി രണ്ട് അനിഷ്ടസംഭവങ്ങൾ ഉണ്ടായി. ഒന്ന്, നീർവാളം കഴിക്കാൻ വിധിക്കപ്പെട്ട അലക്കുകാരൻ വയറിളകി നന്നേ അവശനായി. എന്നിട്ടും മലപരിശോധനയ്ക്ക് നിന്ന പാറാവുകാർക്കു രത്നം കിട്ടിയുമില്ല. ഇതിനിടയിൽ അലക്കുകാരന്റെ കഴുത വയർ വീർത്തു മുട്ടി ചോര ഛർദ്ദിച്ച് ചത്തുപോയി. രത്നക്കല്ല് ഏതു വയറ്റിൽ ചെന്നാലും ഇങ്ങനെ ഒരു അപകടമുണ്ടെന്ന് അലക്കുകാരൻ വിചാരിച്ചിരുന്നില്ല. മണ്ടന്മാരായ പാറാവുകാർക്കും ആ ബുദ്ധി ഉദിച്ചില്ല. കഴുതകൾ പലതരം എന്നില്ലേ?

ഭാഗ്യത്തിന് ആ അലക്കുകാരൻ മരിച്ചില്ല. ഇളനീർവെള്ളവും പച്ചമരുന്നും അയാളുടെ ജീവൻ രക്ഷിച്ചു. ചത്ത കഴുതയെ ഇതിനിടയിൽ തോൽ ഊറയ്ക്കിടുന്ന കൂട്ടർ ചുമന്നുകൊണ്ടുപോയി. കുഴിമറ ചെയ്യുന്ന പണി ഒഴിവായിക്കിട്ടും എന്നതിനാൽ ഏതു വളർത്തു

ജന്തു ചത്താലും ഇക്കൂട്ടർക്കു കൊടുക്കുകയായിരുന്നു അന്നൊക്കെ പതിവ്.

അങ്ങനെ ആ വിലയേറിയ രത്നം ജാതിയിൽ മോശക്കാരനായി കരുതപ്പെടുന്ന ചമാറിന്റെ കൈയിലായി. അവന് അതിന്റെ വില മനസ്സിലായതുമില്ല. ഒരു കഴുതയുടെ വയറ്റിൽനിന്ന് കല്ലു കിട്ടി എന്നുള്ള ഉദാസീനതയിൽ അത് മുറ്റത്തിട്ടു. മഴ കഴിഞ്ഞപ്പോൾ അതു തിളങ്ങാൻ തുടങ്ങി. തിളക്കമുള്ള കല്ലാണല്ലോ എന്നു കരുതി അതെടുത്ത് അകത്തുവെച്ചു. അപ്പോഴും മനസ്സിലായില്ല, അതൊരു വിലയേറിയ രത്നമാണെന്ന്. തോലുരയ്ക്കുന്ന മറ്റു കല്ലുകൾ തേഞ്ഞപ്പോൾ ഒരിക്കൽ ഇതെടുത്ത് ഉരച്ചുതുടങ്ങി. എത്ര ഉരച്ചിട്ടും തേയുന്നില്ല എന്നല്ല, മറ്റു കല്ലുകൾകൊണ്ട് ഉരയ്ക്കുന്നതിലേറെ എളുപ്പത്തിൽ തോൽ വൃത്തിയായി കിട്ടുന്നുമുണ്ട് എന്നു കണ്ടപ്പോൾ ചമാർ ഈ കല്ല് ശ്രദ്ധയോടെ സൂക്ഷിച്ചു.

തനിക്ക് പ്രിയപ്പെട്ട രത്നം കിട്ടാഞ്ഞ് പ്രിത്വി ഏറെ സങ്കടപ്പെട്ടു കാത്തിരുന്നു. ആർ ചെന്നാലും രത്നം കൊണ്ടുവരാൻ ആവശ്യപ്പെടും. പകരം എത്ര പണം വാരിക്കോരി കൊടുക്കാമെന്നു പറഞ്ഞാലും വഴങ്ങില്ല. ഇക്കാരണത്താൽ ആരും അങ്ങോട്ടു ചെല്ലാതായി.

ഇത്രയും കഥയാണ് കുറച്ചു മുൻപുവരെ കേൾക്കാനുണ്ടായിരുന്നത്. അതിൽപ്പിന്നെ കേൾക്കുന്നത് കഥാന്തരങ്ങളാണ്. ഓരോരുത്തരും അവരവരുടെ ഇഷ്ടപ്പടിയും നിലപാടനുസരിച്ചും മറ്റു ലോകവാർത്തകളുമായി ബന്ധപ്പെടുത്തിയും കഥാശേഷം പറയുന്നു.

ഒരു ടാക്സിക്കാരൻ ഈ കഥ ഇങ്ങനെ തുടരുന്നു: ഒരു ദിവസം രത്നവ്യാപാരി ഒരു ജോടി പുതിയ പാദരക്ഷകൾ ഉണ്ടാക്കിക്കാൻ തോൽപ്പണിക്കാരന്റെ അരികെ ചെന്നു. തോലിൽ കണ്ട നേരിയതെങ്കിലും അർത്ഥവത്തായ തിളക്കം അയാളെ അത്ഭുതപ്പെടുത്തി. ചുഴിഞ്ഞന്വേഷിച്ച് അയാൾ രത്നം കണ്ടെത്തി. ചില്ലറ കാശുകൊടുത്ത് അതു വാങ്ങി. പക്ഷേ, സജി അതിനകം പാപ്പരായിക്കഴിഞ്ഞിരുന്നു. അതിനാൽ പ്രിത്വിയുടെ ഏറ്റവും പുതിയ കാമുകനായ മന്ത്രിക്ക് അയാളതു വിറ്റു. മന്ത്രി അതുമായി പ്രിത്വിയെ പ്രാപിക്കാൻ ഒരുങ്ങി. ഏറ്റവും നല്ല ക്ഷുരകനെ വരുത്തി ദേഹം വൃത്തിയാക്കി. ഏറ്റവും തെളിഞ്ഞ വെള്ളത്തിൽ കുളിച്ചു. ഏറ്റവും മുന്തിയ സുഗന്ധദ്രവ്യങ്ങൾ വാരി പൂശി. ഏറ്റവും നല്ല ഉടുപ്പുകൾ ധരിച്ചു. ഏറ്റവും മികച്ച കുതിരകളെ പൂട്ടിയ ഏറ്റവും പ്രമാണിത്തമുള്ള വണ്ടി ഒരുക്കി നിർത്തി.

അപ്പോഴേക്കുമുണ്ട്, ഭരണകക്ഷിയിലെ ഒരു നേതാവും കുറെ അനുയായികളും കാലുമാറുമെന്ന ഭീഷണിയുമായി വരുന്നു. അവർ പോയാൽ ഭരണം പോകും. കൂറു മാറാതിരിക്കാൻ അവർ ആവശ്യപ്പെട്ടത് ഈ രത്നവും പിന്നെ ഏതാനും കോടി ധനവുമാണ്. രത്നം

നേതാവിന് രഹസ്യമായി കൊടുക്കണം. കോടികൾ പരസ്യമായി ത്തന്നെ കൈമാറാം.

മന്ത്രിക്ക് ഈ കച്ചവടം സ്വീകരിക്കേണ്ടിവന്നു. രത്നം പോയി.

രത്നവുമായി ഈർക്കിൽപ്പാർട്ടിനേതാവ് പ്രിത്വിയെ പ്രാപിക്കാൻ പുറപ്പെട്ടു. ഏറ്റവും നല്ല ക്ഷുരകനെ വരുത്തി ദേഹം വൃത്തിയാക്കി. ഏറ്റവും തെളിഞ്ഞ വെള്ളത്തിൽ കുളിച്ചു. ഏറ്റവും മുന്തിയ സുഗന്ധദ്രവ്യങ്ങൾ വാരിപ്പൂശി. ഏറ്റവും നല്ല ഉടുപ്പുകൾ ധരിച്ചു. ഏറ്റവും മികച്ച കുതിരകളെ പൂട്ടിയ ഏറ്റവും പ്രമാണിത്തമുള്ള വണ്ടി ഒരുക്കിനിർത്തി. പക്ഷേ, വഴിയിൽ തീവ്രവാദികൾ എന്ന വ്യാജേന ആസുവിന്റെ ആൾക്കാർ അയാളെ വകവരുത്തി രത്നവുമായി കടന്നുകളഞ്ഞു. ദാരുണമായ ആ കൊലപാതകം പത്രങ്ങളിൽ സവിസ്തരം വാർത്തയായി വന്നു. ആസുവിന്റെ ആൾക്കാർ മടക്കയാത്രയിൽ യമുനാനദിയുടെ പാലത്തിൽ കയറിയപ്പോഴോ, എതിർസംഘത്തിലെ ആളുകൾ ആക്രമിച്ചു. വെടിയുതിർത്തു. രത്നം യമുനാനദിയിൽ വീണുപോയി. ഇപ്പോഴുമത് ചെളിയിൽ കിടക്കുന്നു. ഇനി പ്രിത്വി ആ രത്നം കിട്ടാതെ നിരാശയായി ആത്മഹത്യ ചെയ്യാനോ മറ്റോ യമുനാനദിയിൽ ഇറങ്ങുമ്പോൾ അതു കണ്ടുകിട്ടിക്കൂടായ്കയില്ല. ചിലപ്പോൾ അതു നദീസംരക്ഷണവേദിയുടെ പ്രവർത്തകർക്കാവും കിട്ടുന്നത്. അല്ലെങ്കിൽ വല്ല മീൻപിടുത്തക്കാർക്കും.

പത്രപ്രവർത്തകനായ ഒരു സുഹൃത്ത് കഥ മറ്റൊരു തരത്തിൽ പറയുന്നു. അലക്കുകാരനിൽനിന്ന് ചുളിവിൽ കൈക്കലാക്കിയ രത്നം ആ രത്നവ്യാപാരി ഒരു ക്രിക്കറ്റുതാരത്തിനാണ് വിറ്റത്. താരം പ്രിത്വിയെ പ്രാപിക്കാൻ പതിവുപോലെ ഒരുങ്ങി. ഏറ്റവും നല്ല ക്ഷുരകനെ വരുത്തി ദേഹം വൃത്തിയാക്കി. ഏറ്റവും തെളിഞ്ഞ വെള്ളത്തിൽ കുളിച്ചു. ഏറ്റവും മുന്തിയ സുഗന്ധദ്രവ്യങ്ങൾ വാരിപ്പൂശി. ഏറ്റവും നല്ല ഉടുപ്പുകൾ ധരിച്ചു. ഏറ്റവും മികച്ച കുതിരകളെ പൂട്ടിയ ഏറ്റവും പ്രമാണിത്തമുള്ള വണ്ടി ഒരുക്കി നിർത്തി. പക്ഷേ, ഇക്കാര്യം മനസ്സിലാക്കിയ ഒരു കൂട്ടർ താരത്തിനെതിരെ വാതുവെപ്പുമായി ബന്ധപ്പെട്ട കോഴവിവാദവുമായി രംഗത്തു വന്നു. ഈ നൂലാമാലയിൽനിന്നു രക്ഷപ്പെടാൻ താരത്തിന് രത്നം മറ്റൊരു മന്ത്രിക്കു കൈമാറേണ്ടി വന്നു. അയാൾ അതുമായി പ്രിത്വിയെ പ്രാപിക്കാൻ തിരുപ്പുറപ്പാടു നടത്തി. ഏറ്റവും നല്ല ക്ഷുരകനെ വരുത്തി ദേഹം വൃത്തിയാക്കി. ഏറ്റവും തെളിഞ്ഞ വെള്ളത്തിൽ കുളിച്ചു. ഏറ്റവും മുന്തിയ സുഗന്ധദ്രവ്യങ്ങൾ വാരിപ്പൂശി. ഏറ്റവും നല്ല ഉടുപ്പുകൾ ധരിച്ചു. ഏറ്റവും മികച്ച കുതിരകളെ പൂട്ടിയ ഏറ്റവും പ്രമാണിത്തമുള്ള വണ്ടി ഒരുക്കി നിർത്തി. ഈയാൾക്കും പക്ഷേ, ലക്ഷ്യം കാണാൻ ഒത്തില്ല. കാരണം വീഡിയോ ടേപ്പുകാർ അയാളെ ബ്ലാക്ക്മെയിൽ ചെയ്തു. രത്നം

കൈമാറിയില്ലെങ്കിൽ ടേപ്പിലും ടെലിവിഷനിലും സ്വന്തം മുഖം വഷളായി നാളെ കാണാമെന്നു ഭീഷണി. പല ടേപ്പുകളിലും വരാവുന്ന പല കെടുകാര്യങ്ങളും ഈ മന്ത്രി ചെയ്തിട്ടുള്ളതിനാൽ അയാൾ രത്നം വിട്ടുകൊടുത്തു. അയാളുടെ ചിത്രം ടേപ്പിൽ വന്നുമില്ല.

ടേപ്പുകാരുടെ മേധാവി രത്നവുമായി പ്രിത്വിയെ പ്രാപിക്കാൻ ആർത്തിപൂണ്ടിരിക്കെ (ഏറ്റവും നല്ല ക്ഷുരകനെ വരുത്തി ദേഹം വൃത്തിയാക്കി. ഏറ്റവും തെളിഞ്ഞ വെള്ളത്തിൽ കുളിച്ചു. ഏറ്റവും മുന്തിയ സുഗന്ധദ്രവ്യങ്ങൾ വാരിപ്പൂശി. ഏറ്റവും നല്ല ഉടുപ്പുകൾ ധരിച്ചു. ഏറ്റവും മികച്ച കുതിരകളെ പൂട്ടിയ ഏറ്റവും പ്രമാണിത്തമുള്ള വണ്ടി ഒരുക്കി നിർത്തി...) ഈ കഥയിൽ വിദേശമൂലധനം രംഗത്തു വരുന്നു. പാരീസിലുള്ള മറ്റൊരു പ്രിത്വിക്കായി ഒരു വിദേശി കോടീശ്വരൻ ഈ രത്നം ആവശ്യപ്പെട്ടു. വിലപേശൽ തകൃതകൃതിയായി നടക്കവേ പക്ഷേ, രത്നം (അതൊരു ശാപം കിട്ടിയ ഗന്ധർവ്വകുമാരിയായിരുന്നു. ഈ നരകം മതിയാക്കി ശാപമോക്ഷം നേടി ചിറകുമുളച്ച് തനതുരൂപം പൂണ്ട് ആകാശത്തിന്റെ അനന്തവിദൂരതയിലേക്കു പറന്നുപോയി. പ്രിത്വി അതിന്റെ പിന്നാലെ ഒരു സുന്ദരി പ്രാവായും പറന്നു. ഈ അപൂർവദൃശ്യം കണ്ടവർ അന്തംവിട്ടു നിന്നുപോയി.

ഇനിയുമുണ്ട് ഈ പുരാണകഥയ്ക്ക് കഥാന്തരങ്ങൾ നൂറായിരം. ഏതു കഥാശേഷവും പെരുവിരലടയാളംപോലെയുള്ള ഒന്നാണല്ലോ. എത്ര മനുഷ്യരുണ്ടോ അത്രയും കഥാന്തരങ്ങളും ഉണ്ടാകുന്നതു സ്വാഭാവികം. നേടാനൊരു അപൂർവരത്നവും അതു കൊടുത്താൽ പുണരാൻ ഒരു സർവ്വാംഗസുന്ദരിയും ഉള്ള കാലംവരെ കഥാന്തരങ്ങൾക്ക് എങ്ങനെ പഞ്ഞമുണ്ടാകാൻ? കഥാകാലക്ഷേപം സൽക്കർമ്മമാണെന്നിരിക്കെ ചരിത്രകാരന്മാർക്ക്, അവർ എത്ര വലിയ ഒട്ടകങ്ങളായിരുന്നാലും സ്വർഗ്ഗദ്വാരമായ സൂചിക്കുഴ എന്നുമെപ്പോഴും അനന്തവിസ്തൃതം തന്നെ ആയിരിക്കും എന്നു തെളിയുന്നു. നമുക്കിനിയും അനേകം കഥാന്തരങ്ങൾ പറഞ്ഞു കാലം കഴിക്കാം. സമസ്തലോകത്തിനും മംഗളം ഭവിക്കട്ടെ.

''എന്നു പറഞ്ഞങ്ങ് എളുപ്പം തലയൂരാതെ പൊന്നുസാറേ!'' ഈ കഥ വായിച്ചതിൽപ്പിന്നെ അതു സിനിമയാക്കാനായി എന്നെ തിരക്കി. അലഞ്ഞുനടന്ന് അവസാനം ഈ വിദൂരഗ്രാമത്തിലെ വീട്ടിൽ എത്തിയ പ്രൊഡക്ഷൻ മാനേജർ വിയർപ്പു തുടച്ചു കിതച്ചു: ''ഒരു ശുഭപര്യവസായി ആക്ക്. ഇക്കാലത്ത് അതിനേ മാർക്കറ്റുള്ളൂ.''

''പക്ഷേ, കഥ ഇത്രയേ ഉള്ളൂ.'' ഞാൻ ചിരിച്ചു. ''കഥ കഴിഞ്ഞു.''

‘‘സകലതും ഇതിൽ ഉണ്ട്. പെണ്ണ്, രത്നം, കാമം, ധൂർത്ത്, സ്റ്റണ്ട്, എല്ലാം തികഞ്ഞാ കെടക്കണെത്. ഈ അവസാനം മാത്രം ഒന്നു മാറ്റിത്തന്നാൽ സംഗതി ക്ലീൻ.’’

‘‘എങ്ങനെ മാറ്റാൻ?’’

‘‘ഞാൻ മാറ്റിത്തരാം, സാറിനു വിരോധമില്ലെങ്കിൽ ധോബിടേന്ന് കല്ല് കല്ലുകച്ചോടക്കാരൻ മേടിക്ക്ണു. അതുവരെ ശരി, പിന്നെ ആ കല്ല് അവന്റേന്ന് ആ കള്ളൻ തട്ട്ണു.’’

‘‘എന്നിട്ട്?’’

‘‘അവൻ തന്റെ പൂർവകാമുകിയായ ആ പെണ്ണിന്റെ അരികിൽ അതുകൊണ്ടുപോണു. അവിടെ ഒരു കലക്കൻ ഡാൻസ് വെക്കാം. അതു കഴിയുമ്പൊ പഴയ പൊലീസുവകുപ്പുകാരൻ അവിടെ എത്തുന്നു. സ്റ്റണ്ട് നമ്പർ ഒന്ന്. കള്ളൻ അവനെ കശാപ്പാക്കുന്നു. പക്ഷേ, പിന്നെ വരുന്നത് മേലാളർ. സ്റ്റണ്ട് നമ്പർ രണ്ട്. പിന്നെ മന്ത്രി. സ്റ്റണ്ട് നമ്പർ മൂന്ന്. ഇതിനിടയിൽ കള്ളനും ആ പെണ്ണുമായി ശൃംഗാരം ഹിറ്റാക്കാം. എങ്ങനെ ഇരിക്ക്ണു?’’

ഞാൻ മൗനം പാലിച്ചു.

‘‘അപ്പൊ ആ പഴയ സേറ്ജി കരഞ്ഞു പിഴിഞ്ഞു വര്ണു. അയാള് മുടിഞ്ഞിരിക്ക്ണു. അവിടെ ഒരു മിനുസം തമാശ ഒപ്പിക്കാം. അതും കഴിഞ്ഞാണ് ഗുപ്തി, അതായത് പരിണാമഗുപ്തി എന്നു പറേന്ന സാധനം.’’

‘‘അവസാനം എങ്ങനെ ഇരിക്കും?’’

‘‘അവിടത്തെ രാജാവിന്റെ ഒരു രഹസ്യ ഏജന്റായിരുന്നു ഈ പെണ്ണേയ്. ഈ പെരുങ്കള്ളന്മാരെ ഒക്കെ വകവരുത്താൻ രാജാവിന്റെ നിർദ്ദേശപ്രകാരം പെണ്ണ് ആട്ടം കാണിച്ചതേർന്നു. എന്നാലോ, അവിടേം ഒരു ടിസ്റ്റ് ചേരും. ആ കള്ളന് മാപ്പുകൊടുപ്പിച്ച് പെണ്ണ് അവനെ മാനസാന്തരോം സമ്മന്തോം ചെയ്യുന്നു. എപ്പടി?’’

അപ്പോഴേക്ക് ഗെയ്റ്റിൽ പൂരപ്പറമ്പു നാടകട്രൂപ്പിന്റെ ആൾക്കാർ.

മറ്റൊരു കഥാന്തരവുമായാണ് വരവെന്ന് ഉത്സാഹം കണ്ടാലേ അറിയാം.

കഥ മരിക്കുന്നില്ല എന്നതിന് സജീവ തെളിവുകൾ.

■

മൃതസഞ്ജീവനി

"എത്ര തവണ പറഞ്ഞാലും മനസ്സിലാവില്ല. എന്തു ചെയ്യാൻ?"

ഏതോ നാടോടികളുടെ കൂട്ടത്തിൽ പെട്ടതെന്നു തോന്നിക്കുന്ന ഏഴെട്ടു വയസ്സുകാരി പെൺകുട്ടിയെ അകറ്റി ഗെയ്റ്റടയ്ക്കുമ്പോൾ കാവൽക്കാരൻ ആരോടെന്നില്ലാതെ ഉറക്കെ പ്രഖ്യാപിച്ചു.

കുറച്ചിടയായി മൂന്നാം നിലയിലെ ബാൽക്കണിയിൽ മൂടിപ്പുതച്ച് ഇരിക്കുന്ന ഞാൻ താഴെ നടക്കുന്ന ഇതിനൊക്കെ നിർവികാരസാക്ഷിയാണ്. പനിയുടെ കുളിരിനു പുറമേ മഴയുടെ ശൈത്യവും എന്നെ വിഷമിപ്പിച്ചു. ശരിയായി ശ്വാസം കഴിക്കാൻ പുറപ്പെട്ടാൽ വല്ലാതെ ചുമ, ഡോക്ടർ വിധിച്ച ആന്റിബയോട്ടിക്കുകൾ കഴിച്ചതിന്റെ തളർച്ച വേറെ.

മുപ്പത്തിയാറു ഫ്ളാറ്റുകളിലായി അത്രയുമെണ്ണം കുടുംബങ്ങൾ പാർക്കുന്ന ഈ പതിനൊന്നുനിലക്കെട്ടിടത്തിൽ മോഷക-യാചക ശല്യം നിത്യപ്പതിവാണ്. ഗെയ്റ്റ് ആരെങ്കിലും തുറന്നിടും. വഴിയെ പോകുന്ന വയ്യാവേലികളൊക്കെ കയറി വരും. കാവൽക്കാരൻ എല്ലാ ബാധകളെയും വിരട്ടിവിടുകയും അപ്പോഴൊക്കെ ലോകത്തെ മൊത്തമായി ശപിക്കുകയും ചെയ്യും. ഗെയ്റ്റിനോടു ചേർന്ന മാടപ്പുരയിലാണ് അയാളുടെ വാസം. അയാൾക്ക് പിടിപ്പതിലേറെ ജോലിയുണ്ട്. വാഹനങ്ങൾ വരുമ്പോൾ നിയന്ത്രിക്കണം, കെട്ടിടത്തിൽ വെള്ളവും വെളിച്ചവും മുടങ്ങുന്നില്ലെന്ന് ഉറപ്പുവരുത്തണം. പരിസരം വൃത്തികേടാകാതെ നോക്കണം, താമസക്കാരുടെതന്നെ കുട്ടികൾ മുറ്റത്തു കാട്ടിക്കൂട്ടുന്ന വികൃതികൾ അതിരു കടക്കാതെ നിയന്ത്രിക്കണം, തോട്ടം നനച്ചും വളമിട്ടും ചന്തമായി വെട്ടിയും സംരക്ഷിക്കണം, ആരെങ്കിലും ഏതെങ്കിലും ഫ്ളോറിൽ ചെന്നിറങ്ങി വാതിലടയ്ക്കാതെ ലിഫ്റ്റ് ഉപേക്ഷിച്ചു പോയാൽ അത്രയും നില ഓടിക്കയറി അത് താഴെ ഇറക്കണം. ചില ഫ്ളാറ്റുകളിലെ അരുമകളായ വളർത്തുമൃഗങ്ങളെ പുറത്തിറക്കി അവയുടെ പ്രാഥമികാവശ്യങ്ങൾ നിറവേറ്റണം.

ഫ്ളാറ്റിലെ താമസക്കാർ എന്തെങ്കിലും ആവശ്യത്തിനു പുറത്തേയ യ്ക്കാറുമുണ്ട്.

പാറിപ്പെയ്യുന്ന ചീഞ്ഞ മഴയേറ്റ് ഈ പെൺകുട്ടി ഗെയ്റ്റിൽ നിൽപ്പു തുടങ്ങിയിട്ട് സമയം ഒന്നൊന്നരമണിക്കൂർ ആയി. പഞ്ഞക്കുഞ്ഞെന്നാലും പിച്ചക്കാരിയല്ല. കൈയിൽ പീറസ്സഞ്ചിയോ പൊട്ടപ്പാത്രമോ ഇല്ല. അറ്റം പിഞ്ഞിയ കാലുറയും ഇടതുതോളിലെ തുന്നഴിഞ്ഞ ഒഴുക്കൻ കുപ്പായവും നെറുകയിൽ കുരുവിക്കൂടുപോലെ കെട്ടിവെച്ച് പാറിപ്പറക്കുന്ന ഇത്തിരി മുടിയും ഒക്കെയായി ആ മെലിഞ്ഞ കുട്ടി മുറ്റത്തേക്കുതന്നെ നോക്കി വെറുതെ നിന്നു. നിരത്തിലൂടെ വാഹനങ്ങൾ തലങ്ങും വിലങ്ങും പായുന്നതോ, മഴ ഭാവം പകർന്ന് വാശിയോടെ പെയ്യുന്നതോ, ഞാൻ മുകളിലെ ബാൽക്കണിയിലിരുന്ന് നോക്കുന്നതോ ഒന്നും അറിഞ്ഞ ലക്ഷണമില്ല.

ഏറെ കഴിഞ്ഞാണ് അവൾ കണ്ടെത്തുന്നത്, ആ കൂറ്റൻ പടിവാതിൽ കുറ്റിയിടാതെയാണ് കിടപ്പെന്ന്. ചെറുതെങ്കിലും അവളുടെ ദേഹത്തിന്റെ ഭാരം ഒട്ടുനേരം അമർന്നപ്പോൾ, തീരെ കരയാതിരിക്കാൻ നന്നായി എണ്ണയിട്ട ഗെയ്റ്റ് പാളി മെല്ലെ വഴങ്ങി അല്പം തുറന്നതോടെയാണ് അവൾക്ക് ആ വെളിപാടുണ്ടായത്. എന്നിട്ടോ, എന്തോ വലിയ ഒരു അപരാധം താൻ ചെയ്തപോലെ അവൾ ഗെയ്റ്റ് ഉടനെ പഴയപടി അടയ്ക്കുകയായി. എന്നിട്ട് വീണ്ടും അതിൽ ചാരി പഴയ നില്പായി. അവളറിയാതെ അതു വീണ്ടും വഴുതി നീങ്ങി. അപ്പോഴും അതവൾ അടച്ചു.

മഴ കൂടുതൽ കനക്കുന്ന ലക്ഷണങ്ങൾ കണ്ടു. അവൾ പക്ഷേ, അവിടെത്തന്നെ നിന്നു. ആരെങ്കിലും പുറത്തു വരാൻ കാത്തുനിൽക്കുകയാണെന്നേ തോന്നിയുള്ളൂ. മൂന്നാമതും ഗെയ്റ്റ് ഒരു ചീളു തുറന്നപ്പോൾ അവൾ അത് അടയ്ക്കാൻ തുനിഞ്ഞില്ല. മാത്രമല്ല, രണ്ടടി മുന്നോട്ടു വരികയും ചെയ്തു. ഗെയ്റ്റു കഴിഞ്ഞുള്ള നടപ്പാതയുടെ ഓരത്തു പൂവിട്ടു നിൽക്കുന്ന ദുർലഭമായ ചെടിയുടെ അരികിലേക്കാണ് അവൾ അടിവെച്ചത്. അതും വളരെ സ്വാഭാവികമായേ എനിക്കു തോന്നിയുള്ളൂ. പെൺകുട്ടിയല്ലെ, പൂ കണ്ടപ്പോൾ കൗതുകം തോന്നിക്കാണും.

അവൾ ആ ചെടിയുടെ അരികിലെത്തിയതും കാവൽക്കാരൻ എങ്ങു നിന്നെന്നില്ലാതെ പ്രത്യക്ഷപ്പെട്ടതും ഒരുമിച്ചായി. 'പോ, പോ!' എന്ന നിലവിളിയോടെ (അയാൾ വെറുതെ സംസാരിക്കുന്നതു പോലും ഉറക്കെ ഒരു തരം 'വില്പനവിളി'യുടെ ശൈലിയിലാണ് ഓടിച്ചെന്ന് കുട്ടിയുടെ കൈത്തണ്ടു പിടിച്ച് ഗെയ്റ്റിനു വെളിയിലാക്കി ഗെയ്റ്റടച്ചു ലാച്ചു കൊളുത്തിയതിൽപ്പിന്നെയാണ് നേരത്തെ പറഞ്ഞ ആത്മഭാഷണം വന്നത്.

കുട്ടി അയാളെ ഈറയോടെ നോക്കുകയോ കരയുകയോ പരാതിപ്പെടുകയോ പിടി വിടുവിക്കാൻ ശ്രമിക്കുകയോ ഒന്നുമുണ്ടായില്ല. ഒരു പാവക്കുട്ടിയുടെ പ്രകൃതം തോന്നിക്കുംവിധം നിർവികാരം നിശ്ശബ്ദം സഹിച്ചു. അതുകൊണ്ടുമായില്ല. അവൾ അടഞ്ഞ ഗെയ്റ്റിനു വെളിയിൽ പഴയപടി പിന്നെയും നില്പായി.

മഴ ശക്തിയായി പെയ്യാൻ തുടങ്ങി. അവളാകെ നനഞ്ഞു കുതിർന്നു. ദേഹത്തെ ഉടുപ്പു നനഞ്ഞൊട്ടിയപ്പോഴാണ് അവളുടെ ശരീരം എത്ര മെലിഞ്ഞതാണെന്നു വെളിവായത്. മാത്രമല്ല, മുടികൂടി നനഞ്ഞപ്പോൾ തീർത്തും നിരാലംബയായ ഒരു അണ്ണാൻകുഞ്ഞിന്റെ മട്ടു കൈവന്നു. കൂടു തകർന്നു നിലത്തു വീണതിൽപ്പിന്നെ അരികിൽ കണ്ട ചെടിയിൽ അള്ളിപ്പിടിച്ച നിലപോലെ.

പോർച്ചിൽ എത്തിയ കാവൽക്കാരൻ തിരിഞ്ഞു നോക്കാതെ വിളിച്ചു പറഞ്ഞു: ''പോ.''

അതുകേട്ട ലക്ഷണമൊന്നും ഇല്ലെന്നായപ്പോൾ അയാൾ അമർത്തിച്ചവിട്ടി ആക്രോശിച്ചു: 'പോകാൻ!''

എന്നിട്ടും അവൾ പോയില്ല.

പടിവാതിൽ മുതൽ കെട്ടിടംവരെയുള്ള നടപ്പാതയിൽ പാകിയ ആറു കോണുള്ള ഇഷ്ടികകളിൽ തെളിനീർത്തുള്ളികൾ സമൃദ്ധമായി വീണ് സസന്തോഷം ഉടഞ്ഞു ചിരിച്ചു. മുകളിലെ മട്ടുപ്പാവിൽ പെയ്യുന്ന വെള്ളം കുത്തിയൊഴുകി വലിയ ആരവത്തോടെ പ്ലാസ്റ്റിക് കുഴലിലൂടെ മുറ്റത്തേക്ക് ചാടിപ്പുറപ്പെട്ടു. ഇതു മുറ്റത്തു പെയ്യുന്ന മഴയോടു ചേർന്ന് ആ കുട്ടിയുടെ കാൽക്കീഴിലൂടെ നിരത്തിലേക്കു പ്രവഹിച്ചു. അവളുടെ ചെരിപ്പില്ലാക്കാലടികൾ പാതി കലങ്ങിയ ആ ഒഴുക്കിനെ വകഞ്ഞു നിൽപ്പാണ്. വെറുതെ ആകാശത്തുനിന്നു വീഴുന്ന തുള്ളികൾ കുഞ്ഞിക്ക നീട്ടി ശേഖരിച്ച് അവൾ വായിലാക്കുന്നു. വായിൽ നിറയുമ്പോൾ ഇറക്കുന്നു. മുഖം നിറയെ പ്രസന്നതയാണിപ്പോൾ.

കാവൽക്കാരനാണെങ്കിൽ തന്റെ കഴിവുകേടിനു തെളിവായി ഒരാൾ ഇങ്ങനെ ആ ഗെയ്റ്റിൽ നിൽക്കുന്നതിൽ നിമിഷന്തോറും അസഹിഷ്ണു ആയിക്കൊണ്ടിരിക്കുന്നു. ഗെയ്റ്റിനു പുറത്താണല്ലോ നിൽക്കുന്നതെന്നു സമാധാനിക്കാവുന്നതേ ഉള്ളൂ.

ബാൽക്കണിയിലെ ചൂരൽക്കസേരയിൽ ഇരിക്കുന്നിടത്തുനിന്ന് ഇപ്പോഴെനിക്കു കാവൽക്കാരനെ കാണാൻ പറ്റുന്നില്ല. പക്ഷേ, അറിയാവുന്ന സകല മുദ്രകളും കാണിച്ച് അയാൾ അവളെ വിരട്ടിയകറ്റാൻ ശ്രമിക്കുകയാണെന്ന് ശബ്ദങ്ങളിൽനിന്നു മനസ്സിലാകുന്നുണ്ട്. ഈ കാവൽക്കാരൻ പുതിയ ആളാണ്. ഇവിടെ ജോലിയിലായിട്ട് മൂന്നു മാസമേ ആയുള്ളൂ. എവിടത്തുകാരനെന്നു തിട്ടമില്ല. എങ്കിലും

അയാളുടെ മട്ടും മാതിരിയും ഫ്ളാറ്റുകളിലെ എല്ലാവർക്കും പരിചയമാണ്. കാവൽക്കാരെ നൽകുന്ന ഏജൻസിയിൽനിന്ന് റസിഡന്റ്സ് അസോസിയേഷൻ സെക്രട്ടറി മാലിനിമേനോൻ വിളിച്ചു വരുത്തിയ കക്ഷിയാണ്. ജീവചരിത്രം ആ ഏജൻസിക്കേ അറിയൂ. മാസപ്പടി കൈപ്പറ്റുന്നത് അവരായതിനാൽ എല്ലാ ഉത്തരവാദിത്വവും അവർക്കു മാത്രം.

തെരുവിലൂടെ കുട ചൂടി നിരവധിപേർ നടന്നുപോകുന്നു. അവർ ആരെന്നും എങ്ങോട്ടെന്നും ആലോചിച്ചാൽ എങ്ങുമെത്തില്ല. മേലെ കുടകളും താഴെ കാലുകളും. പലതരം കാലുകൾ, പലതരം കുടകൾ, കൂട്ടത്തിൽ കുടയേ ഇല്ലാത്തവരും ബഹിരാകാശയാത്രക്കാരെപ്പോലെ കോട്ടുകളും തൊപ്പികളും ധരിച്ചവരും ആൾത്തിരക്കിനിടയിലൂടെ ചില്ലുയർത്തി കണ്ണടച്ചു മുരണ്ടു നീങ്ങുന്ന എയർക്കണ്ടീഷൻഡ് കാറുകളും മറ്റും മറ്റും. കുടക്കീഴിൽ ഷാമ്പൂ പരസ്യത്തിലെ മുടിയോ മുഴുക്കഷണ്ടിയോ? മഴക്കോട്ടിനകത്ത് ആണോ പെണ്ണോ? കാറിനകത്ത് പുലിയോ എലിയോ? ആലോചിക്കുന്നതു വെറുതെ.

കാറ്റിന്റെ വരവുണ്ടോ എന്നു മാത്രമേ ഞാൻ വേവലാതിയോടെ ചിന്തിച്ചുള്ളൂ. ദേഹത്തു മഴപ്പാറൽ തട്ടരുതെന്ന് ഡോക്ടർ പറഞ്ഞിട്ടുണ്ട്. ശ്വാസകോശങ്ങൾ ശരിയായിട്ടില്ല. ന്യൂമോണിയയാണ്, ശ്രദ്ധിക്കണം. എന്നാലോ, തനിച്ചൊരു മുറിക്കകത്ത് മൂടിപ്പുതച്ചു കിടന്നു മടുത്തു.

കോരിച്ചൊരിയുന്ന രസികൻ മഴയുടെ കൂടെ അധികപ്പറ്റായി കാറ്റു വരരുതെന്ന് ആശിച്ചു.

പുഴയോരത്ത് ഒഴുക്കിലടിയുന്ന പാഴ്‌വസ്തു പോലെ ഒന്ന് എന്ന് ആ കുട്ടിയെപ്പറ്റി കരുതാവുന്നതേ ഉള്ളൂ. പക്ഷേ, കുട്ടിക്കു ജീവൻ ഉണ്ട് എന്നൊരു വ്യത്യാസമുണ്ട്. ജീവനുള്ള ഒരു പരൽമീൻ പോലും ഒരിടത്തിങ്ങനെ അടിഞ്ഞുകൂടി നിൽക്കില്ല. ജീവന്റെ ജന്മസ്വഭാവം അതനുവദിക്കില്ല.

ഏതാണ്ട് ഇതേ രീതിയിലാണോ കാവൽക്കാരനും ചിന്തിച്ചത്? അയാൾ കുട നിവർത്തി ഗെയ്റ്റിലേക്കു ചെന്നു. അയാളുടെ ആ പുറപ്പാട് ആ കുട്ടിയിൽ തരിമ്പും ഭയമോ ചാഞ്ചല്യമോ ഉളവാക്കിയില്ല.

കുട ഇടതുകൈയിൽനിന്നു വലതുകൈയിലേക്കും തിരികെയും മാറ്റി അയാൾ അവൾക്കു വിശാലമായ നിരത്തും പുറംലോകവും നിർബന്ധബുദ്ധിയോടെ ചൂണ്ടിക്കാണിച്ചുകൊടുത്തു. മഴയുടെ ആർപ്പുവിളിയിൽ അയാളുടെ ഒരു വാക്കും വേറിട്ടു കേൾക്കാൻ പറ്റിയില്ലെന്നാലും അവളെ ഗെയ്റ്റിൽനിന്നും അകറ്റാൻ തന്നെയാണ് അയാളുടെ

ശ്രമമെന്നതിൽ സംശയമൊന്നും ബാക്കിയായില്ല. കുറെയേറെപ്പറഞ്ഞതിൽപ്പിന്നെ അയാൾ പിൻതിരിഞ്ഞ് രണ്ടുമൂന്നടി നടന്നപ്പോൾ എനിക്കവളെ ഒരു നോക്കു കാണാൻ കിട്ടി. അതേ നില്പ്. അതേ നിസ്സംഗഭാവം. മുഖത്ത് പ്രസാദത്തിനു കുറവില്ല. കറുത്ത കൺമണികളിൽ കുസൃതിയുടെ വാശി തിളങ്ങി. ചെറിയ കാലുകളിൽ മല പോലെ ഉറച്ച നില്പ്. അതു കണ്ടുകൊണ്ടിരിക്കെ എന്റെ അകത്തൊരു പുതിയ ഉന്മേഷം ഉറവെടുക്കുകയായി. പക്ഷേ, അയാൾ അവളുടെ അരികിലേക്കു കുറച്ചുകൂടി നീങ്ങിനിന്ന് കാഴ്ച മറച്ചു.

ഗെയ്റ്റിന്റെ അഴികൾക്കിടയിലൂടെ കൈയിട്ട് അയാൾ അവളെ വേദനിപ്പിക്കാൻ ശ്രമിച്ചുവോ? അതോ അവളെ തള്ളിയകറ്റുക മാത്രമാണോ ചെയ്തത്? മനസ്സിലായില്ല. ഏതായാലും അവൾ ഗെയ്റ്റിൽ നിന്ന് കൈപ്പാടകലേക്കു മാറി. കൈകൾ നെറുകയിൽ ചേർത്തു വെച്ചു. ചെറിയ പല്ലുകൾ കാണിച്ചു ചിരിച്ചു എന്നും തോന്നി. ചിരിയെന്നു തോന്നിയത് അവളുടെ ചുണ്ടത്തു വീണ ഒരു മഴത്തുള്ളി തിളങ്ങിയതുമാകാം.

താൻ ജയിച്ചു എന്ന മട്ടിൽ തിരികെ പോർച്ചിലേക്ക് പോന്ന കാവൽക്കാരൻ ഇങ്ങെത്തി കുട മടക്കുംമുമ്പെ അവൾ ഗെയ്റ്റിനരികിൽ വീണ്ടും വന്നു. ഈ നീക്കങ്ങൾ ഇരുവരും പലവട്ടം ആവർത്തിച്ചു. അയാൾ ഇറങ്ങിച്ചെല്ലും. അവൾ അയാളത്തെത്തുന്നതിനുമുമ്പേ തന്നെ രണ്ടടി പിൻവാങ്ങി നിൽക്കും. അയാൾ എന്തെല്ലാമോ പറഞ്ഞു മടങ്ങും, അയാൾ തിരികെ പോർച്ചിലെത്തുംമുമ്പ് അവൾ പിന്നെയും ഗെയ്റ്റിന്റെ കമ്പികളിൽ കവിളമർത്തി ഗെയ്റ്റിൽ ഒട്ടും. കുറച്ചു കഴിഞ്ഞ് അയാൾ വീണ്ടും ഉച്ചാടനത്തിനു പുറപ്പെടും. ഒരു കളിപോലെ. ആർക്കും മുഷിഞ്ഞില്ല.

ഉച്ചയായി. മഴ ശമിച്ചു. കൃത്യമായും ആറു കോണുകളുള്ള സിമന്റ് ഇഷ്ടികകളിലെയും അവയ്ക്കിടയിൽ നട്ടുപിടിപ്പിച്ച കറുകപ്പുല്ലിലെയും നനവ് വറ്റിത്തുടങ്ങി. കാവൽക്കാരൻ ഭക്ഷണത്തിനായി അയാളുടെ ഏറുമാടത്തിൽ കയറി. ഉച്ചയ്ക്കൊരു നേരം അയാളുടെ ആഹാരം കാനയോരത്തെ ഏതോ കുടിലിൽനിന്ന് ഒരു പെണ്ണൊരുത്തി കൊണ്ടുവരും. രാവിലെയും വൈകുന്നേരവും സ്വയമാണ് പാചകം.

എനിക്ക് വിശപ്പടക്കാനുള്ളത് ഭാര്യ ചൂടാറാത്ത പാത്രത്തിൽ വെച്ചിട്ടുണ്ട്. കുറച്ചു കഞ്ഞി. ഓഫീസിൽ പോകുന്ന നേരത്ത് തിരക്കിട്ട് വേവിച്ചു വെച്ച ഉരുപ്പടി. മുളകിനു പകരം ഇഞ്ചി അരച്ച് ചമ്മന്തിയുമുണ്ട്. വേണമെങ്കിൽ ഗ്യാസ് സ്റ്റവ്വിനു മുകളിൽ കാണിച്ചാൽ ഒരു മിനിറ്റുകൊണ്ട് രണ്ടു പപ്പടം ചുട്ടെടുക്കാമെന്ന വിജ്ഞാനം കൂടി നൽകിയാണ് അവൾ പതിവുപോലെ ഇന്നും പോയത്. പക്ഷേ, വിശപ്പു തോന്നുന്നില്ല.

കാവൽക്കാരൻ തന്റെ ഭക്ഷണത്തിലൊരംശവുമായി ഏറുമാടത്തിൽ നിന്നിറങ്ങി ആ കുട്ടിയെ സമീപിക്കുന്നതു കണ്ടപ്പോൾ ഫ്ളാറ്റിലെ ഞാനടക്കമുള്ള താമസക്കാരേക്കാൾ എത്ര നല്ല മനുഷ്യനാണ് ആ പാവം എന്നു വിസ്മയപ്പെടാതിരിക്കാൻ പറ്റാതായി. ഉള്ള കഞ്ഞിയുടെ പാതി ആ കുട്ടിക്ക് നീട്ടാൻ എനിക്ക് തോന്നിയില്ല, ആ കഞ്ഞി ഞാൻ കഴിക്കാൻ പോകുന്നില്ല എന്ന തിരിച്ചറിവുണ്ടായതിനുശേഷം പോലും!

ചാറിപ്പെയ്യുന്ന മഴയിൽ തലയ്ക്കു മീതെ ഒരു കൈപ്പത്തി കുടയാക്കി ആഹാരവുമായി നടന്നടുത്ത കാവൽക്കാരനെ അവൾ സാകൂതം നോക്കി ചെറുതായി ചിരിച്ചു. മഴയ്ക്ക് കട്ടി കുറവായതിനാൽ ശരിയായി കാണാം. സംശയമില്ല, ചിരിതന്നെ. തനിക്കു ഭക്ഷണമൊന്നും വേണ്ടെന്നു തലയാട്ടിയതും ആ ചിരിയോടെ. ഭക്ഷണമല്ല കുട്ടിക്കു വേണ്ടത്.

കാവൽക്കാരൻ രണ്ടുമൂന്നു തവണ തന്റെ കൈയിലെ തൻപണ്ടം വെച്ചുനീട്ടി. അവൾ ഗെയ്റ്റിന്റെ ഒരു വശത്തേക്കു മാറി മതിൽ മറഞ്ഞു നിന്നു. അതോ പോയോ?

കാവൽക്കാരൻ തന്റെ ഏറുമാടത്തിലേക്കു മടങ്ങുന്നതും മഴ ശക്തി പ്രാപിക്കുന്നതും ഘോരമായി പെയ്യുന്നതും അറിയവെ ഞാനൊരു മയക്കത്തിലേക്കു വഴുതുകയായി. എത്രനേരം ഉറങ്ങി എന്നു നിശ്ചയമില്ല. ഉണർന്നത് ചുവപ്പുരാശിയുള്ള അന്തിവെട്ടത്തിലേക്കാണ്. മഴ തോർന്നിരിക്കുന്നു. മാനം സൂത്രത്തിലൊന്നു തെളിഞ്ഞിട്ടുമുണ്ട്. താഴെ മുറ്റത്ത് അന്തേവാസികളുടെ ഒരു ചെറിയ സംഘമുണ്ട്. അവർക്കു നടുവിൽ കാവൽക്കാരനും ആ പെൺകുട്ടിയും മിസ്സിസ് മേനോനുമുണ്ട്. നിശാഗന്ധിപ്പൂക്കളാണ് പ്രശ്നമെന്നു ചെടികളിലേക്കു വിരൽചൂണ്ടിയുള്ള സംസാരം തെളിയിച്ചു.

അന്യഥാ കുലുങ്ങാത്ത മിസ്സിസ് മേനോൻ ആകെ തളർന്ന മട്ടിലാണ്. അവരുടെ ജീവനാണ് ആ ചെടി. അതവർ സ്വന്തം കാശു കൊടുത്ത് വാങ്ങി വളർത്തുന്നതാണ്. അത്ര വിലയേറിയ ഒരു ചെടി നമുക്കു വേണ്ടിയിരുന്നോ എന്ന് ആരോ അസോസിയേഷൻ യോഗത്തിൽ സംശയം പ്രകടിപ്പിച്ചപ്പോൾ അവർ ഉടനെ പറഞ്ഞു, "അതു ഞാൻ സ്വന്തം ചെലവിൽ പെടുത്താം."

അതിൽപ്പിന്നെ രാവിലെയും വൈകുന്നേരവും അവർതന്നെയാണ് അതിനുവേണ്ട ശുശ്രൂഷകൾ ചെയ്യാറ്. വിദേശത്തുള്ള ഭർത്താവിനും ദൂരെ ബോർഡിങ്ങിലുള്ള രണ്ടു കുട്ടികൾക്കും തുല്യമായോ അതിലും ഏറെയോ അവർ ഈ ചെടിയെ ഇഷ്ടപ്പെട്ടു എന്ന് എല്ലാരും പറഞ്ഞു തുടങ്ങി. വല്ലപ്പോഴും പൂവിടാനിടയുള്ള ഒരു ചെടിയോടോ ഇത്ര കമ്പം എന്ന് ചിലർ മൂക്കത്തു വിരൽ വെക്കുകയും ചെയ്തു.

ഒരറിയിപ്പുമില്ലാതെ ഒരു ദിവസം അതു പൂവിട്ടപ്പോൾ പക്ഷേ, എല്ലാവർക്കും ഒരുപോലെ സന്തോഷമായി. അപൂർവ്വങ്ങളായ ആ പൂക്കളുടെ പടമെടുക്കാൻ പത്രക്കാർ വന്നു. ആ പടം പത്രങ്ങളിൽ അച്ചടിച്ചുവരികയും ചെയ്തു. അന്നേവരെ പല ബഹുനിലക്കെട്ടിടങ്ങളിൽ ഒന്നു മാത്രമായിരുന്ന ഞങ്ങളുടെ ആലയം അതോടെ പ്രസിദ്ധമായി. നിശാഗന്ധി പൂത്ത അപ്പാർട്ടുമെന്റ് എന്ന ഖ്യാതി പരന്നു.

അത്രയും പ്രധാനപ്പെട്ട പൂക്കളിൽ ഒന്നാണ് കാണാതായത്. കൊണ്ടുപോയത് ആരെന്നതിൽ അവിടെ കൂടിയ ആർക്കും ഒരു സംശയവും ഇല്ല. ഈ പെണ്ണുതന്നെ. അവൾ ഗെയ്റ്റിൽ ആ പൂ നോക്കി നിന്നത് അനേകർ കണ്ടിട്ടുണ്ട്. പെരുമഴ പെയ്ത സമയമത്രയും കാവൽക്കാരൻ ഏറുമാടത്തിൽ കിടന്ന് കൂർക്കം വലിച്ച് ഉറങ്ങിക്കാണുമെന്നാണ് താമസക്കാരുടെ ഭൂരിപക്ഷാഭിപ്രായം. ആർക്കെന്താണ് അപ്പോൾ മോഷ്ടിക്കാൻ പറ്റാത്തത്? കാവൽക്കാരൻ ഒന്നുമൊട്ടു പറയുന്നുമില്ല.

ഇങ്ങനെ പോയാൽ എങ്ങനെ ഇവിടെ ജീവിക്കും എന്നാണ് മിസ്സിസ് മേനോൻ ആരോടെന്നില്ലാതെ ചോദിക്കുന്നത്. ഇന്നിതാ തോട്ടത്തിലെ അരുമയായ പൂ ആരോ കൊണ്ടുപോയി. നാളെ ഫ്ളാറ്റിലെ ഉരുപ്പടികളോ ആളുകളെത്തന്നെയാ ആരെങ്കിലും കൊണ്ടുപോയാൽ ആരോടു പറയാൻ.

അനാഥപ്പെൺകുട്ടിയുടെ ചുള്ളിക്കമ്പുകൈ കാവൽക്കാരന്റെ പിടിയിലാണ്. അവളുടെ മുഖത്തു പക്ഷേ, ഒരു ഭാവഭേദവുമില്ല. പഴയ പ്രസാദം തന്നെ. മറ്റേ കൈ പീറയുടുപ്പിൽ തുടച്ചുകൊണ്ട് അവൾ തനിക്കു ചുറ്റുമുള്ളവരെ മാറിമാറി നോക്കുന്നു.

അവളുടെ അമ്മയെന്നു തോന്നിച്ച ദരിദ്രയായ ചെറുപ്പക്കാരി നന്നായി വശമായിട്ടില്ലാത്ത മലയാളത്തിൽ കരഞ്ഞു പറയുന്നു, ഞങ്ങൾ പാവങ്ങളാണ്. ഞങ്ങൾ മോഷ്ടിക്കാറില്ല. വിഗ്രഹങ്ങൾ ഉണ്ടാക്കി കൊണ്ടുനടന്നു വിറ്റാണ് ഉപജീവനം. ഇവൾ ഊമയാണ്. പൊട്ടിയുമാണ്. ചന്തമുള്ള എന്തു കണ്ടാലും ഇവൾ നോക്കിനിൽക്കും. പിടിച്ചുവലിച്ചാലും പോരില്ല. പക്ഷേ, ഉടമസ്ഥരോടു ചോദിക്കാതെ ഒരിക്കലും ഒന്നും ഇവൾ എടുക്കില്ല. ഇനി ആ പൂ ഇവൾ എടുത്തെങ്കിൽ അതെവിടെ? സത്യമായും ഇവൾ ഒന്നും എടുത്തിട്ടില്ല.

പച്ചക്കള്ളമാണ് ഇതെന്നു മിസ്സിസ് മേനോൻ ശഠിച്ചു. എന്നിട്ട് ഫ്ളാറ്റിൽ കയറി ഫോൺ ചെയ്ത് പൊലീസുകാരെ വരുത്തി. ഒരു കുട്ടി അഥവാ ഒരു പൂ പൊട്ടിച്ചെങ്കിൽത്തന്നെ അതിനെന്തു കേസെടുക്കാൻ എന്നായി നല്ലവരായ ആ ഉദ്യോഗസ്ഥർ. നിങ്ങൾ ഇത്തരം മോഷണത്തിനു കൂട്ടുനിൽക്കാനാണ് ഭാവമെങ്കിൽ ഞാൻ നിങ്ങളുടെ

മേലധികാരികളെ വിളിച്ചു പറയാം എന്ന് മിസ്സിസ് മേനോൻ കർക്കശ ഭാവം പൂണ്ടു. വേറെയും പലതും ഈയിടെയായി കളവുപോയിട്ടുണ്ടെന്നുകൂടി മിസ്സിസ് മേനോൻ പറഞ്ഞു. അക്കാര്യം കൂടി കാണിച്ച് പരാതി എഴുതിത്തരാമെങ്കിൽ വേണ്ടതു ചെയ്യാമെന്ന് ഔദ്യോഗിക ഭാഷയിൽ പൊലീസുകാരും നിലയുറപ്പിച്ചു.

മിസ്സിസ് മേനോൻ അസോസിയേഷനുവേണ്ടി പരാതി എഴുതി. പൊലീസുകാർ കുട്ടിയെയും അവളുടെ അമ്മയെയും കൂട്ടി യാത്രയായി. തിരിഞ്ഞുനോക്കിത്തിരിഞ്ഞുനോക്കി വെറുതെ ചിരിച്ചു കൊണ്ടാണ് കുട്ടി അമ്മയുടെ വിരലിൽ തൂങ്ങി നടന്നത്. അമ്മയാകട്ടെ, ഒരിക്കലേ തിരിഞ്ഞുനോക്കിയുള്ളൂ. ആ നോട്ടം കുറച്ചു നേരംകൂടി നീണ്ടുനിന്നാൽ ഈ ലോകം ദഹിച്ചുപോകും എന്നു തോന്നി.

റിട്ടയേർഡ് കേണൽ ഗംഗാധർ ഷേണോയ് മിസ്സിസ് മേനോനോടു വെറുതെ ചോദിച്ചു: ''ചെടി അവിടെത്തന്നെ ഉണ്ടല്ലോ, ഇനിയും പൂവിടില്ലേ? എന്തിനു വെറുതെ സംശയത്തിന്റെ പേരിൽ ഇത്രയും...?

കുട്ടികൾ മോഷണം പോയാലുള്ള വേദന അമ്മമാർക്കു അറിയൂ എന്നാണ് മിസ്സിസ് മേനോൻ മറുപടി പറഞ്ഞത്. കാര്യത്തിന് അത്രത്തോളം ഗൗരവമുണ്ടെന്ന് കേണൽ കരുതിയില്ലായിരിക്കാം. അദ്ദേഹം മൗനിയായി ഫ്ളാറ്റിലേക്കു മടങ്ങി.

എനിക്കു മരുന്നും വിശ്രമവുമായി മുഷിഞ്ഞും ചടഞ്ഞും പിന്നെയും ഒരാഴ്ചക്കാലം ബാൽക്കണിയിൽ ഇരിക്കേണ്ടിവന്നു. തീരത്ത് അടിഞ്ഞുകൂടിയ പൊങ്ങുതടി അറ്റമില്ലാക്കടൽ അലയടിക്കുന്നതുകണ്ട് കിടക്കും മട്ടിൽത്തന്നെ.

പൂ കാണാതായതിന്റെ പിറ്റേന്നു രാവിലെ മിസ്സിസ് മേനോൻ ചെറുപ്പക്കാരനും തനിക്കു ചിരപരിചിതനും വേണ്ടപ്പെട്ട സുഹൃത്തുമായ ഹോർട്ടിക്കൾച്ചറിസ്റ്റിനെ വിളിച്ചുവരുത്തി ചെടിക്ക് അടിയന്തര ശുശ്രൂഷകൾ ചെയ്തു. പൂ വലിച്ചുപറിച്ചപ്പോൾ വേരിളകിയിട്ടില്ല എന്നു തീർച്ചപ്പെടുത്താൻകൂടിയായിരുന്നു പരിശോധന. ഇല്ല, ഒന്നും സംഭവിച്ചിട്ടില്ല എന്ന ഉറപ്പു കിട്ടിയപ്പോൾ മിസ്സിസ് മേനോന്റെ സങ്കടവും ദേഷ്യവും തണുത്തു.

അന്നു വൈകുന്നേരം മിസ്സിസ് മേനോന്റെ നിർദ്ദേശപ്രകാരം നഗരത്തിലെ പ്രഖ്യാതരായ മെറ്റൽ ഇൻഡസ്ട്രീസുകാർ കനത്ത കമ്പിക്കൂടു കൊണ്ടുവന്നു നിശാഗന്ധിച്ചെടിക്കു തടവറ കെട്ടി താഴിട്ടു പൂട്ടി. താക്കോൽ കാവൽക്കാരനു കൊടുത്തു. അയാളത് മിസ്സിസ് മേനോൻ ബ്യൂട്ടി പാർലറിൽനിന്നു വന്ന ഉടനെ അവരെ ഏല്പിക്കുകയും

ചെയ്തു. ഓ, അതു പറഞ്ഞില്ല, കേൾവിപ്പെട്ട ഒരു ബ്യൂട്ടിപാർലറിലെ ബ്യൂട്ടീഷനും അതിന്റെ ഉടമസ്ഥയുമാണവർ.

അതിന്റെ പിറ്റേന്ന് മിസ്സിസ് മേനോൻ കാവൽക്കാരനെ വഴക്കു പറയുന്നതാണ് രാവിലെതന്നെ കേട്ടത്. ചെടിയിലൊരു പുഴു ഇരുന്നത് എന്തുകൊണ്ടു കണ്ടില്ല? എടുത്തു കളഞ്ഞില്ല? ചെടിയുടെ ഒരു തണ്ടു മുഴുക്കെ തിന്നുപോയില്ലെ!

സന്ധ്യയോടെ പുഴുവിനെ കണ്ടെങ്കിലും താക്കോൽ കൈവശം ഇല്ലാത്തതിനാൽ എടുത്തുകളയാൻ പറ്റിയില്ലെന്നു കാവൽക്കാരൻ പിറുപിറുത്തു. അങ്ങനെയാണ് കമ്പിക്കൂടിനു രണ്ടു താക്കോലുള്ളതിൽ ഒന്ന് കാവൽക്കാരനു കിട്ടിയത്.

തഴച്ചു വളർന്നു നിന്ന നിശാഗന്ധിച്ചെടി ഓരോ കമ്പായി ദിവസേന വാടുന്ന കാഴ്ചയാണ് പിന്നീടു കണ്ടത്. ഹോർട്ടിക്കൾച്ചറിസ്റ്റു വന്നു. കീടനാശിനി തളിച്ചു. അഗ്രോ-നെറ്റ് എന്ന പ്ലാസ്റ്റിക് വല കൊണ്ടുവന്ന് കമ്പിക്കൂടിനു പുതപ്പുണ്ടാക്കി. വലയുടെ പുറത്തു നിന്നു നോക്കിയാൽ ചെടി പഴയ ചെടിയുടെ പ്രേതം പോലെ ആയി.

പുഴുക്കേടും വാട്ടവും മാറിക്കിട്ടിയില്ല.

എത്ര മനസ്സിരുത്തി പരിശ്രമിച്ചിട്ടും മിസ്സിസ് മേനോന് തന്റെ മുഖത്ത് പ്രസന്നതയും സന്തോഷവും ചന്തവും വരുത്താൻ കഴിയാതായി. ചെടിയെ രക്ഷിക്കാൻ സാധിക്കാത്തതിന്റെ മുഴുവൻ ഉത്തരവാദിത്വവും അവർ കാവൽക്കാരന്റെ ചുമലിൽ കെട്ടിവച്ചു. ആ പൂമോഷണം പോയതാണല്ലോ ആദികാരണം. അവിടെനിന്നു തുടങ്ങി പുഴുക്കേടിനു തക്കസമയത്ത് പരിഹാരം ചെയ്യാതിരുന്നതുമുതൽ കടയ്ക്കലെ വെള്ളം തോടു തോണ്ടി മാറ്റിയില്ലെന്നും മറ്റുമായി നൂറുനൂറു ചാർജ്ജുകൾ. പരിഭവവും ശകാരവും നിത്യപ്പതിവായിട്ടും അതെല്ലാം അയാൾ നിശ്ശബ്ദം സഹിച്ചു. സാക്ഷാൽ മഹാത്മജിക്കു പോലും അത്രയും ക്ഷമ സാധിക്കില്ലെന്നു തോന്നി.

പൊട്ടിപ്പെണ്ണിന്റെ പുറത്തു മോഷണക്കുറ്റം ചുമത്തിയതിന്റെ അഞ്ചാം ദിവസം തോട്ടത്തിലെ എല്ലാ ചെടികളും ഒരുമിച്ചു വാടി. വിവരമറിഞ്ഞ് എല്ലാ ഫ്ളാറ്റുകളിലുമുള്ള ആളുകൾ അത്യാശ്ചര്യത്തോടെ താഴേക്കു നോക്കുന്നതും മിസ്സിസ് മേനോൻ കാവൽക്കാരനെ എല്ലാ നിയന്ത്രണങ്ങളും വിട്ട് ശകാരിക്കുന്നതും കാണായി.

അയാൾ ചെവി പൊത്തി നിന്നു.

അതു കാൺകെ മിസ്സിസ് മേനോൻ കൂടുതൽ പുകഞ്ഞു.

അപ്പോൾ ചെവിയിൽ നിന്നെടുത്ത ഇരുകൈകളും അയാൾ ആത്മരക്ഷോപാധിപോലെ ഉയർത്തി.

''അത്ര മതി. ഞാൻ പിരിയുന്നു. ഇപ്പോൾ ഇവിടത്തെ ചെടികളേ വാടിയുള്ളൂ. നാളെ ഒരുപക്ഷേ, ഇവിടത്തെ താമസക്കാരും ഇതു പോലെ വാടിയേക്കാം. അല്ലെങ്കിൽ ഭൂമി കുലുങ്ങി ഈ വലിയ കെട്ടിടംതന്നെ നശകുശയായേക്കാം. അങ്ങനെ വന്നാൽ അതിനും ഞാനായിരിക്കുമല്ലോ ഇക്കണക്കിന് ഉത്തരവാദി. ഈ അരച്ചാൺ വയറിനായി അത്രയും സഹിക്കാൻ വയ്യ എന്നാണ് എന്റെ തീരുമാനം. ദൈവങ്ങളെ കളിമണ്ണുകൊണ്ടുണ്ടാക്കി തെരുവുതോറും കൊണ്ടു നടന്നു വിറ്റാലും എന്റെയും കെട്ടിയോളുടെയും എട്ടും പൊട്ടും തിരിയാത്ത ഒരു പെണ്ണിന്റെയും നിത്യവൃത്തി ഇതിലേറെ നന്നായി നടക്കുമെന്ന് എനിക്കിപ്പോൾ തീർച്ചയായി. ഈ വേഷം എനിക്കിനി വേണ്ട.''

ഏറുമാടത്തിൽ കയറി പച്ചക്കാക്കി അഴിച്ച് ചുരുട്ടിമാറ്റി പഴഞ്ചൻ പൈജാമയും കുടുക്കില്ലാത്ത ചുളിഞ്ഞയഞ്ഞ ജൂബ്ബയും അണിഞ്ഞ് അയാൾ കെട്ടിടത്തെയും അതിലെ എല്ലാവരെയും താണുതൊഴുത് യാത്രയായി.

ഇത്രയും ലാഘവത്തോടെ ഇക്കാലത്ത് ആരെങ്കിലും ഒരു കാവൽ ക്കാരന്റെ വിലയേറിയ തൊഴിൽ ഉപേക്ഷിച്ചുപോകുമോ എന്ന ചോദ്യം മിസ്സിസ് മേനോന്റെയും മറ്റെല്ലാരുടെയും മുഖത്തും മനസ്സിലും ഒരേ സമയം കിളിർത്തു, തളിർത്തു, ഭ്രാന്തൻപൂക്കൾ വിരിയിച്ചു. അയാ ളുടെ ചെയ്തിയെ ധിക്കാരം എന്ന് മിസ്സിസ് മേനോൻ പരസ്യമായി വിലയിരുത്തുകയും ചെയ്തു.

പനി കഴിഞ്ഞു കുളിച്ച് അല്പം ഉഷാറുമായി ഓഫീസിൽ പോകാൻ പുറപ്പെട്ട മഴയില്ലാത്ത ഒരു സുപ്രഭാതത്തിലാണ് മനം കുളിർപ്പിക്കുന്ന ആ കാഴ്ച ഞാൻ കണ്ടത്. മുടി നെറുകയിൽ കെട്ടി വെച്ച്, ചിരിക്കുന്ന, മകളെ ഒരു ചുമലിലും മല ചുമക്കുന്ന ഹനുമാന്റെ മൺവിഗ്രഹം മറു ചുമലിലുമായി അയാൾ തെരുവിൽ നടക്കുന്നു.

ഹനുമാൻ ചുമക്കുന്ന കൊടുമുടിയിൽ മൃതസഞ്ജീവനി എന്ന അപൂർവ്വൗഷധച്ചെടിയുണ്ടെന്ന് അയാൾ സംശയലേശമില്ലാതെ വിളിച്ചു പറയുന്നുമുണ്ട്. കുട്ടിയുടെ ഈയക്കൊലുസിട്ട കാലുകൾ അയാളുടെ മാറിൽ ആ വായ്ത്താരിക്ക് താളം കൊട്ടുന്നു.

■

കാവിലെ ദേവതകൾ

ഒരു മനുഷ്യനെയും അയാൾക്ക് ഇഷ്ടമല്ലെന്ന് അവളും ഒരു ജീവിയെയും അവൾക്കിഷ്ടമല്ലെന്ന് അയാളും തമാശയായി പറഞ്ഞു തുടങ്ങിയിട്ട് കുറച്ചു കാലമായി. ഇതിനു കാരണം കിളി, അണ്ണാൻ, തത്ത തുടങ്ങിയ ജീവികളാണ്. ഇപ്പോഴിതാ, അയാൾ നടത്തം കഴിഞ്ഞു വരുമ്പോൾ ഒരു പൂച്ചക്കുട്ടിയെ കൊണ്ടുവരുന്നു.

അത് അനാഥമായി പാതയോരത്തു കൂനിക്കൂടി ഇരുന്ന് വിശന്നു കരയുന്നതു കണ്ടപ്പോൾ അയാൾക്കു സഹിച്ചില്ല. മാത്രമല്ല, അതിനെ നോക്കി ഒരു നിമിഷം നിന്നപ്പോൾ അത് അയാളുടെ അരികിലേക്ക് വേച്ചുവേച്ചു നടന്നുവരികയും ചെയ്തു.

രാത്രിയിൽ മഞ്ഞുവീണിട്ടുണ്ട്. പാതയോരത്ത് ചില സ്ഥലങ്ങളിൽ നേരം പുലർന്നിട്ടും മഞ്ഞുചീളുകൾ പക്ഷിത്തൂവൽപോലെ കിടക്കുന്നു. രാത്രിയുടെ ദീർഘദൈർഘ്യം അവസാനിച്ചതറിഞ്ഞതാ എന്തോ, ഒരു നനുത്ത കാറ്റ് ചെറുതായി അനങ്ങിയതോടെ ശൈത്യം കൂടുതൽ കൂർത്തു.

ഓവർക്കോട്ടിന്റെ പോക്കറ്റിൽ പൂച്ചക്കുട്ടി ഭദ്രമായി ചുരുണ്ടു കിടന്നു. അയാൾ അപ്പോൾ അത്ഭുതപ്പെട്ടത് ഈ പാവം എങ്ങനെ ഈ തണുത്ത കാളരാത്രി കഴിച്ചുകൂട്ടി എന്നാണ്. ഒരു മുത്തൻ മനുഷ്യനുപോലും സാധിക്കാത്തതാണ് അത്. ജീവനോടെ ബാക്കിയാവില്ല.

ഒരു നല്ല കാര്യം ചെയ്തു എന്ന സന്തോഷത്തോടെ ഫ്ളാറ്റിൽ എത്തി. പക്ഷേ, ശ്രീമതി നല്ല മൂഡിലല്ല. ചിലപ്പോൾ അങ്ങനെയാണ്. ഒരു കാരണവും വേണ്ട. വിവാഹശേഷമല്ല അതിനു മുമ്പും ഇങ്ങനെ ആയിരുന്നു എന്നാണ് അവളുടെ അച്ഛൻ തന്നെ പറയുന്നത്. ഒരു ഡോക്ടർ ഇങ്ങനെയല്ല വേണ്ടതെന്ന് അവൾക്കുതന്നെ അറിയാം. ഡോക്ടർമാർ എവ്വിധമുള്ള മനസ്സോടെ ഇരിക്കണമെന്ന് ശുദ്ധ സയന്റിസ്റ്റുകൾക്ക് എങ്ങനെ അറിയാമെന്നുള്ള അവളുടെ ചോദ്യത്തിനു

ശേഷം അക്കാര്യം അങ്ങോട്ടു പറയാറില്ല. കല്യാണം കഴിഞ്ഞിട്ട് നാലു കൊല്ലമായി. ഇത്തരം സംഗതികൾ പറയാനുള്ള കാലം കഴിഞ്ഞുപോയി.

ആദ്യമാദ്യം, അതായത് സ്നേഹത്തിന്റെ ആദ്യനാളുകളിൽ, വിവാഹത്തിനും അതെപ്പറ്റിയുള്ള ചിന്തകൾക്കും മുമ്പ്, അവൾക്കും ഇഷ്ടമായിരുന്നു ജീവികളെ. പക്ഷികളെയും മൽസ്യങ്ങളെയും പ്രീതിപൂർവ്വം നോക്കിനിൽക്കും. ഒരു പഴുതാരയെവരെ കൗതുകത്തോടെ കാണും. സാധുജീവികളോടുള്ള ഇണയുടെ സമീപനം അവളെ സന്തോഷിപ്പിച്ചു എന്നും തോന്നി. മൃഗങ്ങളും ഭർത്താവുമായുള്ള ബന്ധത്തെച്ചൊല്ലി അവൾ തമാശ പറയാറുണ്ടായിരുന്നു. വഴിയെ പോകുന്ന പട്ടി ഭർത്താവിനെ കണ്ട് വാലാട്ടി അടുത്തുകൂടുന്നതു കാണുമ്പോഴെല്ലാം അവൾ പറയും: 'വിജിയുടെ കാര്യം ആ ജീവിക്കു പോലും നന്നായി അറിയാം.''

പൊടുന്നനെയാണ് ഇതിനു മാറ്റം വന്നത്. മധുവിധുനാളുകളിലേ ഈ മാറ്റം പ്രകടമായി. ഒരാഴ്ചക്കാലമേ ആ കാലമുണ്ടായുള്ളൂ. അതിനിടെത്തന്നെ ഓർക്കാപ്പുറത്ത്, വേനൽക്കാലത്തു പേമാരി പോലെ...

ആശുപത്രിയിൽനിന്ന് ഏറെ ദിവസം ഒറ്റയടിക്കു വിട്ടുനിൽക്കാൻ അവൾക്കു കഴിയില്ലായിരുന്നു. ലാബിൽ രാജ്യരക്ഷയുമായി ബന്ധപ്പെട്ട അടിയന്തരജോലികളുടെ ചുമതല ആയിടയ്ക്ക് ഭർത്താവിനും തലയിൽ വന്നുവീണിരുന്നു. മധുവിധുകാലം വെട്ടിച്ചുരുക്കാൻ കൂട്ടായി തീരുമാനിച്ചു.

തലസ്ഥാനനഗരിയിൽനിന്നു വളരെ അകലെയല്ലാത്ത ഒരു സുഖവാസകേന്ദ്രമാണ് അവർ അത്രയുംനാൾ ഒളിച്ചു താമസിക്കുന്നതിനു തെരഞ്ഞെടുത്തത്. അവിടെ ചെന്നുപെട്ടതുമുതൽ ആയിടയ്ക്കവിടെ ദേശാടനത്തിനെത്തിയ പക്ഷികളുടെ കാര്യത്തിലായിപ്പോയി അയാളുടെ ശ്രദ്ധ മുഴുവൻ. ഇത് വലിയ തോതിലൊരു ദേശാടനം അടുത്ത കാലത്തൊന്നും ഉണ്ടായിട്ടില്ല എന്നാണ് ആ പ്രദേശക്കാർ പറഞ്ഞത്. ഒരു ഭൂപ്രദേശം മുഴുക്കെ പക്ഷികൾ. ആകാശം നിറയെ കരച്ചിലും ചിറകടിയും. രാത്രിയിലും അവയുടെ ശബ്ദങ്ങൾ നിശാജീവികളെപ്പോലും തോല്പിച്ചു.

പക്ഷികളിൽ പാഞ്ചിയും (പാഞ്ചാലിയെ എങ്ങനെ വിളിക്കാൻ എന്ന വാടിയ നിസ്സഹായതയ്ക്കു മുന്നിൽ അവൾ മനമില്ലാമനസ്സോടെ സമ്മതിച്ചുകൊടുത്ത വിളിപ്പേരാണ്) ആദ്യമൊക്കെ തത്പരയായാണ് കണ്ടത്. ഇതുപക്ഷേ, ആദ്യത്തെ ഒരു ദിവസമേ ഉണ്ടായുള്ളൂ. പിറ്റേന്നുമുതൽ "ഓ, പക്ഷികൾ!" എന്നൊരു അലംഭാവമായി.

''വേറെ ഒരു കാര്യവും പറയാനില്ലെ?' എന്ന് അക്ഷമയായി മൂന്നാന്നാൾ. പിന്നെ, ചെടിപ്പായി, ചൊടിക്കലായി...

അവളെ ദേഷ്യം പിടിപ്പിക്കാൻ അയാൾക്ക് ഇതൊരു എളുപ്പവഴിയായി. തടാകത്തിലെ കരയിലെ ഹോട്ടലിലാണ് അവർ താമസിച്ചത്. തടാകം നിറയെ പക്ഷികൾ. തടാകത്തിനു ചുറ്റുമുള്ള നടപ്പാതയുടെ ഓരങ്ങളിൽ നട്ടുവളർത്തിയ വൻവൃക്ഷങ്ങളുടെ എല്ലാ ശാഖകളിലും പക്ഷികൾ. ഒരു പക്ഷിയും വെറുതെ ഇരിക്കുക എന്ന അവസ്ഥയില്ലാതാനും. ഉത്സവമേളം.

''ഇതൊരു പൊറുതികേടുതന്നെ!'' എന്നായി പാഞ്ചി. ഒരിക്കൽ മാത്രം അവളൊരു ഫലിതം പറഞ്ഞു: ''നമുക്കും പക്ഷികളായി മാറിയാലെന്താണ്? ഈ പക്ഷികളുടെ കൂടെ സൈബീരിയയിലെങ്ങാനും പോയി കൂട് കൂട്ടാം. വേറെ ഗുണമൊന്നുമില്ലെങ്കിലും ദിവസേന പത്തും പതിനഞ്ചും പ്രസവക്കേസുകൾ അറ്റന്റു ചെയ്യാനുണ്ടാവില്ലല്ലോ.''

രണ്ടാംനിലയിലെ ബാൽക്കണിയിൽ എങ്ങനെയോ വന്നുപെട്ട് പറക്കാനാവാത്ത പക്ഷിയെ എടുത്തു ലാളിച്ച് അയാൾ മുറിയിൽ കൊണ്ടുവന്നപ്പോൾ പക്ഷേ, അവളുടെ മട്ടുമാറി. ഇതൊരു ശല്യമായല്ലോ, കൊണ്ടുപോയി കളയൂ എന്നായി. പറക്കാൻ വയ്യാത്ത പക്ഷിയാണ് എന്ന് അയാൾ പറഞ്ഞപ്പോൾ ഈ ദേഷ്യം പെരുകി. പറക്കാൻ വയ്യാത്ത എല്ലാ പക്ഷികൾക്കും പാർക്കാനുള്ള മുറിയാണോ ഇതെന്നായി. പറക്കവയ്യാത്ത എല്ലാ പക്ഷികളും ഈ മുറിയിൽ വന്നില്ലല്ലോ, ഒന്നല്ലെ വന്നുള്ളൂ, എന്ന അയാളുടെ തമാശ പാഞ്ചിയെ വല്ലാതെ ക്ഷോഭിപ്പിക്കുന്നതായും അയാൾക്കു തോന്നി.

അതായിരുന്നു ആദ്യത്തെ സൗന്ദര്യപ്പിണക്കം. പാഞ്ചി ഇത്രയൊക്കെ പറഞ്ഞിട്ടും ആ പക്ഷിയെ കൈയൊഴിയാൻ അയാൾ തയ്യാറാകാഞ്ഞതാണ് നേരത്തോടുനേരം നീണ്ടുനിന്ന പിണക്കത്തിനു കാരണം. അതിനിടെ ആ കിളി ചത്തുപോയി. അയാൾക്കു സങ്കടമായി. അപ്പോൾ പാഞ്ചിക്കും സങ്കടമായി. അവൾ ആ കിളിയുടെ തണുത്തു വിറങ്ങലിച്ച ദേഹം തൊട്ടുതടവി കണ്ണു നിറയ്ക്കുകപോലുമുണ്ടായി. എങ്കിലും, പാഞ്ചി പറഞ്ഞു: ''എപ്പോഴും ഒരു ജീവിതികഞ്ഞ ആശ്രിതത്വത്തോടെ കൂടെ വേണം എന്നു തോന്നുന്നത് ഒരുതരം ചട്ടമ്പിസ്വഭാവമാണ്.''

വൈദ്യശാസ്ത്രം പഠിക്കുമ്പോൾ മനശ്ശാസ്ത്രവും പഠിച്ചിരിക്കുമല്ലോ, പഠിച്ചത് മറക്കാൻ പറ്റില്ലല്ലോ എന്നൊക്കെ വിചാരിച്ച് അയാൾ ഈ പ്രസ്താവം അംഗീകരിച്ചുകൊടുത്തു ചിരിച്ചതേയുള്ളൂ.

പാഞ്ചി തുടർന്നു: ''ഇതൊരു നല്ല ശീലമല്ല!''

മൂകജീവികളോടുള്ള പ്രിയം അനുകമ്പയുടെയും കാരുണ്യത്തിന്റെയും ലക്ഷണമാണെന്ന് അമ്മ പറയാറുള്ളത് അയാൾ ഓർത്തു. ആ ഓർമ്മ പക്ഷേ, പുറത്തെടുത്തില്ല. എടുത്താൽ അതിനു വല്ല കോംപ്ലക്സിന്റെ പേരും പാഞ്ചി പറഞ്ഞാലോ എന്നൊരു പേടി അയാൾക്ക് ഇല്ലാതിരുന്നില്ല.

പിന്നീടൊരിക്കൽ പാഞ്ചി പറയുകയുണ്ടായി, അച്ഛനമ്മമാരുടെ ഒറ്റക്കുട്ടിയായി ജനിച്ചുവളർന്നവരിൽ ഈ സ്വഭാവം കാണാറുണ്ടെന്ന്. കൂട്ടിന് ആരുമില്ലാത്ത കുട്ടിക്കാലത്ത് കൈവരുന്ന മനോഭാവത്തിന്റെ അനാശാസ്യമായ തുടർച്ച.

ഈ ഭൂമിയിൽ ഒരു പ്രയോജനവുമില്ലാതെ ഒരുപാടു ജീവികളെ ഒരുപാടു മനുഷ്യർ പോറ്റിവരുന്നില്ലേ എന്നും അവരെല്ലാമിങ്ങനെ അച്ഛനമ്മമാരുടെ ഒറ്റക്കുട്ടികളായി ജനിച്ചു വളർന്നവരാണോ എന്നും മറ്റും അയാൾ പാഞ്ചിയോടു ചോദിച്ചില്ല.

സാരമായ അപസ്വരമുണ്ടായത് ആദ്യത്തെ കുട്ടി ജനിച്ചതിനെ തുടർന്നാണ്. കുട്ടിയെ ഒരു ആയയെ ഏല്പിച്ചാണ് ഇരുവരും പോകുന്നത്. ആശുപ്രതിയിൽനിന്ന് പാഞ്ചി വരും മുമ്പ് അയാൾ തിരികെ എത്താറുണ്ട്. വന്നാലുടൻ ആയയെ പറഞ്ഞയയ്ക്കുകയും കുട്ടിയുടെ ചുമതല സ്വയം ഏറ്റെടുക്കുകയും ചെയ്യും. കുറച്ചിട കളിപ്പിക്കയോ ചിരിപ്പിക്കുകയോ ചെയ്താൽ പിന്നെ കുട്ടി വലിയ ആവലാതികളൊന്നുമില്ലാതെ കിടന്നുറങ്ങുകയോ തന്നത്താൻ കളിക്കുകയോ ആയി. മിടുക്കൻ. അതിനാൽ, അയാൾക്ക് തന്റെ മറ്റ് 'ആശ്രിത'രെ ശ്രദ്ധിക്കാൻ സൗകര്യം കിട്ടും.

അന്ന് കസ്റ്റഡിയിലുണ്ടായിരുന്നത് രണ്ട് അണ്ണാന്മാരാണ്. സെരിൻ, മെരിൻ എന്ന് അവയ്ക്ക് പേരിട്ടത് പാഞ്ചിയാണ്. പക്ഷേ, അന്നേ പാഞ്ചി പറഞ്ഞു: ''എന്റെ കുട്ടി പിറന്നാൽ ഇവറ്റ ശല്യമാകും. അപ്പോൾ ഞാൻ എടുത്ത് ദൂരെ കളയും.''

ഒരു സന്ധ്യയ്ക്ക് പാഞ്ചി ആസ്പത്രിയിൽനിന്നു വരുമ്പോൾ കുട്ടി കരയുകയാണ്. കുട്ടികൾ സ്വതന്ത്രമായി കുറച്ചിട കരയണമെന്നാണ് പണ്ടുള്ളവർ പറയാറ്. മാത്രമല്ല, അണ്ണാന്മാരെ കൈകാര്യം ചെയ്തു തുടങ്ങിയ സ്ഥിതിക്ക് അവയെ കുളിപ്പിച്ചു ശുദ്ധമാക്കി പൗഡറിടുവിച്ചു കൂട്ടിലടച്ചു കൈ നന്നായി കഴുകിയിട്ടേ കുട്ടിയെ എടുക്കാൻ പറ്റൂ. കുട്ടിയുടെ എല്ലാ കാര്യങ്ങളും ശ്രദ്ധിച്ചതിൽപ്പിന്നെയാണ് അണ്ണാന്മാരിലേക്ക് അയാൾ തിരിഞ്ഞത്.

അതൊന്നും പാഞ്ചിക്കു പ്രശ്നമായില്ല. വളച്ചുകെട്ടില്ലാതെ ഒരു ചോദ്യം: ''ഈ കുട്ടിയോ ആ ക്ഷുദ്രജീവികളോ വലുത്?''

മറുപടി പറയാൻ എന്തിരിക്കുന്നു? സംശയമൊന്നും ആർക്കും ഇല്ലല്ലോ. അതുകൊണ്ട് മറുപടി പറയാതിരുന്നു. അത് പാഞ്ചിയെ കൂടുതൽ ക്ഷോഭിപ്പിച്ചു. അവൾ അന്നു രാത്രി അണ്ണാൻമാരുടെ കൂടെടുത്ത് നിരത്തിലേക്കു വലിച്ചെറിഞ്ഞു. അയാൾ രാവിലെ ഉണർന്ന പ്പോൾ അണ്ണാന്മാരില്ല. കൂടുമില്ല. നിരത്തിൽ വീണ് കൂട് എപ്പോഴോ ആരോ എടുത്തു കൊണ്ടുപോയിരിക്കണം.

സംഭവിച്ചതെന്തെന്ന് ഏതാണ്ടൂഹിച്ചുവെങ്കിലും അയാൾ ഒന്നും ചോദിക്കാൻ ചെന്നില്ല. വല്ലവരും കൊണ്ടുപോയി പുലർത്തുന്നു ണ്ടാകും എന്നു സമാധാനിച്ചു. അയാൾ ലബോറട്ടറിയിലേക്ക് ഇറ ങ്ങാൻ നിൽക്കുമ്പോഴാണ് താഴത്തെ ഫ്ളാറ്റിലെ കുട്ടി കൂടുമായി എത്തിയത്. ‘‘സോറി അങ്കിൾ, രാത്രി വളരെ വൈകിയതിനാലാണ് ഇന്നലെ ഇതുമായി വരാഞ്ഞത്. നിരത്തിൽനിന്നു കിട്ടിയപ്പോഴേ മനസ്സിലായി ഇത് അങ്കിളിന്റെയാണ് എന്നും അബദ്ധത്തിൽ താഴെ വീണത് ആരും അറിഞ്ഞിരിക്കില്ല എന്നും.’’

നന്ദി പറഞ്ഞ് അവനെ യാത്രയാക്കി അയാൾ തിരിഞ്ഞു നോക്കി യത് പാഞ്ചിയുടെ മുഖത്ത്. കുറ്റബോധം ഒന്നും ആ മുഖത്തു കണ്ടില്ല. എന്നു തന്നെയല്ല, പാഞ്ചി തുറന്നു പറഞ്ഞു, ‘‘വീടിനകത്ത് ഇത്തരം ജീവികളെ പോറ്റുന്നത് എനിക്കിഷ്ടമല്ല. ശീർഘ്യും അനാരോഗ്യ കരമാണത്. ദയവുണ്ടായി...’’

തർക്കിക്കാൻ നിന്നില്ല. ഇഷ്ടമില്ലെങ്കിൽ വേണ്ട എന്നുവെച്ചു. ഒരു രസത്തിനു ചെയ്യുന്നത് വലിയ രസക്ഷയങ്ങൾക്കിടയാകുമെങ്കിൽ എന്തിനു വെറുതെ...? പാർക്കിൽ കൊണ്ടുപോയി അണ്ണാറക്കണ്ണ ന്മാരെ അയാൾ തുറന്നുവിടുകയും ചെയ്തു. ശരിയായ വളർച്ചയെ ത്തിയതിനാൽ അവയെ തുടർന്നും കൂട്ടിൽ ഇടുന്നതിൽ വാസ്തവ ത്തിൽ വലിയ കാര്യമൊന്നുമില്ലായിരുന്നു. എങ്ങനെയോ താഴെ വീണ ഒരു കൂട്ടിൽ നിന്നാണ് ഈ കുട്ടികളെ കിട്ടിയത്. കണ്ണു കീറാത്ത ചോരക്കിടാങ്ങൾ. ലബോറട്ടറിയിൽ നിന്നു വരുംവഴിയായിരുന്നു. അപ്പോഴും പാഞ്ചി ചോദിക്കുകയുണ്ടായി: ‘‘ഈ അനാഥ പ്രേതങ്ങ ളെല്ലാം ഒരാളുടെ മാത്രം വഴിയിൽ വന്നുപെടുന്നതെങ്ങനെ?’’

പാർക്കിൽ വിട്ട അണ്ണാറക്കണ്ണന്മാർ തിരികെ വീട്ടിൽ വിരുന്നു വരാൻ തുടങ്ങിയപ്പോൾ പ്രശ്നം കൂടുതൽ രൂക്ഷമായി. വികൃതി കളായ അവ ജനൽക്കർട്ടന്റെ മൂലകൾ കടിക്കുകയും ഉണങ്ങാനിട്ട തുണികളിൽ പല്ലുറപ്പു പരിശോധിക്കുകയും പതിവായി. എല്ലാ ജനാലകളും വാതിലുകളും എപ്പോഴും അടച്ചിടാൻ വയ്യല്ലോ. കുട്ടി അകത്തുള്ളതല്ലേ. കുട്ടിയുടെ പാൽക്കുപ്പിയിൽ നിന്നു പാൽ കുടി ക്കുകയും കുട്ടിയുടെ ദേഹത്തൂടെ ഓടുകയും പതിവായപ്പോൾ

യുദ്ധകാലാടിസ്ഥാനത്തിൽ ഇതിനൊരു പരിഹാരം വേണമെന്നായി പാഞ്ചി. സാരമില്ല എന്ന തോന്നൽ പുറത്തു പറയാൻ മുതിരാതെ അയാൾ മൗനമവലംബിച്ചപ്പോൾ പാഞ്ചി രൂക്ഷമായി അയാളെ ഒന്നു നോക്കി. കഴുത്തു വെട്ടിച്ച് അമർത്തിച്ചവിട്ടി നടന്നുപോയി വാതിൽ ഊക്കിലടച്ചു.

പാഞ്ചി കിണഞ്ഞു പരിശ്രമിച്ചിട്ടും ആ അണ്ണാൻമാരെ പിടിക്കാൻ പറ്റിയില്ല. കൂടു വെച്ചുനോക്കി, കെണി വെച്ചുനോക്കി. അകത്തു വരാൻ കാത്തുനിന്ന് അകത്തു വന്ന ഉടൻ വാതിൽ അടച്ചു കുടുക്കി പിടിക്കാൻ നോക്കി. കിട്ടിയില്ല. സ്വതന്ത്രജീവികളല്ലേ, പിടിക്കാൻ എന്തു ചെയ്യും, എന്നു കൈമലർത്തിയ (നിരുത്തരവാദപരമായി പെരുമാറിയ) അയാളുടെ ചുമലിലും തലയിലും കയറി ഇവറ്റ സർക്കസ്സു കാണിക്കുന്നതു കണ്ടാൽ എങ്ങനെ സഹിക്കും?

ഏതായാലും, ഏറെ തഞ്ചം പാർത്ത് ഒരു ദിവസം പാഞ്ചി ജയിച്ചു. കുട്ടിക്കു കുടിക്കാനുള്ള പാൽ അടച്ചുവെക്കാറുള്ള പാത്രത്തിൽ കുറച്ചു പാലും അതിൽ ഉറക്കഗുളികയും ഒരുക്കിയാണ് പണി പറ്റിച്ചത്. ഹൈ-ടെക് വഞ്ചന. പാവങ്ങൾ രണ്ടും മയങ്ങിപ്പോയി. അവറ്റയുടെ ആയുസ്സിന്റെ ബലം കാരണം ചത്തില്ല. പാഞ്ചിതന്നെ രണ്ടിനേയും തൂക്കി ഉമ്മറവാതിൽ തുറന്ന് ഒരു വൻയുദ്ധം ജയിച്ച പടനായകനെപ്പോലെ വെളിയിൽ വരുന്ന നേരത്താണ് ലബോറട്ടറിയിൽനിന്ന് അയാൾ എത്തിയത്. കാര്യം വേഗം മനസ്സിലായി. ഉപായവും പെട്ടെന്നുതന്നെ തോന്നി. "ഇങ്ങു തരൂ. ഞാൻ കൊണ്ടുപോയി കളഞ്ഞേക്കാം."

നല്ലകാലം, എതിർത്തൊന്നും പറയാതെ പാഞ്ചി ആ പാവങ്ങളെ കൈമാറി. ചത്തിട്ടില്ല എന്നു തീർച്ചയായത് അവയുടെ ദേഹത്തിന്റെ ചൂടുകൊണ്ടാണ്. പാലിൽ ഉറക്കഗുളിക ചേർത്ത് അവയെ കുടുക്കുമെന്ന് രാവിലെത്തന്നെ പാഞ്ചി പ്രഖ്യാപിച്ചിരുന്നു. അവയാണെങ്കിലോ നന്നേ കുട്ടികളായിരുന്നപ്പോൾ കുപ്പിയിൽ പാൽ കുടിച്ചു ശീലിച്ചതിനാൽ പാലിനോടു വളരെ പ്രതിപത്തിയുള്ളവയുമാണ്. കുടുങ്ങും എന്നു തീർച്ചയുള്ളതിനാലാണ് അയാൾ നേരത്തെ തിരികെ എത്തിയത്.

അയാൾ അവയെ കൊണ്ടുവിട്ടത് ലബോറട്ടറിയുടെ മുന്നിലുള്ള മരത്തിലാണ്. പടുകൂറ്റൻ സാൽമരം. അതിന്റെ ഇരുവശവും വേറെയും മരങ്ങൾ ധാരാളമുണ്ട്. പാർപ്പിടത്തിന് പ്രശ്നമില്ല. പട്ടിണിയാണ് അവ എങ്കിൽ പകൽ ലാബിൽ വരുമ്പോൾ അയാൾക്ക് അതു പരിഹരിക്കാനും കഴിയും.

അതിൽപ്പിന്നെ പോറ്റുജീവികളെ അയാൾ ഫ്ളാറ്റിലേക്കു കൊണ്ടു ചെല്ലാറില്ല. അവയെപ്പറ്റി സംസാരിക്കാറേ ഇല്ല. അല്ലെങ്കിലേ സംസാരം

നന്നേ കുറവായിട്ടുമുണ്ട്. ആസ്പത്രിയിൽ പാഞ്ചിക്കു കൂടുതൽ പണിയായി മോന്റെ പ്രശ്നങ്ങളും വീട്ടുകാര്യങ്ങളും കഴിഞ്ഞാൽ ഒന്നും വേറെ സംസാരിക്കാൻ നേരമില്ല. ലാബിൽ അയാൾക്ക് ഏതാനും പുതിയ പദ്ധതികൾ ഏറ്റെടുക്കേണ്ടിയും വന്നു. എങ്കിലും, ലാബിലേക്കുള്ള വഴിയിൽ കാഴ്ചബംഗ്ലാവിൽ കുറച്ചുനേരം ചെലവഴിക്കാൻ മിക്ക ദിവസങ്ങളിലും അയാൾ സമയം കണ്ടു. അവിടത്തെ ജോലിക്കാർക്കെല്ലാം അയാളെ പരിചയമായി. ഏതാനും മൃഗങ്ങൾക്കും പരിചയമായി. ഉദാഹരണത്തിന് ഇരുമ്പുകൂട്ടിലെ കഴുതപ്പുലി. അത് ആരോടും ഇണങ്ങുന്ന ഒരു ജീവി അല്ല എന്നാണ് പാറാവുകാർ പറഞ്ഞത്. അയാളോടും ഇണങ്ങിയൊന്നും ഇല്ലെങ്കിലും ശത്രുത കുറഞ്ഞു.

കാഴ്ചബംഗ്ലാവിൽ ചെലവഴിക്കുന്ന നേരം ലാബിലാണ് ചെലവഴിക്കപ്പെടുന്നത് എന്ന ധാരണ പാഞ്ചിക്കുണ്ടാകുന്നെങ്കിൽ അങ്ങനെയാവട്ടെ എന്ന് അയാൾ വിചാരിച്ചു. ആ ധാരണയാണുള്ളത് എന്നയാൾ കരുതുകയും ചെയ്തു. പക്ഷേ, പാഞ്ചി ശരിയായിത്തന്നെയാണ് മനസ്സിലാക്കിയത്.

കാര്യങ്ങൾ ഇങ്ങനെ സമാധാനപരമായിരിക്കെയാണ് അവർ വീടു മാറിയത്. ഫ്ളാറ്റിലെ ജീവിതം മതിയായി എന്നു പാഞ്ചി പറയും മുമ്പു തന്നെ ഫ്ളാറ്റൊരു തടവറയാണെന്നതിൽ അയാൾക്കും സംശയം ഇല്ലായിരുന്നു. ആസ്പത്രിയുടെയും ലാബിന്റെയും അടുത്താണ് എന്നതിലേറെ വാടക കുറവാണ് എന്നതായിരുന്നു ഫ്ളാറ്റിന്റെ വലിയ ആകർഷണം. വാടകവീട് വേണ്ട, ഫ്ളാറ്റു വേണ്ട, സ്വന്തമായി ഒരു വീടു വേണം, അതൊരു സ്വതന്ത്രമായ ഒറ്റവീടായിരിക്കുന്നതാണ് നല്ലത് എന്നിങ്ങനെയുള്ള ഒരു കാര്യത്തിലും യാതൊരു അഭിപ്രായവ്യത്യാസവും ഇല്ലായിരുന്നു.

പുതിയ വീട്ടിൽ പക്ഷേ, എലികളുടെ ശല്യം സഹിക്കവയ്യ. പഴയ ഒരു വീടാണ്. തട്ടിൻപുറത്ത് നിറയെ എലികളാണ്. രാത്രിയായാൽ അവ കരളുകയും മുരളുകയും ഓടുകയും പധോം എന്നു വീഴുകയും... ഇവയെ കുടിയൊഴിപ്പിക്കാനും നശിപ്പിക്കാനും ഒരുപാടു വഴികൾ പാഞ്ചി പയറ്റി. കെണി വെച്ചു. കുടുങ്ങിയില്ല. വിഷം വെച്ചു, തിന്നില്ല. പൂച്ചയെ വളർത്തിയാൽ മതി എന്നു പറഞ്ഞത് അടുക്കളയിൽ സഹായിക്കാൻ വരുന്ന ഭായിയാണ്. പാഞ്ചി അക്കാര്യം അയാളോടു പറയാൻ ധൈര്യപ്പെട്ടില്ല. എലികളെ എങ്ങനെ കൈകാര്യം ചെയ്യാമെന്നു പൊതുവേ എന്ന മട്ടിൽ ചോദിച്ചു. ഒരു വഴിയുമില്ലെന്നും ഭൂമിയിൽ മനുഷ്യൻ ഉണ്ടാകുന്നതിനുമുമ്പേ എലികളുണ്ടെന്നും അയാൾ മറുപടി പറഞ്ഞു. തന്റെ ഈ പെരുമാറ്റം അല്പം ക്രൂരമായി എന്നു തോന്നിയതിന്റെ പിറ്റേന്നു നടക്കാൻ പോയപ്പോഴാണ് അയാൾക്ക്

പൂച്ചക്കുട്ടിയെ കിട്ടിയത്. അതിനെ പോക്കറ്റിൽ നിന്നെടുത്ത് അകത്തു കടക്കുമ്പോൾ മനസ്സിലൊരു ചെറുചിരിയുണ്ടായിരുന്നത് പുറത്ത് വരാതിരിക്കാൻ അയാൾ ശ്രമിച്ചു. സർപ്പത്തെക്കുറിച്ചും അയാൾ ഓർത്തു.

സർപ്പമെന്നാൽ പാമ്പല്ല. സർപ്പക്കാവിലെ ദേവത. ഒരു കല്ലിലാണ് എന്ന് അമ്മ പറയാറുണ്ടായിരുന്നു. ആ കല്ല് പുഴക്കിനോക്കിയിട്ടുണ്ട്. അതിനടിയിൽ ഏതാനും കൃമികളേ ഉണ്ടായിരുന്നുള്ളൂ. സർപ്പക്കാവിൽ പക്ഷേ, പലതരം പക്ഷികളും ജീവികളുമുണ്ടായിരുന്നു. പാമ്പുകളെയും കാണാറുണ്ട്. ഉഗ്രസർപ്പങ്ങളെ കണ്ടിട്ടില്ല. പാമ്പിൻകാവ് എന്ന പേരിലാണ് അവിടം അറിയപ്പെട്ടതെന്നാലും അതിനകത്തു കൂടുതലുണ്ടായിരുന്നത് അന്യജീവികളായിരുന്നു. ചകോരം എന്നും ചെമ്പോത്ത് എന്നുമൊക്കെ പേരുള്ള പതിറ്റടിക്കൊക്ക് പാമ്പുകളുടെ ശത്രുവാണ് എന്നാണ് പറയാറ്. ഗരുഡനും കീരിയും പാമ്പുകളുടെ ശത്രുക്കൾതന്നെ. ഈ മൂന്നും പാമ്പിൻകാവിൽ ധാരാളമായി ഉണ്ടായിരുന്നു. അവിടെ കടന്നുചെല്ലരുത്, അവിടം പാമ്പൻമാർക്ക് അതായത് സർപ്പത്തിനുള്ളതാണ് എന്നു മുത്തശ്ശി പറയും. മനുഷ്യപാദസ്പർശം ഉണ്ടാകാനിടയാകരുത്.

പാമ്പിൻകാവു നൽകുന്ന വലിയ ഒരു സൗകര്യം ഏതു ജീവിയെ എവിടന്നു പിടികൂടി നടതള്ളാനും പറ്റിയ സ്ഥലമാണത് എന്നതു തന്നെ. ഒന്നിനെയും കൊന്നു കുഴിച്ചുമൂടേണ്ടതില്ല. പിടിച്ച് ജീവനോടെ കൊണ്ടുപോയി പാമ്പിൻകാവിൽ വിടാം. അവിടെ പൊരുതി ജയിക്കുകയോ മറ്റു ജീവികൾക്ക് ഇരയാവുകയോ എന്തു വേണമെങ്കിലുമാകട്ടെ. ആധുനികലോകത്തെ മനുഷ്യർ എന്നപോലെ.

അണ്ണാരക്കണ്ണനായാലും പൂച്ചയായാലും അവയെ നടതള്ളാൻ നഗരത്തിൽ ഇങ്ങനെ ഒരു സ്ഥലമില്ല. അണ്ണാനെ മരത്തിൽ കൊണ്ടു ചെന്നു കയറ്റാം. പൂച്ചയെ എന്തു ചെയ്യും? അതുകൊണ്ടാണ് അയാൾ പാഞ്ചിയെ ആദ്യമേ അറിയിച്ചത്: ''വേണ്ടെങ്കിൽ ഇപ്പോഴേ പറയണം. എല്ലാ പൂച്ചകളും എലിയെ പിടിച്ചെന്നുവരില്ല. വളർത്തി വലുതാക്കി കുറച്ചുകഴിഞ്ഞ് വഴിയിലാക്കാൻ പറഞ്ഞാൽ പറ്റില്ല.''

ഇതുകേട്ട് പാഞ്ചി പെട്ടെന്നു ഭാവം പകർന്ന് മുന്നോട്ടു വന്നു. അയാളെ അത്ഭുതപ്പെടുത്തിക്കൊണ്ട് ആ പൂച്ചയെ എടുത്ത് ഓമനിച്ച് പാഞ്ചി ചിണുങ്ങി: ''ഇവൻ തീർച്ചയായും എന്റെ സങ്കടങ്ങൾക്ക് അറുതി വരുത്തും.''

ആ പൂച്ച അവളുടെ പൂച്ചയായി. അവളെ ചുറ്റിപ്പറ്റിയായി അവന്റെ നില്പ്. അയാളെ കണ്ട ഭാവമില്ല. അയാൾ വിളിച്ചാൽ ചെല്ലില്ല. എടുത്താൽ ചാടിപ്പോകും. താലോലിക്കാൻ പുറപ്പെട്ടാൽ മാന്താൻ

ശ്രമിക്കും. അതുകണ്ട് അവൾ ചിരിക്കും. അവർക്കിരുവർക്കും സന്തോഷമായി. ഒരു അന്യജീവിയുടെ സാന്നിദ്ധ്യമേ വീടിനകത്ത് അയാൾക്കു വേണ്ടിയിരുന്നുള്ളൂ. അത് ഉണ്ടായിക്കിട്ടി. പൂച്ച 'അയാളുടെ' പൂച്ചയായിരിക്കരുത് എന്നേ അവൾക്കു വിചാരമുള്ളൂ. അതും ശരിയായി. വീട് കുറച്ചിടകൊണ്ട് സർപ്പക്കാടായി. പൂച്ചകൾ പത്തുപതിനാറായി. മറ്റു ജീവികളും വന്നു. എല്ലാം അയാളോട് ശത്രുതയുള്ളതായി നടിച്ചു. അയാളും ഇടയ്ക്കിടെ അവറ്റയെ പിരാകുകയും വെറുതെ ശപിക്കുകയും ചെയ്തു.

മുത്തശ്ശി പണ്ട് പറഞ്ഞിരുന്നു: 'തറവാടു വിറ്റുപോയാലും ആ സർപ്പത്തെ അവിടന്ന് ഒഴിപ്പിച്ച് തക്ക സ്ഥാനത്തു വെക്കണം. ഇല്ലെങ്കിൽ അതു നിങ്ങളുടെയൊക്കെ പിന്നാലെ നടക്കും. പലതരം അലോസരങ്ങളും ഉണ്ടാക്കുകയും ചിലപ്പോൾ അത്യാപത്തുകൾ തന്നെ വരുത്തിത്തീർക്കുകയും ചെയ്യും.''

മുത്തശ്ശിയെക്കുറിച്ച് എപ്പോഴെങ്കിലും പാഞ്ചിയോട് വിശദമായി പറയണമെന്നുണ്ട് അയാൾക്ക്. പക്ഷേ, പാഞ്ചി കാശ്മീരിയാണ്. എങ്ങനെ പറഞ്ഞറിയിക്കുമെന്നറിയില്ല. പാഞ്ചിയെ കൊണ്ടുപോയി നേരിൽ കാണിച്ചു പരിചയപ്പെടുത്താൻ പറ്റില്ല, ആളില്ലല്ലോ.

പൂച്ച കമ്പ്യൂട്ടറിന്റെ മൗസ് പാഡിൽ പ്രസവിച്ചതോടെയാണ് അയാൾ പൂച്ചപ്പടയെ വെറുതെയല്ലാതെ ശപിച്ചത്. പാഞ്ചി അപ്പോൾ പറഞ്ഞു: ''മനുഷ്യർക്കു പ്രസവിക്കാനുള്ള വിഷമമത്രയും പൂച്ചകൾക്കുമുണ്ട്. കൂടുണ്ടാക്കാൻ മനുഷ്യർക്കുള്ളതിലേറെ പ്രയാസം കിളികൾക്കുമുണ്ട്. മിണ്ടാപ്രാണികളുമല്ലേ?''

പരിഹസിക്കയാണ് എന്നാണ് ആദ്യം വിചാരിച്ചത്. അല്ലെന്നു മനസ്സിലായപ്പോൾ അയാൾ ഓർത്തത് മുത്തശ്ശിയുടെ വാക്കുകൾ തന്നെ. മിണ്ടാപ്രാണികൾ എന്ന പ്രയോഗമാണ് അവബോധത്തിന്റെ വഴി തിരിച്ചു വിട്ടത്. മുത്തശ്ശി എപ്പോഴും പറയാറുണ്ട്: ''മിണ്ടാപ്രാണികളാണ്, മഹാപാപം കിട്ടും, വെറുതെ ദ്രോഹിച്ചാൽ.''

ജീവനുള്ള കളിപ്പാട്ടങ്ങളല്ല അന്യജീവികൾ എന്നായിരുന്നു സാരം.

മുത്തശ്ശിയും സർപ്പക്കാവും ഭൂമിയുടെ അവസാനകാലംവരെ ഉണ്ടാകും എന്ന വെളിപാട് അന്നേരമാണ് അയാൾക്കു കിട്ടിയത്.

■

സന്തോഷിന്റെ സങ്കടങ്ങൾ

"**വെ**ള്ളിയാഴ്ച മോന്റെ പിറന്നാളാണ്. അവന് ഒരു സമ്മാനം കൊടുക്കാൻ ഞങ്ങൾക്കു പ്ലാനുണ്ട്. എന്തു തെരഞ്ഞെടുക്കുമെന്നു നിശ്ചയിച്ചില്ല. വല്ല സജഷനുമുണ്ടോ?" അയൽക്കാരനും സുഹൃത്തുമായ സുരേഷ് വന്ന് എന്നോടിങ്ങനെ ചോദിച്ചത് ഇന്നലെ കഴിഞ്ഞപോലെ തോന്നുന്നു. ഒരു ദേശസാൽകൃത ബാങ്കിന്റെ ഈ പ്രദേശത്തെ ശാഖയിൽ മാനേജരാണ് സുരേഷ്. ഭാര്യ സുമതി മറ്റൊരു ബാങ്കിൽ ക്ലർക്കുമാണ്. സ്ഥലമാറ്റം ഭയന്ന് പ്രമോഷൻ വേണ്ടെന്നുവെച്ചിരുന്നില്ലെങ്കിൽ അവരുമിപ്പോൾ ഓഫീസർ പദവിയിലെത്തുമായിരുന്നു. രണ്ടു കുട്ടികളേ ഉള്ളൂ അവർക്ക്. എട്ടാം ക്ലാസ്സുകാരനായ സന്തോഷും ഒന്നാംക്ലാസ്സുകാരിയായ സമിതയും. ആദർശകുടുംബം എന്നും മറ്റും പറയാവുന്ന രീതിയിൽ സസുഖം കഴിഞ്ഞുകൂടുന്നവർ. സന്തോഷ് പഠിത്തത്തിൽ ഒന്നാമനാണ്. ചുറുചുറുക്കുള്ള നല്ല കുട്ടി. നന്നേ ചെറിയ ക്ലാസ്സിലേ ആയുള്ളൂവെങ്കിലും സമിതയും മോശമല്ല.

സന്തോഷിന് ഉപകാരപ്രദമായ എന്തെങ്കിലുമായിരിക്കട്ടെ സമ്മാനം എന്നു മാത്രം ഞാൻ പറഞ്ഞു. തന്റെ കുട്ടിക്കൊരു പിറന്നാൾ സമ്മാനം കൊടുക്കുന്നത് സ്വന്തം കണ്ടെത്തലിലൂടെ ആയിരിക്കുന്നതല്ലേ ഏതച്ഛനും അഭിമാനം? മറ്റുള്ളവരോടും ചോദിക്കുന്നതൊക്കെ ശരി, മറ്റുള്ളവർ ഇടയിൽ കടന്ന് അതിബുദ്ധി കാണിക്കാതിരിക്കുന്നതു പക്ഷേ, അതിനേക്കാൾ ശരി.

"തമാശ കേൾക്കണോ?" സുരേഷ് തുടർന്നു: "അവൻ പറയുന്നതൊരു മുന്തിയ ഓടക്കുഴൽ മതി എന്നാണ്. എന്നിട്ടെന്തിനാണ്, നിലയവിദ്വാനായി ആകാശവാണിയിൽ വാദ്യസംഗീതം വായിക്കാനോ?" തന്റെ ഫലിതം താൻതന്നെ ആസ്വദിച്ച് സുരേഷ് ഉറക്കെ ചിരിച്ചു.

"സുമതി എന്തു പറയുന്നു?"

''അവൾക്കും ഓടക്കുഴലിൽ വലിയ താൽപര്യമില്ല.''

ഞാൻ അപ്പോഴും അഭിപ്രായമൊന്നും പറഞ്ഞില്ല.

സുരേഷ് തുടർന്നു: ''ഒരു ഇടത്തരം പീസി വാങ്ങിക്കൊടുത്താലോ എന്നാണ് ഞങ്ങളുടെ ചിന്ത. മോനോടു പറഞ്ഞിട്ടില്ല. പ്രോസസ്സറും മോണിറ്ററും പവർ റെഗുലേറ്ററും കളർ ഇൻജെക്റ്റ് പ്രിന്ററും എല്ലാം കൂടി പത്തമ്പതുറുപ്പിക വരും. പക്ഷേ, ബാങ്കിൽനിന്നു ലോൺ കിട്ടും. എനിക്കും ആ യന്ത്രം വല്ലപ്പോഴും വല്ലതിനും ഉപയോഗിക്കാം. കുട്ടികൾ ഇപ്പോഴേ കമ്പ്യൂട്ടറുമായി പരിചയമുണ്ടാകുന്നത് എന്തുകൊണ്ടും നല്ലതാവില്ലേ?''

''തീർച്ചയായും, ഞാൻ സന്തോഷപൂർവം പറഞ്ഞു: ''നല്ല ആശയം.''

തുടർന്ന് നല്ലയിനം കമ്പ്യൂട്ടറുകളുടെ തരാതരങ്ങളെപ്പറ്റിയും ആവശ്യമുള്ള സോഫ്റ്റ്വെയറുകളെക്കുറിച്ചും സുരേഷ് ചോദിച്ചു. എനിക്കറിയാവുന്ന നുള്ളുനുറുങ്ങുകൾ ഞാൻ പറഞ്ഞുകൊടുത്തു. കൂടുതൽ വിവരങ്ങൾ അറിയാൻ വഴികളും നിർദ്ദേശിച്ചു.

ബാങ്കിലെ സഹപ്രവർത്തകരെയെല്ലാം ക്ഷണിച്ച് മുന്തിയ വിരുന്നോടെ ആർഭാടമായിത്തന്നെ പിറന്നാളാഘോഷം നടന്നു. സന്തോഷിനു വളരെ സന്തോഷമായി. പ്രത്യേകിച്ചു കമ്പ്യൂട്ടർ കിട്ടിയപ്പോൾ. അത്രയൊന്നും അവൻ ഒരിക്കലും പ്രതീക്ഷിച്ചതല്ലല്ലൊ. അവന് ഇഷ്ടമാകുമെന്നു കരുതി ഞാൻ സമ്മാനമായി കൊണ്ടുചെന്ന ഓടക്കുഴൽ താൽപര്യത്തോടെ സ്വീകരിച്ചെങ്കിലും അതിൽ ശബ്ദമെങ്ങനെ ഇരിക്കുന്നു എന്നു നോക്കാൻപോലും അവനു സമയമില്ലാതെ പോയി. കൂട്ടുകാർക്ക് കമ്പ്യൂട്ടർ കാണിച്ചുകൊടുക്കുന്ന തിരക്കിലായിരുന്നു അവൻ.

കുട്ടിയെ ഉയർന്ന ബിരുദമുള്ള എൻജിനീയറാക്കണമെന്നാണ് സന്തോഷിന്റെയും സുമതിയുടെയും പ്ലാൻ. സുരേഷ് പറയാറുണ്ട്, തന്റെ ജീവിതത്തിലെ ഏറ്റവും വലിയ മോഹം എൻജിനീയറാവുക എന്നതായിരുന്നെന്ന്. നടന്നില്ല. സുമതിയുടെ മുത്തച്ഛൻ പഴയ മദ്രാസ് സംസ്ഥാനത്തെ ചീഫ് എൻജിനീയറായിരുന്നു. (സുരേഷ് തമാശയാക്കും: ''കേട്ടോ, ലണ്ടനിലും മറ്റും പഠിച്ചു വന്ന ആളാണെന്നാലും കാന വൃത്തിയാക്കലായിരുന്നു മൂപ്പരുടെ പണി.'' ഇതു സുമതിയെ ശുണ്ഠി പിടിപ്പിക്കാനാണ്. സുമതി സന്ദർഭത്തിനൊത്തുയരും: ''ഏതായാലും, ഒരു സംസ്ഥാനത്തെ പൊതുജനാരോഗ്യവകുപ്പിന്റെ മൊത്തം ചുമതല ഒരു ബ്ലെയ്ഡു കമ്പനിയുടെ ബ്രാഞ്ചിലെ കാര്യസ്ഥതയെക്കാൾ മോശമൊന്നുമല്ല.'')

പക്ഷേ, മോന് സിവിൽ എൻജിനീയറിങ് വേണ്ട എന്ന കാര്യത്തിൽ സുമതിക്കും യോജിപ്പായിരുന്നു. അതിനു വലിയ ഡിമാന്റില്ലാത്ത

കാലമായി എന്നതുകൊണ്ടുതന്നെ. ഒന്നുകിൽ ഇലക്ട്രോണിക്സ്, അല്ലെങ്കിൽ കമ്പ്യൂട്ടർ സയൻസ്. ഇതു രണ്ടും അഥവാ തരപ്പെടാതെ പോയാൽ ഷിപ്പ് ടെക്നോളജിയോ എയറോനാട്ടിക്കൽ എൻജിനീയറിങ്ങോതന്നെ കിട്ടണം. ഐ.ഐ.ടി.യിലോ സർക്കാർ കോളജുകളിലോ ഈ ശാഖകളിലേക്ക് എൻട്രൻസിലൂടെ പ്രവേശനം കിട്ടിയില്ലെങ്കിൽ അന്യസംസ്ഥാനങ്ങളിലെവിടെങ്കിലും പോയി ക്യാപ്പിറ്റേഷൻ കൊടുത്തെങ്കിലും സീറ്റു വാങ്ങും.

ഇതൊക്കെ പണ്ട് നിശ്ചയിച്ചുകഴിഞ്ഞ സംഗതികളാണ്. മോന് കണക്കിൽ വേണ്ടത്ര ശുഷ്കാന്തി ഇല്ല എന്ന പരാതിക്കും അത്രതന്നെ പഴക്കമുണ്ട്. അയൽക്കാരനായ ഞാൻ സുരേഷിന്റെ വീട്ടുകാര്യങ്ങൾ ഇത്രയേറെ അറിയാൻ ഇടയായത് ഈ പരാതി വഴിയാണ്. ഫിസിക്സും കണക്കുമാണ് എന്റെ പഴയ കോളജുവിഷയങ്ങൾ എന്ന് അറിഞ്ഞതോടെ എനിക്കൊരു ചുമതല കിട്ടി. സന്തോഷിന് കണക്കിലെന്തെങ്കിലും സംശയമുണ്ടെങ്കിൽ തീർക്കുക. നാലു കൊല്ലം മുമ്പ് അയലത്തു വന്നു താമസമുറപ്പിച്ചതിന്റെ പിറ്റേന്നുതന്നെ ഇതു ലഭിച്ചു. ഞാൻ കോളജു വിട്ടു പോന്നിട്ട് പതിറ്റാണ്ടുകൾ കഴിഞ്ഞെന്നും എല്ലാം മറന്നുപോയിരിക്കുന്നെന്നും കൈ മലർത്തിയിട്ടും സുരേഷ് ശഠിച്ചു: ‘‘അതു വെറുതെ. സൈക്കിൾ ചവിട്ടാനും കണക്കുകൂട്ടാനും ഒരിക്കൽ പഠിച്ചാൽ ആരും മറക്കില്ല.’’

അങ്ങനെ സന്തോഷ് പലപ്പോഴായി എന്നെ കണക്കുകളുമായി സമീപിച്ചുപോരുന്നു. സ്വന്തം വീട്ടിലുള്ളതിലേറെ സ്വാതന്ത്ര്യം എന്റെ അരികിലെത്തിയാൽ ഉള്ളതിനാൽ കൂടിയാവാം, ഈ വരവ് പതിവാണ്. വന്നാൽ ആദ്യം ചെയ്യുക തല കറപറയെന്നു മാന്തുകയും മുഖമാകെ ഒന്നു തിരുമ്മി ടൈ അയച്ച് സോഫയിൽ മലർന്നൊരു വീഴ്ചയുമാണ്. കരയിൽനിന്നും വെള്ളത്തിലെത്തിയ മീൻ പോലെ ആ ഇരിപ്പിന്റെ സുഖം ഏതാനും മിനിറ്റുനേരം ആസ്വദിക്കും. പിന്നെ, ഒരു ചെറിയ പിച്ചളപ്പറയിൽ ഞാൻ സൂക്ഷിക്കുന്ന ഓടക്കുഴലുകളിൽ ഒന്നെടുത്ത് ഊതി നോക്കും. പതുക്കെപ്പതുക്കെ ഈ ഊത്ത് സന്തോഷ് ശരിയാക്കിയെടുത്തിട്ടുണ്ട്. തനിക്കിഷ്ടപ്പെട്ട ഏതെങ്കിലും പാട്ടിന്റെ ഈണം വായിക്കാൻവരെ ആയി. ഇതു കഴിഞ്ഞുവേണം കണക്കു പുസ്തകം തുറക്കാൻ. അതു കഴിയുന്നത് നീട്ടിവെക്കാൻ അവൻ ശ്രമിക്കും.

കണക്കിൽ ആളത്ര മോശമൊന്നും അല്ല. ഒരു കുഴപ്പമേ ഉള്ളൂ. ഏതു കണക്കായാലും പ്രശ്നത്തിന്റെ ഭൗതികവശം അവന്റെ ശ്രദ്ധ ആദ്യമേ പിടിച്ചുപറ്റും. പത്തുപേരെ ഈരണ്ടാളുകളുടെ എത്ര ടീമുകളായി വിവിധ തരങ്ങളിൽ തിരിക്കാമെന്നൊരു പ്രശ്നം വരുമ്പോൾ

ആ ആളുകൾ എവിടെയാണ്, അവർ കുട്ടികളോ മുതിർന്നവരോ, ആണോ പെണ്ണോ, കളിക്കാനോ, പണിയാനോ തിരിക്കുന്നത് എന്നും മറ്റുമാണ് അവൻ കാര്യമായി ചിന്തിക്കുക. ആൾജിബ്രായിലാണെങ്കിൽ എക്സ് എന്ന സംഖ്യ സാധാരണസംഖ്യകളിൽ ഏതുമാകാം എന്നു പറഞ്ഞാൽ അവൻ ഏതോ അരൂപിയെ സങ്കല്പിക്കുകയായി. പൂജ്യവും ഇൻഫിനിറ്റിയും അവനെ എന്നെന്നും കഷ്ടപ്പെടുത്തി. അവന്റെ സങ്കല്പത്തിൽ ഇതു രണ്ടും ആശയക്കുഴപ്പങ്ങളായി. ഈ വക കാര്യങ്ങളെല്ലാം ചിഹ്നങ്ങളും ഛായകളും മാത്രമാണെന്നും അതിലേറെ അവയെക്കുറിച്ചു ചിന്തിക്കേണ്ടതില്ലെന്നുമൊക്കെ പറഞ്ഞാൽ അവന് രസിക്കുകയോ ബോധിക്കുകയോ ഇല്ല.

ചുരുക്കത്തിൽ, യാന്ത്രികമായി കണക്കു ചെയ്യാൻ അവനു പറ്റിയില്ല. ഭാവന അതിനവനെ അനുവദിക്കില്ല. പ്രാഥമികാശയം ശരിയായി മനസ്സിലാകാതെ അതുപയോഗിച്ച് മറ്റു വല്ലതും എങ്ങനെ ചെയ്യാൻ ശ്രദ്ധ ഉറച്ചു നിൽക്കായ്ക എന്ന പ്രതിസന്ധിയുമുണ്ട്. വൃത്തത്തിന്റെ ചുറ്റളവും വ്യാസവും തമ്മിലുള്ള അനുപാതസംഖ്യ (പൈ) എത്ര ദശാംശംവരെ പോയാലും കൃത്യമാകില്ലെന്ന അവസ്ഥ അവനെ സംബന്ധിച്ചിടത്തോളം നല്ല പരിചയമില്ലാത്ത ഒരാളുടെ പ്രകൃതത്തിനു തുല്യമാണ്. അതിനാലോ അതിന്റെ തുടർച്ചയായോ, ഏതു വൃത്തത്തിൽനിന്നും കരകയറി അവൻ അതിന്റെ മൂലകൾ കൂർപ്പിച്ച് ചതുരങ്ങളിലേക്കും അവിടന്ന് ഇഷ്ടികകളിലേക്കും അതു പയോഗിച്ചുണ്ടാക്കുന്ന വീടുകളിലേക്കും വീടുകൾ തമ്മിലുള്ള താരതമ്യത്തിലേക്കും തെന്നിത്തെന്നി നീങ്ങിപ്പോവും.

ഗണിതത്തിൽ അയുക്തികതയുണ്ടെന്നാണ് അവന്റെ പക്ഷം. മൈനസ്സിനെ മറ്റേതു മനസ്സുകൊണ്ടു പെരുക്കിയാലും പ്ലസ്സേ കിട്ടൂ എന്നിരിക്കേ 'മൈനസ് ഒന്ന്' എന്ന സംഖ്യയുടെ വർഗമൂലം (ഇമാജിനറി നമ്പർ) എങ്ങനെ സങ്കല്പിക്കാൻ ഇല്ലെന്നു തീർത്തറിവുള്ള ഒരു സംഗതി ഉണ്ടെന്നെങ്ങനെ കരുതും?

ഒരിക്കൽ അവൻ ചോദിച്ചു: ''അങ്കിൾ ദൈവമുണ്ടെന്നൊ ഇല്ലെന്നോ കണക്കുകൂട്ടി കാണാൻ കഴിയുമോ?'' രണ്ടും കഴിയില്ലെന്നു ഞാൻ പറഞ്ഞതു കേട്ട് അവൻ ചിരിച്ചു: ''പിന്നെ എത്ര കണക്കു കൂട്ടാൻ പഠിച്ചിട്ട് എന്തു കാര്യം?''

നിത്യജീവിതത്തിൽ കണക്കിന്റെ അത്ഭുതങ്ങൾ എത്രയെന്നു കാണിച്ച് അവനെ കണക്കിലേക്ക് തിരികെ കൊണ്ടുവരാനാണ് ഞാൻ ശ്രമിക്കാറ്. ചെറിയ ഒരളവോളം അതു ഫലപ്രദമാകുകയും ചെയ്യും. കടിഞ്ഞാണില്ലാത്ത ഭാവനയും പുതുമഴപ്പാറ്റപോലെ പിറക്കുന്ന ലോലവികാരങ്ങളുമാണ് അവന്റെ പരാധീനതകൾ എന്നു

ഞാൻ കണ്ടു. ഇതു രണ്ടും ജീവിതത്തിന്റെ ഉപ്പായതിനാൽ ഇവയെ തളർത്താൻ ഞാൻ ഒരിക്കലും നോക്കിയതുമില്ല.

ഏതായാലും കണക്കിൽ നൂറു മാർക്കു വാങ്ങി അവൻ വരുന്ന ദിവസവും കാത്തു കഴിയുന്ന സുരേഷിനും സുമതിക്കും ഒരിക്കലും ആ ആഗ്രഹം നിറവേറിയില്ല. സന്തോഷ് എന്റെ വീട്ടിൽ പുസ്തകങ്ങളുമായി വരുന്ന പതിവ് അവർ മുടക്കിയില്ലെന്നാലും അവന് കണക്കിൽ മിടുക്കുണ്ടാക്കാൻ അവന്റെ സ്കൂളിലെ ഒരു അദ്ധ്യാപകനെത്തന്നെ അഡീഷണലായി അവർ ചുമതലപ്പെടുത്തി. സ്കൂൾ കഴിഞ്ഞാൽ കണക്കിനുമാത്രമായി ഒരു മണിക്കൂർ ട്യൂഷൻ. ''താങ്കൾക്ക് വലിയ തിരക്കായതിനാലും എട്ടാംതരത്തിൽ നിന്ന് നേരെയാക്കാൻ ശ്രമിച്ചില്ലെങ്കിൽ നടക്കില്ല എന്നതിനാലും...'' എന്നൊരു വിശദീകരണം സുരേഷ് എനിക്കു തരാതിരുന്നില്ല.

ഇങ്ങനെ ഇരിക്കെയാണ് പതിമൂന്നാമത്തെ പിറന്നാളും കമ്പ്യൂട്ടറും വരുന്നത്. ആ കളിപ്പാട്ടം ദിവസം ചെല്ലുന്തോറും സന്തോഷിന് കൂടുതൽ ഇഷ്ടമായി എന്നാണ് സുമതി എന്റെ വീട്ടുകാരിയോട് പറഞ്ഞത്. പാതിരാത്രി കഴിഞ്ഞാലും അതിന്റെ മുന്നിൽത്തന്നെയാണിരിപ്പുപോലും. അതിൽ ഗെയിംസ് കളിക്കുകയും അതിലെ പെയിന്റ്-ബ്രഷ് ഉപയോഗിച്ച് ചിത്രം വരയും ഒക്കെയാണ് അധികനേരവുമെങ്കിലും വളരെ വേഗം കമ്പ്യൂട്ടറിന്റെ ഉപയോഗം അവൻ പഠിച്ചുവത്രെ. ''അവന്റെ അച്ഛന് ഇപ്പോഴും അത് എങ്ങനെ ഓൺ ചെയ്യാമെന്നുപോലും അറിയില്ല'' എന്നു പറഞ്ഞ് സുമതി ചിരിച്ചതിനു കണക്കില്ലെന്നാണ് എനിക്കു കിട്ടിയ റിപ്പോർട്ടിന്റെ തുടർച്ച.

ഒരു സന്ധ്യയ്ക്ക് അവൻ ഓടിക്കിതച്ചു വന്നു പറഞ്ഞു: ''ഞാൻ ജയിച്ചു.''

എന്തിലാണ് ജയിച്ചതെന്ന് അവൻതന്നെ പറയുമെന്നറിയാവുന്നതിനാൽ ഞാൻ ക്ഷമയോടെ കാത്തു. ഏറെ താമസമുണ്ടായില്ല. ശ്വാസം നേരെ വീണപ്പോൾ അവൻ തുടർന്നു: ''കമ്പ്യൂട്ടർ ഗെയിമിലെ എല്ലാ വിമാനങ്ങളും കൃത്യസമയത്തിനകം വെടിവെച്ചു വീഴ്ത്തി.''

അവൻ ആളാകെ മാറിയപോലെ എനിക്ക് തോന്നി. പഴയ മാർദ്ദവം കണ്ണുകളിലില്ല. പകരം ഏതോ ദുരൂഹക്രൗര്യത്തിന്റെ നേർത്ത നിഴൽ. യുവത്വത്തിലേക്കുള്ള പരിണാമം എന്നു ഞാൻ വിചാരിച്ചു. ശബ്ദവും നോട്ടവും മാറുന്ന ഘട്ടം എല്ലാ ആൺകുട്ടികൾക്കും ഉണ്ടാകുന്നതാണല്ലോ.

പക്ഷേ, പുതുതായി കിട്ടിയ ശൗര്യം പ്രകടമാകുന്നത് സ്കൂളിലെ ഒരു അദ്ധ്യാപകനെ നിർദ്ദയം കല്ലെറിഞ്ഞു മുറിവേൽപ്പിച്ചാകുമെന്നു സ്വപ്നത്തിൽപ്പോലും ഞാൻ കരുതിയില്ല. ഒരു കാരണവുമില്ലാതെയും

ഓർക്കാപ്പുറത്തുമാണ് സന്തോഷ് ഇതു ചെയ്തതുപോലും. എന്നിട്ടോ? ''ഞാൻ എറിഞ്ഞില്ല, ഞാൻ ഒന്നും അറിഞ്ഞിട്ടേ ഇല്ല'' എന്നു കള്ളവും പറഞ്ഞു. സ്കൂളിലെ കോലാഹലവും രക്ഷിതാവിനെ വിളിച്ചുവരുത്തലും മാപ്പെഴുതിവാങ്ങലും വീട്ടിൽനിന്നുള്ള ശിക്ഷയും എല്ലാം കഴിഞ്ഞ് രണ്ടാഴ്ചയ്ക്കുശേഷമാണ് ഞാൻ ഈ വിവരം അറിയുന്നത്. സന്തോഷിന്റെ പരീക്ഷക്കാലം. അവനെ കാണാതിരിക്കുന്നത് പഠിത്തത്തിലായതിനാലാവും എന്നു മാത്രമേ കരുതിയുള്ളൂ. അറിഞ്ഞത് മറ്റൊരു അയൽക്കാരൻ പറഞ്ഞാണ്. ഒരു പെയിന്റ് കമ്പനിയിൽ സെയിൽസ്മാനായ ഭദ്രൻ വെറുതെ വീട്ടിൽ വന്ന് പല നാട്ടുകാര്യങ്ങളും പറഞ്ഞ് ഉപസംഹരിച്ചതിങ്ങനെ: ''ഈ ചുറ്റുവട്ടത്തുള്ളവരൊക്കെ ഇപ്പോൾ ഹെൽമറ്റിട്ടാണ് പുറത്തിറങ്ങുന്നത്. ഇല്ലെങ്കിൽ സുരേഷിന്റെ പൊരിഞ്ഞ വിത്ത് തല എറിഞ്ഞു പൊളിക്കും. ഒമ്പത് സ്റ്റിച്ചാണ് പാവം ആ സാറിന്റെ തലയിൽ!''

എനിക്ക് കാര്യം മനസ്സിലായില്ലെന്ന് എന്റെ മുഖത്തുനിന്ന് അയാൾ വായിച്ചെടുത്തു.

''കുട്ടികളെ നേരെച്ചൊവ്വെ വളർത്തിയില്ലെങ്കിൽ ഇങ്ങനെ ഇരിക്കും'' എന്ന രസച്ചിരിയോടെ ഭദ്രൻ കഥ വിസ്തരിച്ചു പറഞ്ഞ് യാത്രയായപ്പോഴും ഞാനത് കാര്യമാക്കിയില്ല. ആളൊരു അതിശയോക്തിക്കാരനാണ്. അതു തൊഴിലിന്റെ ഭാഗവുമാണ്. പെയിന്റ് വിൽക്കാൻ നിറം കുറച്ചു കൂടുതൽ ചേർത്തു വല്ലതുമൊക്കെ പറഞ്ഞാലല്ലേ ഒക്കൂ? അതൊരു ശീലമായിപ്പോയതിനാൽ ഒന്നും വിൽക്കാനില്ലാത്തപ്പോഴും പെരുപ്പിച്ചും കൊഴുപ്പിച്ചുംതന്നെ പറയുന്നു. പക്ഷേ, അന്വേഷണത്തിൽ സംഭവം ശരിയാണെന്നു കണ്ടു. സന്തോഷിനെ ഇനി കാണുമ്പോൾ ഇതേപ്പറ്റി ചോദിക്കണമെന്നു മനസ്സിലുറപ്പിക്കുകയും ചെയ്തു. സുരേഷ് ഇങ്ങോട്ടു പറയാത്ത സ്ഥിതിക്ക് സുരേഷിനോടു ചെന്നു ചോദിക്കേണ്ട എന്നു നിശ്ചയിച്ചു.

കഴിഞ്ഞ രാത്രിയിൽ അയൽവീട്ടിൽനിന്ന് അസാധാരണശബ്ദങ്ങൾ കേട്ടപ്പോഴും ആദ്യം ഞാനതു സാരമായെടുത്തില്ല. കുട്ടികളുള്ള വീടല്ലേ? ആരെങ്കിലും ഒരു വാതിൽ ശക്തിയായി വലിച്ചടച്ചെന്നോ എന്തെങ്കിലും താഴെ ഇട്ടെന്നോ വീണെന്നോ ഒക്കെ വരാം. കരച്ചിലും ഉറക്കെയുള്ള സംസാരവും അട്ടഹാസംപോലും ടെലിവിഷനിൽ നിന്നുമുണ്ടാകാം. പക്ഷേ, ഇതിന്റെയൊക്കെ പിന്നാലെ തീരെ പതിവില്ലാത്ത പൂർണ നിശ്ശബ്ദത നീണ്ടുനിന്നപ്പോൾ ആശങ്കയായി.

മണി പതിനൊന്നായിക്കാണണം. മഴ ചാറുന്നുമുണ്ട്. ചുറ്റുവട്ടത്ത് മിക്കവാറും വീടുകളിൽ എല്ലാവരും ഉറക്കമായിട്ടും സുരേഷിന്റെ വീട്ടിൽ ഏതാണ്ട് എല്ലാ വിളക്കുകളും എരിയുന്നു. പക്ഷേ, ഒരു അനക്കവും ചെത്തവുമൊട്ടില്ലതാനും.

തെല്ലിട കാതോർത്തു നിന്നതിൽപ്പിന്നെ എന്റെ വീട്ടുകാരി പറഞ്ഞു, "എന്തോ കുഴപ്പമുണ്ട് എന്നു തോന്നുന്നു, നമുക്കൊന്നു ചെന്നു നോക്കിയാലോ?"

ബെല്ലടിച്ചപ്പോൾ വാതിൽ തുറക്കാൻ മടിയുടെയോ പേടിയുടെയോ താമസമുണ്ടായി.

സുമതിയുടെ ഇടറിയ ശബ്ദം അകത്തുനിന്നു കേട്ടു: "ആരാ?"

"ഞങ്ങളാണ്," എന്റെ വീട്ടുകാരി പറഞ്ഞു, "പതിവില്ലാത്ത എന്തോ ചില ഒച്ചകൾ ഇവിടന്നു കേട്ടു എന്നു തോന്നി. കുഴപ്പമൊന്നും ഇല്ലല്ലോ?"

ചടപടയെന്നു വാതിൽ തുറന്ന് പുറത്ത് വന്ന് സുമതി എന്റെ വീട്ടുകാരിയെ അടങ്ങറെ കെട്ടിപ്പിടിച്ചു തേങ്ങിത്തുടങ്ങി. സുമതിയുടെ സാരിത്തുമ്പിൽ പിടിച്ചില്ലെങ്കിലും തൊട്ടുതന്നെനിന്ന് സമിത പേടിച്ചരണ്ടും അടക്കിപ്പിടിച്ചും കരഞ്ഞു. ഇരുവരുടെയും കണ്ണുകൾ നടുക്കത്തോടെ കൂടക്കൂടെ അകത്തേക്കു നീണ്ടു.

സുമതി അണപൊട്ടലുകൾക്കിടയിൽ എന്റെ ഭാര്യയുടെ ചെവിയിൽ അടക്കം പറഞ്ഞത് ഞാനും കേട്ടു.

"കാരണം കൂടാതെ സന്തോഷ് അവന്റെ അച്ഛന്റെ തലയ്ക്കടിച്ചു. ഒരു കനത്ത കരാട്ടെ അടി. ഓർക്കാപ്പുറത്തുള്ള അടിയേറ്റ് വീണു പോയെന്നാലും സുരേഷ് സന്തോഷിനെ ഒരുവിധത്തിൽ പിടിച്ച് അടക്കി കിടപ്പുമുറിയിലിട്ട് പൂട്ടിയിരിക്കുകയാണ്."

"എന്നിട്ടു സുരേഷവിടെ?" ഞാൻ ചോദിച്ചു.

"ക്ലിനിക്കിൽ പോയി."

നാലു വീട് അപ്പുറത്താണ് ഡോക്ടർ മത്തായിയുടെ ക്ലിനിക്ക്.

"തനിച്ചാണോ പോയത്?"

"ആരെയും അറിയിക്കേണ്ടെന്നു പറഞ്ഞു."

"പരിക്കുണ്ടോ?"

"മുറിവൊന്നും കണ്ടില്ല."

"നോക്കിയിട്ടുവരാം" എന്ന് പറഞ്ഞ് പുറപ്പെട്ട എന്നെ എന്റെ വീട്ടുകാരി തടഞ്ഞു: "ഞങ്ങളെ തനിച്ചാക്കി പോകാനോ? അതു വേണ്ട."

അപ്പോഴാണ് സമിത സ്കൂളിൽ നടന്ന കാര്യം പറഞ്ഞത്. കല്ലെറിയാൻ ഒരു കാരണവുമില്ലായിരുന്നു. സന്തോഷിനെ പഠിപ്പിക്കുന്ന ആരുമല്ല, ചെറുതായെങ്കിലും ശിക്ഷിച്ച ആളല്ല, ശരിയായ പരിചയം

പോലുമുള്ള ആരുമല്ല. ഉന്നം ലവലേശം തെറ്റിയുമില്ല. ആ പ്രദേശത്തൊന്നും വേറെ ആരുമില്ലായിരുന്നു. ആ സാറ് ഭക്ഷണം കഴിച്ചു കൈ കഴുകി ഒഴിഞ്ഞ വരാന്തയിലൂടെ നടന്നുവരികയായിരുന്നു. സന്തോഷും ലഞ്ചു കഴിച്ച് പുറത്തിറങ്ങിയതായിരുന്നു. ഞൊടിയിടയിൽ മുറ്റത്തെ കല്ലെടുത്ത് നേർക്കു നേരെ സാറിനെ വെറുതെ ഒരു ഏറ്. അതുപോലെയാണ് ഇപ്പോഴും ഉണ്ടായത്. സന്തോഷ് കമ്പ്യൂട്ടറിനു മുന്നിൽ ഇരിപ്പായിരുന്നു. സമിത ഉറങ്ങിയിരുന്നു. തങ്ങളിരുവരും ടെലിവിഷൻ കാണുന്നതിനിടയിൽ സന്തോഷ് നേരെ മുന്നിൽ വന്ന് ടെലിവിഷൻ റിമോട്ടെടുത്ത് സുരേഷിന്റെ തലയിൽ ഓങ്ങിയൊരിടി. കർശനമാണ് വീട്ടിലെ ക്രമങ്ങളെങ്കിലും അന്നേ ദിവസം ആരും സന്തോഷിനെ വഴക്കു പറഞ്ഞിട്ടില്ല. സ്കൂളിൽ ചെയ്ത ഈ വേണ്ടാതീനത്തിന് അവനെ സുരേഷ് നല്ല നാല് പൂശു പൂശിയിരുന്നു. അതു കഴിഞ്ഞിട്ട് പക്ഷേ, ആഴ്ച രണ്ടായി.

പറഞ്ഞുപറഞ്ഞ് നിയന്ത്രണം വിട്ടു തേങ്ങുന്ന സുമതിയെ സോഫയിൽ കിടത്തി എന്റെ വീട്ടുകാരി അരികിൽ ഇരുന്നു. സമിതയെ തന്നോടു ചേർത്തു നിർത്തി. ഒഴിവുള്ള കൈകൊണ്ട് സുമതിയുടെ പുറം തടവി. സന്തോഷ് എങ്ങനെ ഇരിക്കുന്നു എന്നറിയാൻ ഞാൻ വീടു ചുറ്റിച്ചെന്നു ജനൽച്ചില്ലിലൂടെ നോക്കി. കട്ടിലിൽ കമിഴ്ന്ന് കിടപ്പാണ്. ഉണർന്നാണോ ഉറക്കമാണോ എന്നു തീരുമാനിക്കാനായില്ല. ആ മുറിയുടെ വാതിൽ തുറന്നാലോ എന്ന് ചിന്തിച്ചു. സുരേഷ് വരുവോളം കാക്കുകയാണ് നല്ലതെന്ന് വീണ്ടുവിചാരമുണ്ടായതിനാൽ ചെയ്തില്ല.

സുരേഷ് തലയിൽ ബാൻഡേജുമായാണ് വന്നത്. വീടിന്റെ മുൻവാതിൽ തുറന്നു കിടക്കുന്നതും സ്വീകരണമുറിയിൽ ഞങ്ങളെയും കണ്ട് അല്പമൊന്നമ്പരന്നു. അടുത്ത നിമിഷം എന്റെ കൈകൾ വാരിയെടുത്തു വിതുമ്മി: ‘‘എന്റെ മോൻ...’’

ഞാൻ ചുമലിൽ തട്ടി ആശ്വസിപ്പിക്കാൻ ശ്രമിച്ചപ്പോൾ സുരേഷ് എല്ലാ നിയന്ത്രണവും നഷ്ടപ്പെട്ടു തളർന്നു കുഴഞ്ഞു.

കുറെ നേരം ആരുമൊന്നും മിണ്ടിയില്ല. ഇതിനിടെ സമിത ഉറങ്ങി. ഒഴിവുള്ള സോഫാകുഷ്യനിൽ അവളെ മെല്ലെ കിടത്തി. എന്റെ ശ്രീമതി എന്നോട് പതുക്കെ ചോദിച്ചു: ‘‘എന്തെങ്കിലുമൊന്നു ചെയ്യണ്ടെ?’’

സന്തോഷ് തലയുയർത്താൻ ശ്രമിച്ചു. തോറ്റെന്നപോലെ മുഖം വീണ്ടും കുനിച്ചു തല കുടഞ്ഞു കൈപ്പത്തികളിൽ താങ്ങി മൗനിയായി.

സുമതി കണ്ണു തുറന്ന് പരിസരബോധം വീണ്ടെടുക്കുമ്പോലെ ചുറ്റും നോക്കി. എന്നിട്ട്, പിടഞ്ഞെണീറ്റ് അകത്തേക്കു പുറപ്പെട്ടപ്പോൾ സുരേഷും ഞങ്ങളും സുമതിയുടെ കൂടെ ചെന്നു. കിടപ്പറയുടെ വാതിലിന്റെ ബോൾട്ടു നീക്കാൻ പുറപ്പെട്ട സുമതിയെ തടഞ്ഞ് സുരേഷ് വാതിൽ പതുക്കെ തുറന്നു. മുറിയിൽ വെളിച്ചമുണ്ട്.

സന്തോഷ് നല്ല ഉറക്കം!

വിളിക്കാനും തൊടാനും സുരേഷിനല്പം ഭയമുള്ളതുപോലെ.

സുമതി ഉറക്കെ കരഞ്ഞു: ''മോനേ, സന്തൂ...''

ഞെട്ടിയുണർന്ന സന്തോഷ് ഒന്നും മനസ്സിലാകാത്തപോലെ ഞങ്ങളെ മാറി മാറി നോക്കി.

സുമതി അവനെ വാരിപ്പിടിച്ചു: ''സന്തൂ...''

പറഞ്ഞുവന്നപ്പോൾ അവന് നടന്നതൊന്നും ഓർമ്മയില്ല. അത് അഭിനയമല്ലെന്നതിന് അവന്റെ മുഖഭാവം മതിയായ സാക്ഷ്യമായി. സുരേഷിന്റെ തലയിലെ കെട്ട് അവനെ യഥാർത്ഥമായും അമ്പരപ്പിക്കുകയും ചെയ്തു.

സുമതിയുടെ മുഖം കൂടുതൽ വിവർണമായി. എങ്ങനെ ആകാതിരിക്കും? തന്റെ കൺമുന്നിൽ നടന്ന കാര്യമാണ് സന്തോഷ് കറയറ്റ നിഷ്കളങ്കതയോടെ നിഷേധിക്കുന്നത്.

സന്ദർഭത്തിന് അല്പം അയവു വരുത്താൻ ഉദ്ദേശിച്ച ഒരു ചിരിയോടെ ഞാൻ സന്തോഷിനോട് സാധാരണ മട്ടിൽ ചോദിച്ചു: ''സന്തോഷ് ഡാഡിയുമായി ഒരു കരാട്ടെ ഫൈറ്റ് നടത്തിയെന്നാണല്ലോ ഞങ്ങൾ കേട്ടത്?''

''എന്നു ഡാഡി പറഞ്ഞോ? ഡാഡി അങ്ങനെ പലതും പറയും. ഞാൻ സ്റ്റീഫൻസാറിന്റെ തല എറിഞ്ഞു പൊളിച്ചു എന്നു ഡാഡി പറഞ്ഞല്ലേ സ്കൂളിൽ എല്ലാരും അറിഞ്ഞത്? സത്യത്തിൽ ഞാൻ അങ്ങനെ ഒരു കാര്യം ചിന്തിച്ചിട്ടേയില്ല. നെവർ ഗോഡ് വിറ്റ്നസ്.''

''ഡാഡിയുടെ തലയിലെ കെട്ടു കണ്ടോ? അതെങ്ങനെ വന്നെന്നാണ്?''

''അല്ലെങ്കിലേ ഡാഡിയുടെ തല ഈയിടെ അത്ര ശരിയല്ല. സാറിനെ കല്ലെറിഞ്ഞെന്ന് വല്ലവരും പറഞ്ഞതു കേട്ട് എന്നെ തല്ലിയതിനു കണക്കില്ല,'' സന്തോഷ് പരിഭവം പറഞ്ഞു. പിന്നെ, വളരെ മുതിർന്ന ഒരാളുടെ ഗൗരവത്തോടെ സുരേഷിനെ ഉപദേശിച്ചു. ''ഡാഡ്, യു ബെറ്റർ സീ സം ഗുഡ് സൈക്യാട്രിസ്റ്റ് സൂൺ.''

സുരേഷ് എന്തോ പറയാൻ ഭാവിച്ചു വേണ്ടെന്നുവെച്ച് എന്റെ മുഖത്തുനോക്കി. ഞാൻ സുരേഷിന്റെ കൈപിടിച്ചു പുറത്തുപോന്നു.

“കുട്ടിക്ക് ചെറിയ മാനസികപ്രശ്നമുള്ളതായി തോന്നുന്നു. സാരമില്ല. വിദഗ്ദ്ധനായ ആരെയെങ്കിലും ഒന്നു കാണിച്ചാൽ മതി. വിശേഷിച്ചൊന്നും സംഭവിച്ചില്ലെന്ന മട്ടിൽ അവനോടു പെരുമാറുന്നതാവും തൽക്കാലം ശരി എന്നു തോന്നുന്നു. സുമതിയോടും വേണ്ടപോലെ പറയൂ. സമാധാനമായി ഇരിക്കൂ.”

തിരികെ പോരുമ്പോൾ എന്റെ വീട്ടുകാരി പിറുപിറുത്തു: “ഈശ്വരാ, ആ കുട്ടിക്ക് ഒന്നും...” എന്റെ ഉള്ളിലും അതുതന്നെ ആയിരുന്നു വിചാരം.

ഇന്നൊരു ഞായറാഴ്ചയായതിനാൽ ഒരു സൈക്യാട്രിസ്റ്റിനെ തേടിപ്പിടിച്ച് അപ്പോയ്മെന്റ് വാങ്ങാൻ സുരേഷിനു സൗകര്യമായി. അതിനായി ഇറങ്ങുമ്പോൾ ഇതുവഴി വന്നാണ് പോയത്. രാത്രിയിൽ പിന്നെ കുഴപ്പമൊന്നും ഉണ്ടായില്ലെന്നും രാവിലെ ഉണർന്നപ്പോഴും സന്തോഷിൽ ഒരു പ്രകൃതമാറ്റവും ഇല്ലെന്നും പറയുമ്പോഴും പക്ഷേ, സുരേഷിന്റെ കണ്ണുകൾ നിറഞ്ഞുതന്നെ നിന്നു.

സുരേഷ് പോയി കുറച്ചു കഴിഞ്ഞപ്പോൾ സന്തോഷ് കണക്കു പുസ്തകവുമായി വന്നു. അവൻ വരുന്നതു കണ്ടപ്പോൾ എന്റെ ഭാര്യ മുന്നറിയിപ്പു തന്നു: “സൂക്ഷിക്കുന്നതു നന്ന്. പാവം, എപ്പോഴാണ് ഭാവം പകരുക എന്ന് ആർക്കറിയാം!”

അവൻ കയറി വന്നപടി തല കറപറ മാന്തുകയോ സോഫയിൽ വീഴുകയോ ഓടക്കുഴൽ വായിക്കുകയോ കണക്കുപുസ്തകം തുറക്കുകയോ ഒന്നുമല്ല ചെയ്തത്. എന്നോടൊരു ചോദ്യം ചോദിക്കുകയാണ്: “അങ്കിളിനും വിശ്വാസമുണ്ടോ ഞാനാ സാറിനെ കല്ലെറിഞ്ഞെന്നും ഡാഡിയെ ഇടിച്ചെന്നും ഒക്കെ?”

“എന്തേ?” മറുപടി എന്തു പറയണമെന്നറിയാത്തതിനാൽ ഞാൻ നിസ്സാരമട്ടിൽ ചിരി അഭിനയിച്ചു.

“ഒരിക്കലുമില്ല,” സന്തോഷ് കണക്കുപുസ്തകം ചുരുട്ടി ഉരുൾവടി പോലെയാക്കി ഉള്ളംകൈയിൽ താളമിട്ടു പറഞ്ഞു: “പലരെയും കൊല്ലണമെന്ന് എനിക്ക് തോന്നാറുണ്ട്. അതു പാപമല്ലേ എന്നും ഉടനെ തോന്നും. അല്ലാതെ ഞാൻ ആരെയും ഒന്നും ചെയ്തിട്ടില്ല. അങ്കിളിനു തോന്നാറില്ലേ ചിലരെയൊക്കെ കഴുത്തറുത്തു കൊല്ലാൻ?”

“ആരെയൊക്കെയാണ് കൊല്ലാൻ തോന്നാറ്?” ഞാൻ ചിരി മനപ്പൂർവം വികസിപ്പിച്ചു കാണിച്ചു.

“അങ്ങനെ സ്ഥിരമായി അല്ല. ചില ആളുകളെ കാണുമ്പോൾ അങ്ങനെ തോന്നും. വെറുതെ ഒരു തോന്നൽ. കാരണമൊന്നും ഇല്ല. അവരാരും എന്നെ ഒന്നും ചെയ്തിട്ടുമല്ല. ചിലരെ കടിച്ചുപറിക്കണമെന്നാണ് തോന്നുക. മറ്റു ചിലരെ തുണ്ടുതുണ്ടായി വെട്ടി

മുറിക്കണമെന്നാണ്. ഈയിടെ ഒരാളെ വെള്ളത്തിൽ മുക്കിപ്പിടിക്കണമെന്നു തോന്നി. ഘോഷയാത്ര വല്ലതും പോകുന്നതു കാണുമ്പോൾ തോന്നുന്നത് ഒരു മെഷീൻ ഗൺ വെച്ച് ടപ്പ്ടപ്പെന്ന് എല്ലാരെയും വെടിവെച്ചിടാൻ നല്ല രസമെന്നാണ്. ഇങ്ങനെയൊന്നും തോന്നാൻ പാടില്ല, അല്ലേ? തോന്നരുത് എന്ന് വിചാരിക്കുന്തോറും കൂടുതൽ തോന്നും. ഇതിന് എന്തു ചെയ്യും, അങ്കിൾ?''

അവന്റെ അപ്പോഴത്തെ ദാരുണമായ മുഖഭാവം കണ്ടപ്പോൾ അവൻ അടുത്ത നിമിഷത്തിൽ ഏതോ അസഹ്യമായ അദൃശ്യവേദനയാൽ കരഞ്ഞുപോകുമെന്ന് എനിക്ക് പേടിയായി. അപ്പോഴാണോർത്തത്, അവൻ കരയുന്നത് ഞാൻ ഒരിക്കലും കണ്ടിട്ടില്ല.

ഞാൻ വിഷയം മാറ്റാൻ വേണ്ടി, ''ഒക്കെ വഴിയുണ്ടാവും, വലിയ എൻജിനീയറാകേണ്ട ആളല്ലേ?''

അതിനവൻ മറുപടി പറഞ്ഞില്ല. പറഞ്ഞതു വേറൊന്നാണ്: ''എന്തിനാണ് മനുഷ്യരൊക്കെ ജനിക്കുന്നത്, അങ്കിളിനറിയാമോ?''

''പലതരം പണികളും ചെയ്ത് സുഖമായി കഴിയാൻ. അല്ലാതെന്തിന്?''

''അവനവന് ഇഷ്ടമുള്ള പണി ചെയ്യുന്നത് മറ്റുള്ളവർക്ക് ഇഷ്ടമല്ലാത്തതെന്തുകൊണ്ട്?''

''സന്തോഷിന് എന്തു പണി ചെയ്യാനാണിഷ്ടം?''

''എനിക്കൊരു മാവിൻതോപ്പുണ്ടാക്കണം. ഒരു വലിയ തോപ്പ്. അതു നിറയെ മാങ്ങ.''

''എന്നിട്ടോ?''

''അതിന്റെ നടുവിൽ താസിക്കണം. മാവിന്റെ ഇലകൾക്കിടയിലൂടെ നക്ഷത്രം കാണാൻ നല്ല രസമായിരിക്കില്ലേ?''

''തീർച്ചയായും,'' വിഷയം ഒരിക്കൽകൂടി മാറ്റാൻ ഞാൻ ശ്രമിച്ചു: ''സന്തോഷിന്റെ കമ്പ്യൂട്ടർ എങ്ങനെ ഇരിക്കുന്നു? പുതിയ വിദ്യ വല്ലതും നോക്കിയോ?''

മുഖത്ത് കുസൃതിയുടെ മിന്നലാട്ടത്തോടെ സന്തോഷ് പറഞ്ഞു: ''ഞാനതിന് ഒരു പരീക്ഷ കൊടുത്തിരിക്കയാണങ്കിൾ.''

''എന്തു പരീക്ഷ?''

''സർച്ച് കമാന്റിൽ ഫൈന്റ് ഗോഡ് എന്ന് ആവശ്യപ്പെട്ടപ്പോൾ നോ ഗോഡ് എന്നു തിരികെ പറയുന്നു. ഓങ്ങിയൊരു അടി കൊടുത്തു. ഇനി കഴിയുമെങ്കിൽ പരിക്കു മാറി ഉയിർത്തു വരട്ടെ!''

''ദൈവത്തെ കണ്ടുകിട്ടിയെങ്കിൽ സന്തോഷ് എന്തു ചെയ്യും?''

‘‘ഭൂമിമുതൽ ആകാശംവരെ സന്തോഷം ചോദിക്കും.’’

‘‘ഇപ്പോൾ സന്തോഷമില്ലെന്നാണോ?’’

ഉടനെ അവന്റെ ഭാവം മാറി. കൈയിലെ ചുരുൾപ്പുസ്തകം വലിച്ചെറിഞ്ഞ് തല കറപറയെന്നു മാന്തി അവൻ സോഫയിൽ ചുരുണ്ടുവീണു തേങ്ങിത്തുടങ്ങി. ഉരുൾ പൊട്ടി കാട്ടാറുണ്ടാകുന്നപോലെ അത്ര പൊടുന്നനെയും ഊക്കോടെയും അതിരില്ലാസ്സങ്കടപ്രവാഹം.

വാതിൽമറവിൽ ഞങ്ങളുടെ സംഭാഷണം ശ്രദ്ധിച്ചുനിന്ന വീട്ടുകാരി അവനെ ആശ്വസിപ്പിക്കാൻ ഓടിയെത്തി. പക്ഷേ, അവളുടെ തോളിൽ വീണതും അവൻ ആഞ്ഞൊരു തട്ടു തട്ടി. ഞെട്ടിത്തെറിച്ചുമാറി കൈവണ്ണ തടവി അവൾ എന്റെ അരികിൽ വന്നു ചൂളി. അവളെ പതുക്കെ എന്നോട് ചേർത്തു നിർത്തുമ്പോൾ അവളോടും ലോകത്തോട് പൊതുവിലും എന്നോടുതന്നെയുമായി സ്വരം താഴ്ത്തി ഞാൻ പറഞ്ഞു: കരയട്ടെ, സങ്കടങ്ങളൊക്കെ ഉരുകിപ്പോയാൽ ഇനി ആരെയും അവൻ ഉപദ്രവിക്കാനിടയില്ല.

‘‘പക്ഷേ, ഇതെങ്ങനെ കണ്ടുനിൽക്കും?’’

പ്രയാസംതന്നെ ആയതിനാൽ ഭംഗിവാക്കു പറഞ്ഞ് അവളെ ആശ്വസിപ്പിക്കാൻ മുതിർന്നില്ല.

പുറത്ത് ഒരു തളിരിലയനങ്ങാൻപോലും കാറ്റില്ലാതെ മീനച്ചൂടു കത്തിയെരിഞ്ഞു.

■

ഇടവേളകൾക്കുശേഷം തുടരും

വേവിന്റെ വേനൽ. കറന്റില്ലാത്ത ഒരു ദിവസം. ചൂടുകൊണ്ട് വീടിനകത്ത് ഇരിക്കാൻ വയ്യ. ടാപ്പിൽ വെള്ളമില്ലാത്തതിനാൽ രാവിലെ കുളിച്ചിട്ടില്ല. എല്ലാറ്റിനും പുറമേ, എല്ലാ പാർട്ടികളും ചേർന്നു പ്രഖ്യാപിച്ച പണിമുടക്കിന്റെ നിതാന്തശാന്തത മരണമൂകതയായി നഗരത്തെ അടക്കി ഭരിക്കുകയും ചെയ്യുന്നു.

എന്തിനെപ്പറ്റി ഏതുവഴി ചിന്തിച്ചാലുമത് കിട്ടാത്ത വെള്ളത്തിലും വെളിച്ചത്തിലും തിരിയാത്ത ഫാനിലും വീടെത്താത്ത പാലിലും പച്ചക്കറിയിലും മരിച്ചുകിടക്കുന്ന ഫോണിലും ഒക്കെ ഉടനെ ചെന്നെത്തുന്നതിനാൽ സാഹിത്യം, കല, സംസ്കാരം, തത്ത്വശാസ്ത്രം, സൗന്ദര്യം തുടങ്ങിയ സംഗതികളെക്കുറിച്ച് ആലോചിച്ചിട്ടു കാര്യമില്ല.

മുറ്റത്തിറങ്ങി വെറുതെ നിന്നു. അണ്ണാരക്കണ്ണനോ കാക്കയ്ക്കോ കിളിക്കോ ഇപ്പറഞ്ഞ പ്രശ്നങ്ങളൊന്നും ഇല്ലാത്തതിനാൽ ഈ പത്തു സെന്റു പുരയിടത്തിലെ അഞ്ചാറു മരങ്ങളിൽ അവ പതിവു പരിപാടികൾ നടത്തുന്നു, പതിവു ഡയലോഗുകൾ പറയുന്നുമുണ്ട്. മുഖവും കുനിച്ച് നാണിച്ച് ഞാൻ ചവിട്ടുപടിയിൽ ഇരിക്കെ സ്വർണ്ണനിറമുള്ള ഒരു ഉറുമ്പ് എന്റെ കാലിന്റെ നടുവിരലിൽ പതുക്കെ ഒന്നു കടിച്ചു. ഉരച്ചുകൊല്ലാൻ എന്റെ കൈ നീണ്ടു. പക്ഷേ, ഒപ്പം കണ്ണും നീണ്ടതിനാൽ കൈ തരിച്ചുനിന്നു. കാരണം, അതിസുന്ദരിയായ ഒരു ഉറുമ്പായിരുന്നു അത്. സുന്ദരനല്ല സുന്ദരിയാണെന്ന് എങ്ങനെ അറിഞ്ഞെന്നാൽ ആ ചിരിയിലൂടെ എന്നേ പറയാനുള്ളൂ. വശ്യമനോഹരമായ ചിരി. ചന്തവും കുലീനതയും ഒത്തിണങ്ങിയ പാൽപ്പുഞ്ചിരി. പരസ്യങ്ങളിലെ കൊടുംചതിച്ചിരിയല്ല. മൊണാലിസയുടെ ചിരിയെക്കാൾ അവിസ്മരണീയമായ ഒന്ന്. ആസ്വാദ്യരഹസ്യങ്ങൾ ഒട്ടേറെ ചേക്കേറിയതെന്നു തോന്നിപ്പിക്കുന്ന ശീതളച്ചിരി.

ഉറുമ്പിണിയെ നോവിക്കാതെ ഉള്ളംകൈയിലെടുത്ത് സൂക്ഷ്മമായി പരിശോധിച്ചു. അപ്പോഴാണറിയുന്നത്, അതൊരു ഉറുമ്പല്ല.

ഒരു മനുഷ്യകന്യകയാണ്. ആകൃതിയിൽ നന്നേ ചെറുപ്പം എന്നേ ഉള്ളൂ. സർവാംഗലാവണ്യംകൊണ്ട് അനുഗൃഹീത. മനോഹരമായ മാറിടം, മനോഹരമായ അരക്കെട്ട്, അതിമനോഹരങ്ങളായ കാലുകൾ, ഒരിക്കലും വിശ്രമിക്കാത്ത കണ്ണുകൾ. ഏതോ ചിരപുരാതനമായ കൊട്ടാരത്തിലെ സർവ്വസമ്മതയും കണ്ണിലുണ്ണിയുമായ റാണിയായിരിക്കാം. പ്രോട്ടോക്കോൾ അനുസരിച്ച് വണങ്ങി ഭവ്യതയോടെ സ്വീകരിച്ചു നിലത്തു വെച്ചു.

നാലടി അലസഗമനം നടത്തി റാണി തിരിഞ്ഞു നിന്നു. എന്നെ തന്റെ കൂടെ കൊണ്ടുപോകാൻ ക്ഷണിക്കുന്നതുപോലെ. ഈ ലോകോത്തര ജനാധിപത്യ സ്വതന്ത്ര പരമാധികാര റിപ്പബ്ലിക്കിൽ എനിക്കപ്പോൾ വേറെ ഒന്നും ചെയ്യാനില്ലാത്തതിനാൽ ഞാൻ റാണിയുടെ കൂടെ ചെന്നു. അവൾ പോകുന്നേടത്ത് മറ്റെല്ലാ പ്രാണികളും വഴി ഒഴിഞ്ഞു, ഒതുങ്ങിനിന്നു. എനിക്കു തോന്നി, ഈ പോക്ക് നിർണായകമായ ഒരു യാത്രയാണെന്ന്. ഭാഷ അറിയാത്തതിനാൽ ഒന്നും അങ്ങോട്ടു ചോദിക്കാൻ വയ്യ. റാണിയാകട്ടെ, ഒന്നും പറയുന്നുമില്ല. ഞാൻ സന്ദേഹിച്ചു നിൽക്കുമ്പോഴെല്ലാം കുലീനമായ മൃദുഹാസത്തോടെ പ്രോത്സാഹിപ്പിക്കുന്നു.

ആ പരിസരത്ത് ഞാൻ അന്നോളം കണ്ടിട്ടില്ലാത്ത ഒരു ഗുഹാമുഖം. ഗുഹയ്ക്കകത്ത് സ്വർണ്ണപ്രകാശം. ഇരുവശങ്ങളിലും പൂത്തുലഞ്ഞു കിടക്കുന്ന പുഷ്പങ്ങളിൽനിന്നാണ് ഈ വെളിച്ചം പരക്കുന്നത്. വിദേശത്തുപോലും കിട്ടാത്ത സുഗന്ധം. മാത്രമല്ല, റാണി മനുഷ്യസാധാരണമായ ആൾവലിപ്പം കൈവരിക്കുകയും ചെയ്തു.

പല വഴിത്തിരിവുകളിലൂടെ പെൺകൊടി സംശയലേശമില്ലാതെ മുന്നേറി. ഈ അദ്ഭുതയാത്ര ഒരു ലഹരിപോലെ ആയി. ഏറെ കാലമായി ഒരു സാഹസത്തിനും തരപ്പെടാറില്ല. നുകത്തിൽ കെട്ടിയ പോത്തിനെപ്പോലെ എന്നുമെന്നും തലേന്നാൾ ചെയ്തതുതന്നെ ചെയ്തു മടുത്തിരിക്കയാണ്.

തെളിനീർച്ചോല ചൂണ്ടിക്കാണിച്ച് റാണി കുളിക്കാൻ സൂചന നൽകി. കുളി കഴിഞ്ഞപ്പോഴേക്ക് മേഘശകലങ്ങൾ പോലെയുള്ള ഉടയാടകൾ എന്റെ മുന്നിൽ തനിയെ ഒഴുകി എത്തി. ഇത്ര സുഖകരങ്ങളായ ഉടുപ്പുകൾ ഇതേവരെ ഞാൻ ധരിച്ചിട്ടില്ല. പിന്നെ കണ്ടത് വിഭവസമൃദ്ധമായ ഒരു ഊൺതളമാണ്. പൂക്കളിലാണ് വിഭവങ്ങൾ നിറച്ചുവച്ചിരിക്കുന്നത്. ആ പൂക്കളിൽ ഈ വിഭവങ്ങൾ സ്വയമേവ വിരിഞ്ഞുണ്ടായതൊ എന്നു സംശയമായി. ഭക്ഷണസാമഗ്രികളുടെ സുഗന്ധം ഒന്നും പറയാവതല്ല. എനിക്ക് ആർത്തിയായി. അത് അറിഞ്ഞെന്നവണ്ണം റാണി സഹതാപപൂർവ്വം ചിരിച്ചു. ഞാൻ മൂക്കറ്റം

ഭക്ഷിച്ചു. ഭക്ഷണത്തിനിടയിൽ പുതുതായി പ്രത്യക്ഷപ്പെട്ടു വിരിഞ്ഞ പൂക്കളിൽനിന്നു മധു ഒഴുകി എന്റെ മുന്നിലെ തളിർക്കുമ്പിളുകളിൽ നിറഞ്ഞുകൊണ്ടിരുന്നു. സ്വാദും സുഗന്ധവുമുള്ള ആ പാനീയം ഞാൻ മതിയാവോളം കുടിച്ചു. അതിനു ലഹരിയുണ്ടെന്ന് അപ്പോഴാണറിഞ്ഞത്. സുഖകരമായ ലഹരി. നാടനും മറുനാടനും നാടൻ വിദേശിയും വിദേശിനാടനുമെല്ലാം ഞാൻ കഴിച്ചുനോക്കിയിട്ടുണ്ട്. പക്ഷേ, ഇതുപോലൊരു സുഖം ഇന്നേവരെ കിട്ടിയിട്ടില്ല.

മയക്കത്തിലേക്ക് വഴുതുന്ന എന്നെ അപ്സരകന്യകമാരെന്നു തോന്നിച്ച നാലുപേർ കൈകളിൽ വാരിയെടുത്തു. കുടുകുടെ ചിരിച്ചു കൊണ്ട് അവർ എന്നെ ഒരു കിടപ്പറയിലേക്കു കൊണ്ടുപോയി. പൂക്കൾ വിരിച്ച ശയ്യാതലത്തിൽ കിടത്തി. എന്നിട്ട് ഒരു മാലാഖ മനോഹരമായി പാട്ടുപാടുകയും മറ്റൊരാൾ മനോഹരമായി നൃത്തംവെക്കുകയും മൂന്നാമതൊരാൾ മനോഹരമായി വീണ മീട്ടുകയും നാലാമത്തെയാൾ എന്നോടൊപ്പം മനോഹരമായെന്നല്ല അതിശയകരമായി ശയിക്കുകയും ചെയ്തു.

മരിച്ചു സ്വർഗ്ഗത്തിലെത്തി എന്നായിരുന്നു എനിക്കപ്പോൾ ധാരണ. ഇത്ര സന്തോഷകരമായ ഒരു ശതനക്ഷത്ര സ്വർഗ്ഗം ലഭിക്കുന്നതിന് എന്തു സൽക്കർമ്മമാണ് ഞാൻ എന്റെ ഭൂനിവാസകാലത്ത് ചെയ്തത് എന്ന് എത്ര ചുഴിഞ്ഞാലോചിച്ചിട്ടും എനിക്കു കണ്ടെത്താനായില്ല. ഈ ഭോഷ്ക്ക് ആരോടും ചോദിക്കാനും വയ്യല്ലോ.

ദിവ്യങ്ങളെന്നുതന്നെ പറയേണ്ടുന്ന രാഗാനുഭൂതികൾ കഴിഞ്ഞ് എല്ലാം മറന്നുള്ള ഉറക്കവും കഴിഞ്ഞ് ഞാൻ കൺമിഴിച്ചപ്പോൾ റാണി മുന്നിൽ ചിരിച്ചു നിൽക്കുന്നു. സമയമായി എന്നു പറഞ്ഞത് ചിരിച്ചുകൊണ്ടാണ്. എന്തിനാണ് സമയമായതെന്ന് ചോദിക്കാൻ ഞാൻ പുറപ്പെടുമ്പോൾ റാണി തന്റെ ചുണ്ടത്തു കൈവച്ച് നുണക്കുഴികൾ കാണിച്ചു തിരിഞ്ഞു നടന്നു. ഞാൻ അനുഗമിച്ചു.

രത്നക്കല്ലുകൾ പതിച്ച വഴികളിലൂടെ പോയി ഞങ്ങൾ ഒരു മൺകുടിലിന്റെ മുന്നിൽ എത്തി. ആ കുടിലിന്റെ ദരിദ്രാവസ്ഥ എന്നെ അസ്വസ്ഥനാക്കി. എനിക്കു കഴിയാനുള്ള ഇടമോ ഇത്? പൊട്ടിപ്പൊളിഞ്ഞ തറ, വിണ്ടു കീറിയ മൺഭിത്തികൾ, വിജാഗിരി ഇളകിയ കിളിവാതിലുകൾ, പഴകി വികൃതങ്ങളായ മരത്തൂണുകൾ താങ്ങുന്ന ഉമ്മറം...

അകത്തുനിന്ന് ഒരു ക്ഷീണസ്വരം പ്രവേശനാനുമതി നൽകി. റാണി എന്റെ കൈ പിടിച്ച് ചെറിയ വാതിൽ നൂന്നു കടന്ന് പാതിയിരുട്ടിലേക്ക് എന്നെ നയിച്ചു. ഒരു കൊച്ചുകുട്ടി കളിത്തൊട്ടിലിൽ എന്നപോലെ ഒരു ജീവൻ ആ കുടിലിനകത്തുണ്ടായിരുന്നു. മിന്നാ

മിനുങ്ങുകൾപോലെ തോന്നിച്ച് ഏതാനും ജീവികൾ നൽകുന്ന മുത്തുവെളിച്ചത്തിൽ രണ്ടാമതൊന്നു നോക്കിയപ്പോഴാണ് അതൊരു കുട്ടിയല്ല എന്ന തിരിച്ചറിവ് എനിക്കുണ്ടായത്. പ്രായമെത്രയെന്നു തിട്ടപ്പെടുത്താനാവാത്ത ഒരു ജന്മം.

ഇരിക്കാൻ അനുജ്ഞ കിട്ടി. ഞാൻ ഇരുന്നത് പുല്പരപ്പിലാണ്. ആർഭാടങ്ങളുടെ നടുവിൽ എന്തിനൊരാൾ ഇങ്ങനെ ഇല്ലായ്മകളിൽ നരകിക്കുന്നു എന്നു ഞാൻ അമ്പരന്നു.

ഇത് സുതലമെന്ന ലോകമാണ്, ശിശുരാജാവു പറഞ്ഞു. ഓരോ അയുതവർഷവും ഞങ്ങൾ ഇങ്ങനെ ഓരോ മനുഷ്യജീവനെ ഇവിടേക്കു ക്ഷണിക്കാറുണ്ട്. അസൗകര്യം ക്ഷമിക്കണം.

ഇതെല്ലാം യാഥാർത്ഥ്യമോ എന്ന ആശ്ചര്യത്തിൽ ഞാൻ തരിച്ചു നിൽക്കെ ശിശുരാജാവു തുടർന്നു, സുതലവും ഭൂതലവും തമ്മിലുള്ള അന്തരങ്ങൾ കാലാന്തരത്തിൽ അവസാനിക്കുമെന്നു നിശ്ചയമാണ്. പക്ഷേ, ലാക്ഷണികമാണ് ആ ഭേദതിരോധാനം.

എന്നോടദ്ദേഹത്തിനു മൂന്നു ചോദ്യങ്ങൾ ചോദിക്കണം. ഉത്തരം ശരിയാണോ തെറ്റാണോ എന്നു ഞാൻ വേവലാതിപ്പെടേണ്ടതില്ല. സുതല ലോകത്ത് ശരിയും തെറ്റുമില്ല. ശരി മാത്രമേ ഉള്ളൂ. ഒരു വിധമെങ്കിൽ ഉത്തരം ഒരു തരത്തിൽ ശരി, മറിച്ചാണെങ്കിൽ മറ്റൊരു തരത്തിൽ ശരി. ധൈര്യമായി മറുപടി പറയാൻ സ്നേഹപൂർവ്വം നിർദ്ദേശം വന്നു.

ആദ്യത്തെ ചോദ്യം: ജീവിതത്തിൽ ഏറ്റവും വിലമതിക്കുന്ന വസ്തു എന്താണ്?

എനിക്ക് ഏറ്റവും വിലപ്പെട്ടത് എന്റെ ജീവൻ തന്നെ എന്ന സത്യം ഞാൻ തുറന്നു പറഞ്ഞു.

രണ്ടാമത്തെ ചോദ്യം: ഒരേ ഒരു വരം കിട്ടുമെന്നുവരികിൽ എന്തു വരം ചോദിക്കും?

ഞാൻ അമ്പേ കുഴങ്ങി. വരം രണ്ടെണ്ണമെങ്കിലുമുണ്ടെങ്കിൽ കഷ്ടി ഒപ്പിക്കാമായിരുന്നു. ആരോഗ്യത്തോടെയുള്ള മരണമില്ലായ്മയും പിന്നെ സുഖാനുഭവങ്ങളും ചോദിക്കാം. ആരോഗ്യമുണ്ട്, സുഖഭോഗങ്ങളില്ല എങ്കിൽ എന്തുകാര്യം? ഇതു രണ്ടുമില്ലെങ്കിൽ ഈ പ്രപഞ്ചത്തിന്റെ അധിപനായാലും ഒരു വിശേഷവുമില്ലല്ലോ.

തീരുമാനമെടുക്കാൻ കഴിയുന്നില്ല എന്ന സത്യവും ഞാൻ തുറന്നു തന്നെ പറഞ്ഞു.

സുതലത്തിൽ കഴിയാനോ അതോ ഭൂതലത്തിൽ കഴിയാനോ ഇഷ്ടം എന്നായിരുന്നു മൂന്നാംചോദ്യം.

എല്ലാമുണ്ടെങ്കിലും സുതലത്തിൽ എന്റേതായി ഒന്നുമില്ല. ഒന്നും കാര്യമായി ഇല്ലെങ്കിലും ഭൂതലത്തിൽ എനിക്കുള്ളതെല്ലാം എന്റെയാണ്. പിന്നെ, വല്ലപ്പോഴും സുതലത്തിൽ ഒന്നു വരികയും പോകയും ചെയ്യുക - അതൊരു സുഖമാണ്.

ഇതെല്ലാംകൂടി എങ്ങനെ ഒരേ ഒരു ഉത്തരത്തിൽ ഒതുക്കും എന്ന് ഞാൻ ആലോചിക്കെ ശിശുരാജാവു പറഞ്ഞു, കന്യകേ, ഉടനെ ഇയാളെ കൊതുകുമാലിന്യബഹളതലസ്ഥാനമായ കൊച്ചിയിലേക്കു തിരികെ നയിക്കൂ. സുതലഭൂതലഭേദങ്ങൾ അവസാനിക്കാൻ കല്പാന്തം തന്നെ വരണം.

കൺചിമ്മിത്തുറക്കുന്നതിനകം ഞാനെന്റെ ഭൂതലവീടിന്റെ ഉമ്മറപ്പടിയിൽ തിരികെ എത്തി. പച്ചപ്പകലായിരുന്നിട്ടും കൂട്ടത്തോടെ ആർക്കുന്ന കൊതുകുകൾ സ്ഥലബോധം പകർന്നു.

■

www.ingramcontent.com/pod-product-compliance
Lightning Source LLC
LaVergne TN
LVHW090421051026
849518LV00006B/2401